आपल्या स्नेहीजनांना पुस्तके भेट द्या

मुंबई व मनाली येथील सिरीजअंतर्गत कृष्णाच्या बहुआयामी व्यक्तित्वावर प्रश्नोत्तरांसहित दिल्या गेलेल्या २१ Osho talks पैकी सात Osho talksचा संग्रह

कृष्णरंग सावळा

ओशो

अनुवाद

स्वाती चांदोरकर

मेहता पब्लिशिंग हाऊस

KRISHNARANG SAVALA by OSHO
Originally published in Hindi
under the title : Krishna Smriti (Chapters 1 to 7)

The material in this book is a transcript of a series of original OSHO Talks 'Krishna Smriti, Chapters 1 to 7' given to alive audience. All of Osho's talks have been published in full as books, and are also available as original audio recordings. Audio recordings and the complete text archive can be found via the online OSHO Library at www.osho.com/library

Licence of the Marathi Translation with Mehta Publishing House
Translated into Marathi Language by Swati Chandorkar

कृष्णरंग सावळा / वैचारिक

अनुवाद : स्वाती चांदोरकर

author@mehtapublishinghouse.com

मराठी अनुवादाचे व प्रकाशनाचे हक्क : मेहता पब्लिशिंग हाऊस, पुणे.

संस्थापक : सुनील अनिल मेहता

प्रकाशक : अखिल सुनिल मेहता, मेहता पब्लिशिंग हाऊस,
१९४१, सदाशिव पेठ, माडीवाले कॉलनी, पुणे - ४११०३०.

मुद्रक : ट्रिनिटी ॲकॅडमी फॉर कॉर्पोरेट ट्रेनिंग लिमिटेड

मुखपृष्ठ : फाल्गुन ग्राफिक्स

प्रथमावृत्ती : मे, २०२२

किंमत : ₹ २७०

P Book ISBN 9789391151164
E Book ISBN 9789391151249
E Books available on : amazonkindle Apple Books Google Play Books

भूमिका

जीवन म्हणजे एक विशाल कॅनव्हास, ज्यावर क्षणाक्षणातल्या भावनांच्या कुंचल्याने अनेकानेक रंग मिळून सुख-दुःखाचं चित्र साकारलं जातं. माणूस पूर्वापार, अनेकानेक युगं निर्मळ आनंदाच्या शोधात क्षणनक्षण या चित्राला चांगलं चितारण्याच्या प्रयत्नात आहे. हे चित्र हजारो वर्षांपासून मानवसंस्कृतीचा अविभाज्य भाग बनलं आहे. कुणा एकाचं नाव घेतलं तर प्रकृती हसते, प्रसन्न होते.

आदिकाळापासून माणसाने एखादं चित्र आपल्या मनात साठवून कधी त्याची पूजा, कधी आराधना, तर कधी चिंतन-मनन असं करत करत त्याने ध्यानावस्थेपर्यंतचा प्रवास केला. इतिहासात, पुराणात अशी अनेक चित्रं आहेत, जी युगानुयुगं मानव-संस्कृतीला प्रभावित करीत आहेत. महावीर, ख्राइस्ट, बुद्ध, राम यांनी मानवजातीला गहिरा स्पर्श केला आहे. या सगळ्यांच्या गोष्टी वेगवेगळ्या आहेत. कृष्णाने या सर्वांच्या रूपाला, गुणांना स्वतःमध्ये सामावून घेतलं आहे. कृष्ण हे एक असं नाव आहे ज्याने जीवनाला पूर्णता दिली. एका बाजूला नाचणं, गाणं, रासलीला; तर दुसऱ्या बाजूला राजनीती. सर्वसाधारणपणे परस्परविरोधी गोष्ट. पण कृष्णाने त्यांना स्वतःमध्ये सामावून आनंदाने बासरीही वाजविली. अशी सहजक्रिया करणारं कृष्णाचं हे व्यक्तिमत्त्व – त्याचं चरित्र आश्चर्य वाटण्याजोगं, अचंबित व्हावं असंच आहे.

ओशोंनी कृष्णाला त्यांच्या दृष्टिकोनातून आपल्यासमोर ठेवलं आहे. आपल्या दार्शनिक आणि चिंतनशील पारदर्शक दृष्टीने या पुस्तकाच्या माध्यमातून आमच्यापर्यंत पोहोचवलं आहे. व्यक्तित्व जेव्हा मोठं, विशाल असतं तेव्हा त्याची मूर्ती बनवणं हे सोपं काम नाही. केवळ बाह्यरूप बनवणं पुरेसं नसतं. व्यक्तित्वाचे सर्व पैलू उभारणं गरजेचं असतं. श्रेष्ठ कलाकार तोच आहे, जो मूर्तीत अशा गोष्टीही निर्माण करू शकेल, ज्यांना सामान्य डोळे बघू शकत नाही.

भारतीय जनमानसांना कृष्ण नवीन नाही. कृष्णाची मूर्ती, चेहेरेपट्टी परिचित आहे. मग तो लहानपणातला – ती मूर्ती सूरदासांची असो की महाभारतातली की भिन्न कवींनी विभिन्नतेने साकारलेला कृष्ण असो. लोककथा, आख्यायिकांमधला कृष्ण. आहे तो अगदी परिचित. त्याचं चित्र आमच्या मनात स्थिर छायाचित्रासारखं विराजमान झालेलं आहे.

परंतु ओशोंनी या पुस्तकात केवळ कृष्णाचा फोटो काढलेला नाही, तर त्यांच्या विचारशृंखलेतून कृष्णाच्या जीवनाला अशा विचारांच्या रंगांनी रंगवलं आहे. जे कॅमेऱ्याच्या डोळ्यांना दिसू शकत नाहीत; केवळ कुंचल्यातूनच प्रकट होऊ शकतात.

पूर्णतेचं नाव कृष्ण!

कॅमेरा केवळ मूर्त आकृत्यांना प्रतिकृती देऊ शकतो; पण कलाकार त्याच्या कुंचल्यातून अमूर्ततेला रेखांकित करतो. 'कृष्ण-स्मृती' अशाच न दिसणाऱ्या, अनोळखी छटांना संकलित, ओशोंच्या मोठ्या प्रवचन-शृंखलेतून उभारलेलं आहे. श्रोत्यांची जिज्ञासा, कुतूहल आणि कृष्णाचं व्यक्तिमत्त्वामुळे निर्माण होणाऱ्या अनेक प्रश्नांच्या उत्तरांतून एखाद्या झऱ्यातून वाहणाऱ्या थेंबाथेंबातून काचेसारखे पारदर्शी विचार-चिंतन या पुस्तकातून प्रवाहित झाले आहेत.

कृष्ण यथार्थवादी आहेत. त्यांनी राग, प्रेम, भोग, काम, योग, ध्यान आणि आत्मा-परमात्मा यांसारख्या विषयांना त्यांच्या यथार्थ स्वरूपातच स्वीकारलं आहे आणि युद्ध आणि राजनीतीलाही त्यांनी वास्तविकतेतून स्वीकारलं आहे. ओशो म्हणतात की कृष्ण युद्धवादी नाहीत. त्यांचं व्यक्तिमत्त्व पूर्वाग्रही नाही. जर युद्ध व्हायचंच असेल तर पलायन योग्य नाही. जर युद्ध व्हायचंच असेल आणि त्यात मनुष्याचं हित आहे, तर युद्धाचा आनंदाने स्वीकार करायला हवा. एखाद्या ओझ्याप्रमाणे त्याला ओढत नेणं हे अयोग्य आहे. कारण ओझं समजून लढलं तर पराजय निश्चित!

ओशो युद्ध आणि शांतीच्या द्वंद्वाला समजावत कृष्णाच्या व्यक्तिमत्त्वाला अधिक सुलभतेने सादर करतात. कारण कृष्ण जीवनाला युद्ध आणि शांती या दोहोंतून पार जाऊ देऊ इच्छितात. शांतीसाठी युद्धाचं सामर्थ्य हवं.

मनुष्याच्या युद्धाच्या मानसिकतेला ओशोंनी अगदी सहजतेने उलगडलं आहे. ते म्हणतात की, मनुष्य सद्‌गुण आणि दुर्गुणातूनच आकार घेतो. अनुपात कमी-जास्त असू शकतात. असा अतिचांगला मनुष्य या जगात नाही, ज्याच्यात जराही वाईट नाही. आणि असा वाईट माणूस शोधता येणार नाही ज्याच्यात थोडंही काही चांगलं नाही. म्हणून प्रश्न नेहेमी अनुपात आणि प्रबळता यांचा आहे. स्वतंत्रता, व्यक्ती, आत्मा, धर्म ही मुख्य आहेत ज्यांच्या दिशेने शुभचेतना साथ असेल. कृष्ण अशाच चेतनेचे प्रतीक आहेत.

कृष्णावर का बोलायचं, याचं फार सुंदर उत्तर ओशोंनी दिलं आहे. कृष्णाचं महत्त्व भूतकाळासाठी कमी आणि भविष्यकाळात जास्त आहे. सत्य आहे की कृष्ण आपल्या काळापेक्षा कमीत कमी पाच हजार वर्षं आधी जन्मले. सर्व महत्त्वाच्या व्यक्ती आपल्या काळाआधी जन्म घेतात आणि सर्व गौण व्यक्ती आपल्या काळानंतर जन्म घेतात. इतकाच महत्त्वपूर्ण आणि गौण यातला फरक आहे. आणि

सर्वसाधारण व्यक्ती आपल्या काळानुसार जन्म घेतात. अशा महत्त्वपूर्ण व्यक्तींना समजून घेणं सोपं नसतं. त्यांचा वर्तमान आणि भूतकाळ त्यांना समजून घेण्यास असमर्थता अनुभवतात. ओशोंनी किती छान सांगितलं आहे की, जेव्हा आम्ही त्यांना समजून घेऊ शकत नाही तेव्हा आम्ही त्यांची पूजा करू लागतो अथवा त्यांना विरोध करतो. आम्ही अपशब्द तरी बोलतो अथवा प्रशंसा तरी करतो. दोन्ही पूजाच आहेत. एक शत्रूची आहे, एक मित्राची आहे.

ओशोंच्या तेजस्वी नजरेने कृष्णाला आपल्या वर्तमानासाठी पाहिलं. दुःख, निराशा, उदासीनता, वैराग्य यांसारख्या गोष्टी कृष्णाने या पृथ्वीवर केल्या नाहीत. पृथ्वीवर जगणाऱ्या उल्हास, उत्सव, आनंद, गीत, नृत्य, संगीताला कृष्णाने विस्तारित केलं. कृष्णाने या 'संसारा'तल्या सर्व गोष्टींना त्यांच्या वास्तविक अर्थानेच स्वीकारलं.

कृष्णाच्या बहुआयामी व्यक्तिमत्त्वाला आणि रहस्यपूर्ण कृतींना ओशोंनी सहज, सुंदर आणि सरळ सोप्या भाषेत कथित केलं. त्यांच्या या दृष्टीची कशाशीही तुलना होऊ शकत नाही. कृष्ण चोरी करण्यात कुशल, तर महावीर बेकार, असफल. कृष्ण निपुणतेने लढू शकतो तर बुद्ध लढूच शकत नाही. जीझस कधी बासरी वाजवतील अशी नुसती कल्पनाही आपण करू शकत नाही; पण कृष्ण फासावर लटकू शकतो. कृष्णाला जीझसच्या व्यक्तिमत्त्वात आपण बघूच शकत नाही.

हे संपूर्ण ज्ञान, हा ऊहापोह मोठ्या प्रवचनांच्या माध्यमातून, प्रश्नोत्तरातून तशा रूपातून उलगडत जातो. मनुष्यमनात उमटणाऱ्या तमाम जिज्ञासा आणि कुतूहलाला, त्या आतुरतेला शांत केलं गेलं आहे. प्रेम, नैतिकता, पत्नी, प्रेयसी, स्त्री-पुरुष विवाह, आध्यात्मिक संभोग, राधा-कृष्ण संबंध आणि हजारो प्रश्नांना यात सहजतेने सामावलं गेलं आहे, समाधान केलं गेलं आहे. प्रतीक आणि यथार्थाच्या तराजूत तोलत मानवी संवेदनांना आणि शरीराच्या जैविक आवश्यकतांना तथा मन, बुद्धी आणि शरीर यात्रेत स्त्री-पुरुषाच्या पूर्णतेचा युक्तिसंगत ऊहापोह ठोस मानसशास्त्राच्या पार्श्वभूमीवर केला गेला आहे. राधा आणि कृष्ण, कृष्ण आणि सोळा हजार गोपिका यांच्यातल्या नैतिक-अनैतिक परिभाषा उदाहरणाने इतकी पारदर्शकतेने उलगडत जातात की, तर्काची साखळी शिथिल होऊन जाते. कृष्णाची पार्श्वभूमी, त्यात विवाह, स्त्री-पुरुष संबंध, प्रेम आणि सामाजिक पार्श्वभूमीत हे विचार देश-कालाच्या सीमारेषा तोडून व्यक्तीला एक नवा अर्थ देतात. या सर्व संबंधांत जवळीक, आकर्षण, ऊर्जा, वाहणे, तृप्ती, तरलपणा आणि सृजनतेला अतिशय सुंदरतेने सादर केलं आहे.

या विस्तृत चर्चेत कृष्णाशी जोडल्या गेलेल्या समस्त पात्रांना सोडून कृष्णापासून फ्रॉइडपर्यंतच्या मानसशास्त्रीय गोष्टी आणि गांधींपर्यंतचं दर्शन सामावलं गेलं आहे.

कृष्णाला एक भव्य कॅनव्हास समजून आमचं वर्तमान, वर्तमान जीवनातल्या रंगांना आणि भविष्यातल्या चित्राला अतिशय सुंदरतेने रेखाटलं गेलं आहे. कोणतीही गोष्ट बाहेरून समाविष्ट केलेली नाही. आपल्या विशिष्ट शैलीतून ओशोंनी आपल्या मनाच्या गाभ्यापर्यंत पोचविली आहे. कृष्णाच्या पक्ष अथवा विपक्षतेत नेण्याचा आग्रह नाही; पण ओशोंच्या नजरेत आलेल्या कृष्णाला जाणणं, बघणं, समजणं आणि अनुभवणं ही जिज्ञासा या पुस्तकातून साध्य होते. जिथे एका बाजूने शांतता मिळते, तिथेच त्या सर्वव्यापी व्यक्तिमत्त्वाबद्दल मौलिक चिंतनाची सुरुवात होते. विनासायास एक टोक, एक पदर हाती येतो.

ओशोंनी या आपल्या पुस्तकात कुठेही पुजाऱ्याची भूमिका घेतलेली नाही. विविध छटांचा केवळ विस्तार केला आहे. ज्याला जी छटा आवडेल, त्याच छटेचा विचार करून त्याने आनंद उपभोगावा. कृष्णाचा जीवनपट इतर आराध्य व्यक्तींसारखा सपाट आणि आदर्शाच्या शिखरावर विराजमान होणारा नाही. उलट अत्यंत अकल्पित ढंगात चढाव-उतारांनी आणि रहस्यांनी भरलेला असूनही आपल्या पृथ्वीवर उभा आहे. त्याची केवळ पूजा नाही तर त्याला जगताही येऊ शकतं. संसाराचं बंधन आणि मनाची गाठ सुटू शकते.

हे सर्व सांगताना ओशो सावध करतात की त्याचं अनुकरण करताना सावधानता पाळा. कारण प्रत्येकाचं जीवन अमूल्य आहे आणि अनुकरणामुळे पतन होऊ शकतं.

कृष्ण पूर्णत्वाचं प्रतीक आहे. मनुष्य समाजासाठी आनंदाचा एक सुंदर आविष्कार आहेत, जिथे कोणत्याही गोष्टीला पूर्वग्रहामुळे नाकारता येत नाही. एक सहज, सकारात्मक, प्रेमपूर्ण जीवनाला 'उत्सव' करणारे कृष्ण ज्यांचं हे रूप, चित्र या पुस्तकात साकार होतं, ते सर्वथा नवं आणि आनंददायी आहे.

– डॉ. दामोदर खडसे

प्रस्तावना

रंग सावळा आणि त्या रंगात रंगून जाणारे अनेक. कृष्ण सावळा का? कारण त्या सावळ्या रंगात सर्व रंग आत्मसात करून घेण्याची क्षमता असते. पांढरा रंग डाग उमटवून घेतो. काळा रंग इतर रंगाचं अस्तित्व झाकोळून टाकतो. एक सावळा रंग असा आहे की तो आपल्यात सर्व रंगांना सामावून घेतो आणि तरीही त्यांना त्यांचं अस्तित्व अबाधित देतो. कृष्ण असाच आहे. प्रत्येकाला त्याचा रंग जपून ठेवण्याची मुभा देतो आणि तरीही प्रत्येकाला स्वत:मध्ये रंगून जायला भाग पाडतो. म्हणून कृष्ण सावळा.

आणि अशा कृष्णाच्या अनेक स्मृती ओशोंनी दिल्या आहेत.

कृष्ण असा का? तो राजकारणी आहे, तो गोपींची छेड काढणारा आहे, तो अनेक लीला लीलया करणारा आहे आणि तरीही तो अलिप्त आहे. का? अलिप्त नसता तर सहजी गोकुळातून बाहेर पडू शकला नसता. एकदा पाठ केली की पुन्हा सामोरं जायचं नाही, असं होण्यासाठी मनाची खंबीरता हवी. म्हणणारे म्हणतात की, ''हाच क्षण आहे जगण्याचा. पुढचा, मागचा क्षण... त्याला काही महत्त्व नाही.'' पण ते स्वत: तसे होऊ शकतात का? भूतकाळ गाडून टाकणं हे शक्य आहे का? आणि उद्याची आस सुटते का? ज्यांना हे शक्य होतं ते होतात बुद्ध, महावीर, ख्रिस्त. आम्ही आहोत या सर्वांना मान उंच करून बघणारे. काही अंशी स्पर्श करू शकू का याचा अंदाज घेणारे.

एका गोष्टीचा मात्र आनंद आहे की, या वाटेवर निदान पाऊल तरी पडलं आहे. रांगत, अडखळत, वाटचाल तरी होऊ लागली आहे. आणि असं होण्याला कारण आहेत ओशो!

एक-एक प्रवचन एखाद्या फुलाची एक-एक पाकळी उमलत जावी, तसं कृष्णाला उलगडून, उमलून सांगत जातं. आणि आपण आश्चर्य करत राहतो, 'कृष्ण असा?'

आणि सहजी 'ए कृष्णा' असं म्हणणारे आपण 'ते कृष्ण' असं म्हणू लागतो.

ए कृष्ण, आपल्याला तो आपल्यातलाच आहे असं वाटू देतो, आणि ते कृष्ण, आपल्याला ते मान उंचावून पहायला भाग पाडतं. आणि दोन्ही कृष्ण आपल्याला तितकेच हवेहवेसे वाटतात.

गहन आणि कदाचित तितकेच सरळ असे हे एकमेव व्यक्तिमत्त्व आहे.

– स्वाती चांदोरकर

पुस्तकाविषयी

महत्त्वपूर्ण व्यक्ती काळाच्या आधी जन्म घेतात. कृष्ण आपल्या काळापेक्षा कमीतकमी पाच हजार वर्षं आधी जन्माला आले. भूतकाळात जाऊन कृष्णाला समजून घेणं योग्य नाही. कदाचित भविष्यात कृष्णाला समजण्याची योग्यता आमच्यात येऊ शकते. ज्यांना समजण्याची योग्यता आमच्यात नाही, आम्ही त्यांची पूजा करू लागतो; परंतु आता तो काळ जवळ येतो आहे, जो सांगेल की कृष्णाची पूजा नाही तर त्याला जाणणं सुरू होत आहे. कृष्णाला अनुसरणं सुरू होईल.

कृष्ण या पृथ्वीवरच्या जीवनाला पूर्णत: स्वीकारतात. ते कुणी परलोकात जगणारं व्यक्तिमत्त्व नाही. या पृथ्वीवर, याच लोकात जगणारं व्यक्तिमत्त्व आहे. बुद्ध, महावीरांचा मोक्ष या पृथ्वीपासून कुठेतरी दूर आहे. कृष्णाचा मोक्ष याच पृथ्वीवरचा आहे. इथेच आणि आत्ताच.

ज्या दिवशी विज्ञान त्या सर्व दु:खांना, जीवनात ज्यांना दु:ख म्हटलं जातं, त्या दु:खांना वेगळं करेल, त्या दिवशी कृष्णाची बासरी सार्थकी लागेल. त्या दिवशी कृष्णाचं गीत आणि नृत्य सार्थकी लागेल. त्या दिवशी आयुष्य म्हणजे सुख आहे, जे सर्वांगाने नाचेल आणि त्याची फुलं बहरतील.

त्याग हा भविष्य घडवू शकत नाही. कृष्णांना अनुसरण्याने भविष्यात दु:ख कमी होत जातील आणि सुख वाढत जाईल. म्हणून मी असा विचार करतो की कृष्णांचं मोल रोज रोज वाढत जाणार आहे.

भूतकाळातील धर्म ही संकल्पना दु:खदायक होती. आयुष्याला, जीवनाला समग्र रूपाने स्वीकारणारा धर्म अजून जन्माला यायचा आहे. अशा धर्माचा संस्थापक कृष्णच असू शकतात.

एकमेव कृष्ण असे आहेत जे समग्र जीवनाचा स्वीकार करतात. म्हणून सर्व अवतारांना अंशात्मक अवतार म्हणतात. फक्त कृष्णांना पूर्ण अवतार म्हटलं जातं.

अनुक्रमणिका

१

'कृष्णाच्या व्यक्तिमत्त्वात आजच्या युगासाठी कोणकोणत्या विशेष गोष्टी आहेत आणि त्यांच्या व्यक्तिमत्त्वाचं काय महत्त्व असू शकतं, यावर जरा प्रकाश टाका; विस्तृतपणे सांगा.'

कृष्णाचं व्यक्तिमत्त्व अगदी अद्‌भुत आहे. अद्‌भुत गोष्ट अशी आहे की कृष्ण भूतकाळातले होते; पण आहेत मात्र भविष्यकाळासाठी. माणूस अजूनही अपात्र आहे कृष्णाचा समकालीन होण्यासाठी. आजही माणूस कृष्ण समजून घेण्याच्या कल्पनेबाहेर आहे. भविष्यात असं होऊ शकेल की आम्हाला कृष्ण समजेल. याची काही कारणं आहेत–

याचं सर्वांत मोठं कारण तर हे आहे की, कृष्ण अशी एकमेव व्यक्ती आहेत जे धर्माच्या परम खोलतेपर्यंत आणि शिखरापर्यंत जाऊनही गंभीर नाहीयेत. उदास नाहीयेत, रडके नाहीयेत. साधारणपणे संतांचं लक्षणच रडकं असणारं आहे– जीवनात हरलेला, उदास, जीवनापासून पलायन केलेला! कृष्ण एकमेव नाचणारे आहेत. हसरे, गाणारे. भूतकाळातला सर्व धर्म दुःखवादी होता. कृष्णांना सोडून भूतकाळातला धर्म रडका, अश्रूंनी भरलेला होता. हसरा धर्म, जीवनाला समग्र रूपातून स्वीकारणारा धर्म अजून जन्माला यायचा आहे. निश्चितच जुना धर्म मृत पावला आहे आणि जुना ईश्वर, ज्याला आम्ही आतापर्यंत ईश्वर समजत होतो, जी आमची ईश्वरासंबंधीची धारणा होती तीसुद्धा मृत पावलेली आहे.

जीझसच्या संदर्भात असं म्हटलं जातं की, ते कधी हसले नाहीत. कदाचित जीझसचं हे उदास व्यक्तिमत्त्व आणि क्रुसावर लटकणारं त्यांचं शरीरच आम्हा दुःखीचित्त लोकांना आकर्षणाचं कारण बनलं. बुद्ध, महावीर अगदी गहिऱ्या अर्थाने

कृष्णाची जिवंत, आनंदी, हसरी प्रतिमा धर्माबद्दलची...

या जीवनाच्या विरोधात आहेत. काही वेगळं जीवन आहे परलोकांत, काही मोक्ष आहे. त्याचे पक्षपाती आहेत. समस्त धर्मांनी जीवनाचे दोन भाग केले आहेत. एक जे स्वीकारण्यायोग्य आहे आणि एक जे नाकारण्यायोग्य आहे.

कृष्ण एकमेव असे आहेत जे जीवनाला पूर्णत्वाने स्वीकारतात. जीवनातली समग्रता स्वीकारणं हे त्यांच्या व्यक्तिमत्त्वाचं फळ आहे. म्हणून या देशाने बाकी सर्व अवतारांना अंशात्मक अवतार म्हटलं आहे आणि कृष्णाला मात्र पूर्णावतार म्हटलं आहे. रामही परमात्म्याचा अंश आहेत, पण कृष्ण पूर्वावतार. असं समजण्याचं कारणही आहे आणि हे कारण म्हणजे कृष्णांनी सर्वकाही आत्मसात केलं.

अल्बर्ट श्वित्झर यांनी भारतीय धर्मांची आलोचना करताना एक महत्त्वपूर्ण गोष्ट सांगितली की, भारताचा धर्म जीवन-निषेधक आहे. आणि ही गोष्ट जर कृष्णाला विसरलं गेलं तर अगदी खरी आहे. आणि जर कृष्णाला विचारात घेतलं गेलं तर त्यांचं हे विधान अगदी चूक आहे. त्यांना जर कृष्ण समजले असते तर त्यांनी असं विधान केलंच नसतं. पण कृष्णाची व्यापक सावली आमच्या चित्तावर पडलेली नाही. ते एकटे दु:खाच्या महासागरात नृत्य करणारे छोटेसे द्वीप आहेत. अथवा असं समजू की उदास आणि निषेध आणि दमन आणि निंदेच्या एका मोठ्या वाळवंटात नाचणारे लोक वाळुमय उद्यान आहेत. ते आमच्या जीवनप्रवाहाला प्रभावित करू शकले नाहीत. त्यांना आत्मसात करण्याची आमचीच तेवढी योग्यता नव्हती!

मनुष्याचं मन आत्तापर्यंत द्वंद्व करत विचार करत राहिलं. शरीराचा निषेध करायचा आहे. आत्म्याचा स्वीकार करायचा आहे तर आत्मा आणि शरीर यांच्यात युद्ध करायचं आहे. परलोकाचा स्वीकार करायचा आहे आणि इहलोकाला नाकारायचं आहे, तर परलोक आणि इहलोक यात युद्ध करायचं आहे. स्वाभाविक आहे की जर

शरीर नाकारते, तर जीवन उदास होणार. कारण जीवनातले सर्व रस-स्रोत आणि सर्व व्यवस्था, स्वास्थ्य, संगीत, संवेदना शरीरातूनच येते. शरीराचा अव्हेर जो धर्म करतो तो धर्म रक्तशून्य होऊन जाणार. त्यातली लालिमा हरवून जाईल. पिवळ्या पानाप्रमाणे सुकून जाणार. अशा धर्माला मान्य करणारं मन, तेही पिवळ्या पानाप्रमाणे झडून जाण्याच्या तयारीत, मरणास उत्सुक असं होऊन जाणार.

कृष्ण एकमेव असे आहेत जे शरीराला संपूर्णतेने स्वीकारतात. हे सर्वतेने सत्य आहे. कदाचित कृष्णांना सोडून... संपूर्ण मनुष्य इतिहासात झरतुष्ट्र असे मानव आहेत ज्यांच्या संदर्भात असं सांगण्यात येतं की, जन्म घेतल्याबरोबर ते हसले होते. सर्व मुलं रडतात. एकच मूल मनुष्य इतिहासात जन्म घेतल्यानंतर हसलं. ही सूचना आहे की अजून हसत जन्म घेणारी मनुष्यता जन्मलेली नाही आणि कृष्ण तर हसत जन्म घेणाऱ्या मनुष्यतेलाच स्वीकारतात. म्हणून कृष्णाचं अनेक भविष्य आहे. फ्रॉइडच्या आधी जे धर्माचं जग होतं ते फ्रॉइडनंतर असू शकत नाही. मोठी क्रांती घडली आणि मनुष्याच्या चेतनेत एक मोठी दरी पडली. फ्रॉइडच्या आधी आम्ही जिथे होतो, तेथे पुन्हा कधीही असणार नाही. एक नवं शिखर स्पर्शिलं गेलं आणि एक नवी समज जन्माला आली. ती समज समजून घ्यायला हवी.

जुना धर्म शिकवत होता माणसांना दमन, सप्रेशन. काम, क्रोध, लोभ, मोह सर्व दाबून टाकायचं, नष्ट करायचं; तेव्हाच आत्मा मिळेल, परमात्मा गवसेल. ही लढाई दीर्घ काळ चालू राहिली. या लढाईच्या हजारो वर्षांच्या इतिहासात मुश्किलीने दहा-पाच लोक असतील, ज्यांना परमात्मा प्राप्त झाला. एका अर्थी ही लढाई सफल झाली नाही. कारण अब्जावधी लोकांना परमात्मा मिळाला नाही आणि ते मरण पावले. नक्कीच काहीतरी मुळात चूक होती. हे असंच आहे, जसं कुणी एक माळी कोट्यवधी झाडं लावतो आणि फूल एकाच झाडाला लागतं आणि तरीही आम्ही त्या माळ्याचं शास्त्र मानत जातो आणि म्हणतो की बघा एका झाडाला फुलं लागली आणि हा विचारच आम्ही विसरून जातो की पन्नास कोटी झाडांपैकी जर एका झाडाला फुलं लागली तर ती त्या माळ्यामुळे नाही, ते झाड कसंतरी त्या माळ्यापासून वाचलं म्हणून फुलं आली. कारण माळ्याचं प्रमाण इतर झाडांना फुलं न येण्यास कारणीभूत ठरलं.

एक बुद्ध, एक महावीर, एक ख्राइस्ट जर यांना परमात्मा प्राप्त होतो, द्वंद्वग्रस्त धर्म असतानाही तर ते यश धर्माचं नाही. धर्माच्या यशाचं, सफलतेचं प्रमाण तर तेव्हा असेल, माळ्याची सफलता तेव्हाच समजली जाईल जेव्हा पन्नास कोटी झाडांना फुलं लागतील आणि एकाला लागली नाहीत तर तो क्षमेच्या योग्य आहे. म्हणता येईल की ती चूक त्या झाडाची. माळ्याची त्यात काहीही चूक नाही.

फ्रॉइडमुळेच या नव्या चेतनेचा जन्म झाला आणि तो असा की 'दमन' चूक

आहे. दमन माणसाच्या आत्महिंसेस कारणीभूत ठरतं. माणूस स्वत:शीच भांडू लागला तर फक्त नष्ट होईल. जर मी माझ्या डाव्या हाताला, उजव्या हाताशी मारामारी करायला लावतो तर ना डावा जिंकेल, ना उजवा. पण मी हरेन. दोन्ही हात लढतील आणि मी नष्ट होईन तर दमनने मनुष्याला आत्मघातकी बनवलं, स्वत:चीच हत्या स्वत:नेच केली.

फ्रॉइडनंतर चेतनेचा जन्म झाला. जी समज आली, त्यासाठी कृष्ण एकमेव असे आहेत जे सार्थक आहेत. कारण जुन्या मनुष्यजातीच्या इतिहासात एकमेव कृष्ण असे आहेत जे दमनवादी नाहीत. त्यांनी जीवनाच्या सर्व रंगांचा स्वीकार केला आहे. प्रेमापासून ते पळत नाहीत. पुरुष असूनही स्त्रीपासून पळ काढत नाहीत. परमात्म्याला अनुभवताना युद्धाकडे पाठ फिरवत नाहीत. ते करुणा आणि प्रेमाने भरलेले असतानाही लढण्याची समर्थता दाखवतात. अहिंसक चित्त असूनही हिंसेच्या अग्नीत उतरतात. अमृताचा स्वीकार आहे पण विषाचं भय नाही आणि खरं तर असं आहे ज्याला अमृत म्हणजे काय हे समजलं आहे, त्याची विषाची भीती नष्ट व्हायला हवी. कारण मग ते अमृत कसलं विषाला घाबरणार? आणि ज्याला अहिंसेचं सूत्र मिळालं त्याची हिंसेबद्दलची भीती नष्ट व्हायला हवी. अशी अहिंसा कशी जी हिंसेला घाबरते? आणि असा आत्मा कसा जो शरीराला घाबरतोही आणि वाचण्याची इच्छाही धरतो? आणि असा परमात्माही कसला जो सर्व जगाला, या संसाराला आपल्या कवेत घेऊ शकत नाही? म्हणून कृष्ण द्वंद्वाला एकाच वेळेस स्वीकारतात आणि म्हणून द्वंद्वांचा भूतकाळही होतात. 'गतकालिक' जे होऊन गेलं असं हवं, ते द्वंद्वात राहून होणं कधीही शक्य नाही; दोघांना एकत्र स्वीकारण्याने शक्य आहे.

तर भविष्यासाठी कृष्णाची मोठी सार्थकता आहे आणि भविष्यात कृष्णाचं मूल्य सतत वाढत राहणार आहे. जेव्हा सर्वांची मूल्यं फिकी पडतील आणि द्वंद्वाने भरलेले धर्म जेव्हा मागे पडतील, अंधारात गडप होतील आणि इतिहासाच्या राखेत मिसळतील, दबले जातील तेव्हाही कृष्णांचे स्फुल्लिंग चकाकत राहील. अजून तेजोमय आणि प्रथमच मनुष्य अशा योग्यतेचा होईल की कृष्णाला समजू शकेल. कृष्णाला समजणं अतिशय कठीण आहे. सोपं आहे हे समजणं की माणूस संसार सोडून निघून जातो आणि शांत होतो. कठीण समजायला हे आहे की, संसाराच्या संघर्षात राहून शांत होणं. सोपं आहे समजणं की माणूस विरक्त होतो, आसक्तीची हाव संपते, तोडता येते, पळून जाता येतं आणि त्यातून एक पवित्रता जन्म घेते. पण हे समजणं कठीण आहे की संसारात राहून संसाराचे सर्व उपद्रव असूनही अलिप्त राहणं, जीवनातल्या असंख्य वादळातही दिव्याची ज्योत विझू न देणं, कंपित होऊ न देणं. म्हणून कृष्णाला समजणं कठीण आहे. जे त्याच्या अगदी

जवळचे होते तेही त्याला समजू शकले नाहीत. पण प्रथमच एक महान प्रयोग केला गेला आहे. प्रथमच माणसाने आपल्या शक्तीचं पूर्ण परीक्षण कृष्णात केलं आहे. असं परीक्षण की संबंधांत राहूनही असंग असणं आणि युद्धप्रसंगीही करुणा असणं. हिंसेची तलवार हातात असूनही प्रेमाचा दीप न विझणं.

म्हणून ज्यांनी ज्यांनी कृष्णाची पूजा केली आहे, आराधना केली आहे, त्यांनीही कृष्णाच्या अंशरूपाची केली आहे. सूरदासाचे कृष्ण कधी मोठे होतच नाहीत. मोठ्या झालेल्या कृष्णापासून धोका आहे. सूरदास त्यांना सहन करू शकणार नाहीत. त्यांना बाळकृष्णच...! कारण बाळकृष्ण जर गावातल्या स्त्रियांची छेड काढतो, तर त्यात आमच्यासाठी काही वावगे नाही. पण तरुण कृष्ण जर छेड काढतो तर कठीण आहे. मग आम्हाला समजून घेणं फार कठीण जातं. कारण आमची समजशक्ती त्याच पातळीवर आहे. जिथून पुढे आम्हाला जाता येतच नाही. आम्ही आमच्याच पातळीवरून कृष्णाकडे बघणार, दुसरा उपायच नाही. तर कुणी आहे जो कृष्णाचं एक रूप निवडेल, कुणी आहे जो दुसरं रूप निवडेल. गीतेवर प्रेम करणारे भागवताची उपेक्षा करतील कारण भागवतातला कृष्ण वेगळाच आहे. भागवतावर प्रेम करणारे गीतेच्या चर्चेत सहभागी होणार नाहीत; कारण कुठे रागरंग आहे, कुठे रास आहे आणि कुठे युद्धाचं मैदान आहे. त्यात काहीही ताळमेळ नाही. कृष्णाला एका मापात तोलणारे कुणीही नाहीत. सर्व स्तर प्राशन करणारे कुणीही नाहीत म्हणून कृष्णाच्या एकेका भागावर एकेकाने त्यांना आत्मसात केलं, त्यांना तोडून, त्यांचे भाग पाडून. जो भाग त्यांना भावला, त्यांनी तो कापून घेतला. बाकीच्या भागांना त्यांनी नाकारलं.

गांधीजी गीतेला आई म्हणतात, पण ते गीतेला आत्मसात करू शकले नाहीत. कारण गांधीजींची अहिंसा युद्धाच्या संभाव्यतेला कुठे ठेवणार? तर गांधीजी उपाय शोधत राहतात. ते म्हणतात हे युद्ध जे आहे ते केवळ रूपक आहे. ते कधी झालंच नाही. ही मनुष्याच्या आतली लढाई आहे – चांगल्याची-वाइटाची. हे जे कुरुक्षेत्र आहे, ते मैदान बाहेर कुठेही नाहीये आणि असंही नाहीये की कृष्णाने अर्जुनाला कुठल्या बाहेरच्या युद्धात लढायला भाग पाडलं. ही तर आतल्या युद्धाची रूपक-कथा आहे. एक गोष्ट आहे. प्रतीक आहे. गांधीजींसाठी हे जड आहे. त्यांचं मन जसं आहे त्यात अर्जुनच योग्य बसतो. अर्जुनाच्या मनात अहिंसा जन्मली. युद्ध सोडून पळून जाण्यासाठी तो तयार आहे. तो म्हणतो की आपल्याच लोकांना मारण्यात काय अर्थ? काय फायदा? आणि इतकी हिंसा करून धन, यश, राज्य मिळवलं तरी मी काय करणार? त्यापेक्षा सर्व सोडून भीक मागितलेली चांगली. पळून गेलेलं चांगलं. सर्व दुःख सहन करेन पण हिंसा नको. माझं मन थरथरतं. इतकी हिंसा अशुभ आहे.

कृष्णाचं सांगणं गांधीजी कसं काय मान्य करणार? कारण कृष्ण तर समजवतात की, तू लढ आणि लढण्यासाठी जे जे तर्क देतात ते इतके अद्‌भुत आहेत की त्याअगोदर कधीही दिले गेले नाहीयेत. असे तर्क परम अहिंसकच देऊ शकतो.

कृष्णाचा युक्तिवाद असा आहे की, जोपर्यंत तू असं मानतोस की कुणी मरू शकतं, तोपर्यंत तू आत्मवादी नाहीस. तोपर्यंत तुला माहीत नाही की जो आत आहे, ना तो कधी मरू शकेल, ना कधी मरण पावला आहे. जर तू असा विचार करतो आहेस की तू मारू शकतोस तर तू मोठ्या गैरसमजुतीत आहेस, अज्ञानात आहेस. कारण मारण्याची धारणा ही भौतिकवादी धारणा आहे. जो हे जाणतो, त्याच्यासाठी कुणीही मरत नाही. तर हा एक अभिनय आहे. कृष्ण सांगतात की, ही एक लीला आहे, एक नाटक.

या संदर्भात एक गोष्ट समजून घ्यायला हवी की रामाच्या जीवनाला आम्ही चरित्र म्हणतो. राम गंभीर आहेत. त्यांचं जीवन लीला नाही, तर चरित्र आहे. परंतु कृष्ण गंभीर नाहीत. कृष्णाचं चरित्र नाहीये, लीला आहे. राम मर्यादेत बांधले गेलेले आहेत. मर्यादा ओलांडण्याचा, एक पाऊलही पुढे टाकण्याचा प्रश्नच नाही. मर्यादेसाठी ते जिवाची तमा बाळगणार नाहीत. कृष्णाच्या जीवनात मर्यादेसारखी काही गोष्टच नाही. अमर्याद! पूर्ण स्वतंत्र! ज्याला सीमा नाही, जो कुठेही जाऊ शकतो. अशी कोणतीही जागा नाही की ते थांबले, अशी कोणतीही जागा नाही जिथे ते भयभीत झाले आणि त्यांची पावलं स्तब्ध झाली. ही अमर्यादाच कृष्णाच्या आत्मानुभवांचं अंतिम फळ आहे. तर हिंसा ही कृतघ्न झाली तिथे अकारण हिंसा होऊ शकतच नाही; आणि जिथे हिंसा कृतघ्न होते तिथे अहिंसाही कृतघ्न होते. कारण जोपर्यंत हिंसा सार्थक आहे आणि हिंसा होऊ शकते, तोपर्यंत अहिंसाही सार्थक आहे. खरं तर स्वत:ला हिंसक मानणं हा भौतिकवाद आहे. अहिंसक स्वत:ला मानणं हासुद्धा भौतिकवादाचा दुसरा भाग आहे. एक मानतो की मी मारून टाकेन, एक मानतो की मी मरणार नाही. पण दोघेही मानतात की 'मारता येतं'.

असं अध्यात्म युद्धालाही खेळ मानतं. आणि जो जीवनाच्या प्रत्येक अंगाला राग, प्रेम, भोग, काम, योग, ध्यान या समस्त अंगांना, दिशांना स्वीकारतो, त्या समग्रतेच्या दर्शनाला समजून घेण्याची संभाव्यता वाढत राहते. कारण आता आम्हाला काही गोष्टी समजू लागतात, ज्या आम्हाला कधी माहीत नव्हत्या. पण कृष्णाला निश्चितपणे माहीत होत्या.

जसं की आज आम्हाला समजतं की शरीर आणि आत्मा या दोन गोष्टी नाहीयेत. आत्म्याचं टोक जे दिसतं ते शरीर आहे आणि शरीराचं जे टोक दिसत नाही तो आत्मा आहे. परमात्मा आणि संसार अशा दोन गोष्टी नाहीयेत. परमात्मा आणि प्रकृती असं द्वंद्व नाहीये. परमात्म्याचा जो भाग दृश्य आहे तो भाग म्हणजे

प्रकृती आहे आणि जो अजूनही अदृश्य आहे तो परमात्मा आहे. अशी कोणतीही जागा नाही जिथे प्रकृती संपते आणि परमात्मा सुरू होतो. बस, प्रकृतीच लीन होत होत होत परमात्मा बनते. परमात्माच प्रकट होत होत होत प्रकृती बनतो, तर कृष्णाला समजता येईल.

भविष्यात कृष्णाच्या मूल्यांमध्ये आणि कृष्णाच्या सार्थकतेत वाढ होईल आणि कृष्ण मनुष्याच्या जास्त जवळ येईल का? आता दमन शक्य नाही. मोठ्या संशोधनानंतर आणि मोठ्या ज्ञानाच्या शोधानंतर हे ज्ञान प्राप्त झालं आहे की ज्या शक्तींशी आम्ही लढत होतो, त्या शक्ती आमच्याच आहेत. आम्हीच आहोत. म्हणून त्यांच्याशी लढण्याइतका दुसरा वेडेपणा असू शकत नाही आणि हेही समजलं आहे की ज्याच्याशी आम्ही लढतो, त्यानेच आम्ही कायम बद्ध राहतो. वेढले जातो आणि कधीही रूपांतर करता येत नाही.

जर कुणी व्यक्ती यौवनाशी लढलं, तर त्याच्या जीवनात ब्रह्मचर्य असू शकत नाही. जर ब्रह्मचर्य हवं असेल तर त्याने आपल्या कामऊर्जेला दुसऱ्या ठिकाणी रूपांतरित करायला हवं. कामऊर्जेशी लढायचं नाहीये, सहकार्य करायचं आहे, मैत्री साधायची. कारण आम्ही तेच, त्यालाच बदलू शकतो ज्याच्याशी आपली मैत्री असते. ज्याच्याशी शत्रुत्व आहे त्याला बदलण्याचा प्रश्नच उद्भवत नाही. त्याला समजून घेता येणंही शक्य नाही. जिथे मैत्री आहे तिथेच समज आहे.

तर जे आम्हाला निकृष्ट वाटतं, त्याचंच दुसरं टोक श्रेष्ठत्व आहे. पर्वताचं जे शिखर आहे आणि पर्वताजवळची जी दरी आहे या दोन घटना नाहीयेत. एकाच घटनेचे दोन भाग आहेत. ही जी दरी तयार झाली आहे ती पर्वताची निर्मिती झाली म्हणूनच. हा जो पर्वत निर्माण झाला तो दरी असल्यामुळेच. या दोन वेगवेगळ्या गोष्टी नाहीयेत. आमच्या भाषेत या केवळ दोन गोष्टी आहेत, अस्तित्वात मात्र एकच आहेत.

नीत्शेचं एक छान वचन आहे. तो म्हणतो, ज्या वृक्षाला आकाशाला स्पर्श करायचा आहे त्याला आपल्या मुळांना जमिनीत खोलपर्यंत, पाताळापर्यंत पोहोचवावी लागतील. जर कुणी वृक्ष आपली मुळं जमिनीत खोलवर नेण्यास घाबरतो, तर त्याला आकाशापर्यंत पोहोचण्याची इच्छा सोडून द्यावी लागेल. जितकं उंच तितकंच खोलही जावं लागतं. उंच आणि खोल या दोन भिन्न गोष्टी नाहीयेत. एकाच गोष्टीच्या दोन बाजू, दोन टोकं आहेत आणि दोन्ही टोकं समान आहेत.

मनुष्याचं मन नेहमी अपेक्षा करतं, एकाला निवडण्याचं. स्वर्ग हवा, नरक नको; शांती हवी, ताण नको; शुभं हवं, अशुभ नको; प्रकाश हवा, अंधार नको. मनुष्याच्या मनाने अस्तित्वाला दोन भागांमध्ये विभाजित करून एका भागाची निवड केली आणि दुसऱ्याला नाकारलं. त्यातूनच द्वंद्व निर्माण झालं. द्वैत! कृष्ण दोहोंना

एकाच वेळी स्वीकारणारं असं प्रतीक आहे. आणि जो दोहोंना स्वीकारतो, तोच पूर्ण होऊ शकतो. नाही तर अपूर्ण राहणार. जेवढी निवड करेल, तेवढाच भाग राहील आणि जे नाकारेल त्याने बांधलेला राहील. त्यातून बाहेर पडू शकणार नाही. जी व्यक्ती कामवासनेला दाबून टाकेल, तिचं चित्त कामवासनेने व्यापून जाईल. म्हणून जी संस्कृती, जो धर्म कामवासनेचं दमन शिकवतो ती संस्कृती कामुकता निर्माण करते.

जर कृष्णाला मानलं गेलं असतं तर कदाचित जगातून कामुकता नष्ट झाली असती. पण तसं घडलं नाही. आम्ही न जाणो किती किती रूपांत कृष्णाला तोडत गेलो आणि कृष्णाचे ते भाग नाकारले जे कामवासनेला स्वीकारत होते. पण आता हे शक्य आहे. कारण आता आम्हाला दिसू लागलं आहे की, कामऊर्जेचं ऊर्ध्वगमन करून ब्राह्मचर्येच्या उच्चतम शिखराला स्पर्श करू शकता येतो. जीवनात कोणत्याही गोष्टीपासून पळून जायचं नाही, कुणालाही सोडून द्यायचं नाही, जीवनाला संपूर्णतेने स्वीकारायचं. जीवन जे समग्रतेने जगलं जातं, तेच पूर्णतेला उपलब्ध होतं. म्हणून मी म्हणतो की, भविष्यात कृष्णाचं मूल्य खूप आहे आणि आमचं वर्तमान रोज त्या भविष्याच्या जवळ जात आहे, जिथे कृष्णाची प्रतिमा निखरत, लकाकत जाईल आणि एक हसणारा धर्म, नाचणारा धर्म, गाणारा धर्म निर्माण होईल. त्या धर्माच्या पायंड्यावर, पायथ्यावर कृष्णाचा दगड जरूर असणार आहे.

'महाभारत युद्धात कृष्ण एका प्रमुख भूमिकेत होते. त्यांची इच्छा असती तर हे युद्ध थांबलं असतं; झालंच नसतं. पण तसं घडलं नाही आणि त्याचा परिणाम? एक महाभयंकर विध्वंस! त्यामुळे विध्वंसाची सर्व जबाबदारी कृष्णाची. कृष्णासाठी हे योग्य होतं? त्यांच्यावर लांछन लागू शकतं काय?'

युद्ध आणि शांतीच्या संदर्भातही तीच गोष्ट आहे. आणि आमची इच्छा अशी असते की केवळ शांती हवी, संघर्ष नको. मग आम्ही निवड करण्यास सुरुवात करतो आणि हे जग द्वंद्वांचं मिलन आहे. जग हे विरोधी स्वरांचं संगीत आहे. ते एकसुरी होऊ शकत नाही.

मी ऐकलंय असं की एक माणूस वाद्य वाजवत असे. तासन्‌तास एकाच तारेला झंकारत असे. त्याच्या घरातली माणसं त्रासून गेली. शेजारीपाजारी वैतागले. अनेक म्हणू लागले की आम्ही वाद्य वाजवणाऱ्यांना बघितलं आहे. त्यांची बोटं तारेवरून वर-खाली सरकत असतात, भिन्न, वेगवेगळे स्वर उमटत असतात. तू हे काय

वाजवतो आहेस? तो माणूस म्हणाला, 'ते योग्य जागा शोधत असतात. मला योग्य जागा मिळाली आहे म्हणून मी त्या योग्य जागेवर थांबलेलो आहे. मला शोधायची गरज नाही.'

आमचं मन आम्हाला तसं सांगू शकतं की आम्ही जीवनाचा एकच स्वर निवडू. पण एकच स्वर हा केवळ मृत्यूचा असू शकतो. जीवन विरोधी स्वरांवरच उभं असतं. तुम्ही एखाद्या घराचा दरवाजा बघितलात तर तुम्हाला दिसून येईल की तो आर्च तयार करण्यासाठी ज्या विटा लावल्या जातात त्या विरुद्ध असतात; दोहोबाजूंनी आणून त्यांना घराच्या दरवाजापाशी अडकवलं जातं. एकमेकांविरुद्ध लावलेल्या विटांनीच घर उभं राहतं. कोणी असा विचार करतं का की विटा एकाच दिशेने लावाव्यात? तर घर पडेल, उभं राहणार नाही.

जीवनाची सर्व व्यवस्था विरोधी स्वरांच्या तणावावर आहे. युद्धसुद्धा त्या तणावाचा भाग आहे आणि युद्धामुळे नुकसानच होतं असा जे विचार करतात, ते चुकीचा विचार करतात. ते अर्धवट बघतात. जर आम्ही मनुष्याचा विकास बघितला, समजून घेतला तर समजेल. मनुष्याचा विकास जास्तीत जास्त युद्धाद्वारे झाला आहे. आज मनुष्यापाशी जे जे काही आहे त्याचा प्राथमिक शोध युद्धात लागला आहे. आज सर्व पृथ्वीभर जे रस्ते आम्हाला पसरलेले दिसतात, ते प्रथम बनवले गेले ते युद्धासाठी. सैनिकांना पाठवण्यासाठी. ते रस्ते दोन माणसांना भेटवण्यासाठी नाही बनवले गेले. वरातीसाठी नाही बनवले गेले. युद्धासाठी प्रथम रस्ते बनवले गेले. मोठमोठाली घरं दिसतात; पण आधीच्या काळी मोठाली घरं नव्हती. किल्ले होते आणि किल्ला बवनणं ही युद्धाची गरज होती. पहिली भिंत शत्रूशी लढता यावं म्हणून बनवली गेली. मग आता त्यावरूनच आकाशाला स्पर्श करणाऱ्या इमारती उभ्या राहिल्या. मनुष्याकडे जितकी संपन्नता आहे, जितकी साधनं आहेत, जितके वैज्ञानिक आविष्कार आहेत ते सर्व युद्धाच्या माध्यमातून घडले. निर्माण झाले. पण आपण तसा विचारही करू शकत नाही.

खरं तर युद्ध अशी तणावग्रस्त स्थिती निर्माण करतं, असं एक आव्हान की आमच्या आत जी निद्रिस्त शक्ती आहे, अनेक शक्ती आहेत, त्यांना खडबडून जागं व्हावं लागतं. शांततेत आम्ही आळशी होतो, तामसी, राजसी. पण युद्ध आमच्यातली रग जिवंत करतं. म्हणून युद्धक्षणी आम्ही साधारण राहत नाही. आम्ही असाधारण होतो आणि मनुष्याचं मस्तिष्क आपल्या पूर्ण शक्तिनिशी काम करू लागतं. आणि युद्धात मनुष्याची प्रतिभा अशी उसळी घेते, जी शांततेत असताना युगानुयुगं, वर्षानुवर्षे घेऊ शकत नाही. घेत नाही.

अनेकांचं असं म्हणणं आहे की जर कृष्णाने महाभारतातलं युद्ध थांबवलं असतं तर भारत अतिशय संपन्न देश असता. भारताने विकासाचं शिखर गाठलं असतं. पण

प्रत्यक्षात गोष्ट याच्या अगदी विरुद्ध आहे. जर कृष्णासारखी अजून पाच-दहा माणसं भारताला इतिहासात सापडली असती तर आम्ही एक महाभारत नाही, पाच-दहा महाभारत लढलो असतो तर आम्ही यशाच्या विकासाच्या शिखरावर असतो.

महाभारताला अंदाजे पाच हजारांहून जास्त वर्षं झाली. पाच हजार वर्षांत आम्ही कुठलंही मोठं युद्ध केलं नाही. बाकी जी युद्ध झाली त्याने दिवाळं निघालं. ती छोटी-मोठी भांडणं होती. त्यांना युद्ध म्हणणं हेही योग्य नाही. जर युद्धामुळे हानी होते, विध्वंस होतो तर आम्ही पृथ्वीवर सर्वांत जास्त संपन्न आणि विकसित व्हायला हवं होतं. पण परिस्थिती अगदी उलट आहे. ज्या देशांत युद्धं झाली ते देश अतिशय विकसित आणि संपन्न झाले. पहिल्या महायुद्धानंतर असं वाटत होतं की, जर्मनी कायमस्वरूपी नष्ट झाला. परंतु दुसऱ्या महायुद्धात जर्मनी पहिल्या महायुद्धापेक्षा अनंत गुणांनी शक्तिशाली होऊन प्रकट झाला. केवळ वीस वर्षांच्या काळात कुणी असा विचारच केला नव्हता की पहिल्या महायुद्धानंतर दुसरं महायुद्ध जर्मनी करू शकेल. दोनशे-चारशे शतकांनंतरही करू शकेल की नाही अशी शंका होती. पण केवळ वीस वर्षांत जर्मनी महाशक्तिशाली होऊन बाहेर पडला. पहिल्या महायुद्धानंतर त्याच्या शक्तीला अशा तीव्रतेपर्यंत पोहोचवलं गेलं त्या तीव्रतेचा उपयोग त्याने केला.

दुसऱ्या महायुद्धानंतर असं वाटत होतं की, आता युद्ध होणं कठीण आहे आणि दोन देश बेचिराख झाले होते – जर्मनी आणि जपान! पण दोन्ही देश पुन्हा उभे राहिले. अगदी संपन्न होऊन! जपानकडे बघून आज कुणी म्हणू शकतं का की वीस वर्षांपूर्वी पहिल्या ॲटमबॉम्बने या देशाला नेस्तनाबूत केलं होतं, बेचिराख केलं होतं म्हणून? आज जपानला बघून असं कुणीही म्हणू शकणार नाही. भारताला बघून आम्ही नक्की म्हणू शकतो की इथे ॲटमबॉम्ब पडतच राहिले असणार. आमची दुर्दशा बघून असं वाटतं की इथे युद्धं होतच राहणार.

महाभारतामुळे भारताचं अहित झालेलं नाही. महाभारताच्या सावटामुळे जे शिक्षक निर्माण झाले ते सर्व युद्धाच्या विरोधात होते आणि त्यांनी महाभारताचं शोषण केलं. म्हणाले, 'असं युद्ध, अशी हिंसा! नाही, आता युद्ध नको आणि ती हिंसाही नको. आता लढणं नको.' महाभारतानंतर कृष्णासारखं व्यक्तिमत्त्व, कृष्णासारखी माणसं आम्ही निर्माण करू शकलो नाही. अन्यथा महाभारतात ज्या उंचीला आमच्या देशाच्या चेतनेने स्पर्श केला होता, आम्ही दर खेपेला त्याहूनही उंच पोहोचू शकलो असतो. आणि कदाचित आम्ही सर्वांत संपन्न आणि सर्वांत जास्त विकसित समाज असतो.

हीसुद्धा विचार करण्यासारखी गोष्ट आहे की, महाभारतासारखं युद्ध विपन्न समाजात घडत नाही. युद्धासाठी संपन्न असणं आवश्यक आहे आणि संपन्न

होण्यासाठी युद्ध घडणं आवश्यक आहे. खरं तर ते आव्हानाचे क्षण आहेत. कृष्णाने ज्या युद्धात आम्हाला उतरवलं होतं, तशा युद्धात जर आम्ही सतत उतरत राहिलो असतो. कारण आम्ही असा विचार करू की आज जवळ-जवळ पश्चिम अशा जागी आहे जेव्हा-जिथे महाभारताच्या काळी आम्ही पोहोचलो होतो. आज जितक्या शस्त्रांच्या-अस्त्रांच्या गोष्टी आहेत. जवळ-जवळ सर्व शस्त्रं-अस्त्रं कोणत्या ना कोणत्या रूपात महाभारतात वापरले गेले. मोठं संपन्न, प्रतिभाशाली आणि मोठं वैज्ञानिक उन्नत शिखर होतं. त्या युद्धामुळे कोणतंही नुकसान झालं नाही. युद्धानंतर नैराश्येने आम्हाला ग्रासलं. त्या नैराशाचा दुरुपयोग झाला. पश्चिमही भयभीत झाला. पश्चिमेचं जर पतन होतंय, तर ते पश्चिमेत जे जे शांतिवादी आहेत त्यांच्यामुळे होत आहे, होईल. जर त्यांनी शांतिवादींच्या गोष्टी मानल्या तर पश्चिम पतित होईल. तो तिथेच पोहोचेल, जिथे महाभारतानंतर आम्ही पोहोचलो.

भारतीयांनी शांतिवादींच्या गोष्टी मान्य केल्या. म्हणून पाच हजार वर्षं इतका मोठा काळ गेला. याचा जरा विचार होणं आवश्यक आहे. कृष्ण युद्धवादी नाहीयेत, पण युद्धालाही जीवनातल्या खेळाचा एक भाग मानतात. युद्धखोर नाहीयेत, कुणाला नष्ट करण्याची आकांक्षा नाहीये, कुणाला दु:ख देण्याचा मानस नाहीये, युद्ध होऊ नये म्हणून त्यांनी सारे प्रयत्न केले होते. पण जीवन, सत्य, धर्म यांच्या मोबदल्यात ते युद्ध वाचवण्यास तयार नव्हते. शेवटी कोणतीही गोष्ट वाचवण्यासाठीची काही सीमा आहे, मर्यादा आहे आणि युद्ध आम्हाला नको कारण त्याने जीवनाचं नुकसान होतं. पण जर युद्ध न केल्यानेच जीवनाचं नुकसान होत असेल तर मग त्यात अर्थ काय राहिला? शांतिवादीही असंच म्हणतात की युद्ध नको, शांतता भंग पावता कामा नये. पण जर युद्ध न झाल्याकारणाने शांतता भंग पावत असेल तर एका निर्णायक युद्धाचं सामर्थ्य हवं.

तर प्रत्यक्षात कृष्ण युद्धखोर अथवा युद्धवादी नाहीयेत, पण युद्धाला घाबरून पळून जाणारेही नाहीयेत. ते म्हणतात, युद्ध झालं नाही तर ठीक. पण जर ते व्हायचंच असेल तर पळून जाणं योग्य नाही. आणि जर ते व्हायचंच असेल आणि एक अशी वेळ जर येत आहे की मनुष्याच्या चांगल्यासाठी आणि त्याच्या हितासाठी युद्ध अनिवार्य आहे तर या अनिवार्य युद्धाचा मग आनंदाने स्वीकार करावा. मात्र त्याला एखाद्या ओझ्याप्रमाणे ओढून नेणं ठीक नाही. कारण एखाद्या ओझ्यासारखा जर कुणी रणांगणावर जाईल तर मग हार निश्चित! जो केवळ आत्मरक्षा करण्यासाठी युद्ध करतो, त्याचीही हार निश्चित! कारण रक्षात्मक भावनेने भरलेला प्रतिकार लढण्यात सामर्थ्य आणि कौशल्य दाखवू शकत नाही. तो केवळ स्वत:चा बचाव करू शकतो आणि झिजत जातो. तर कृष्ण लढण्यालाही आनंद बनवण्यासाठी सांगत आहेत. दुसऱ्याला दु:खी करण्याचा

प्रश्न नाहीये. पण जीवनात निवड ही प्रमाण आहे. शुभ होईल की अशुभ? हे गरजेचं नाहीये की युद्धाने अशुभ फळ मिळेल. युद्ध न करताही कधी कधी अशुभ होऊ शकतं. हा आमचा देश एक हजार वर्षं गुलामगिरीत राहिला. आमची युद्ध करण्याची क्षमता नव्हती. त्याचंच हे फळ! पाच हजार वर्षांपासून गरीब आणि दीन-हीन. हे आमच्या शौर्यात आणि व्यक्तिमत्त्वात अभय नसण्याचं कारण. जो विस्ताराचा भाव हवा त्याची कमतरता, त्याचं हे फळ.

तर कृष्णामुळे नुकसान झालं नाही. कृष्णाची शृंखला निर्माण होऊ शकली नाही. आम्ही अजून कृष्ण निर्माण करू शकलो नाही. म्हणून नुकसान झालं आणि कृष्णाच्या युद्धानंतर स्वाभाविक होतं की निराशवादी सूर उमटणं. नेहमी असं होतं. आणि निराशवादी शिक्षक सर्वांना समजावत आहेत की व्यर्थ आहे हे सर्व. आणि बघा किती हानी झाली. तो सूर आमच्या मनात ठसला आणि पाच हजार वर्षांपासून आम्ही घाबरलेले वर्ण आहोत, पिढ्यान्‌पिढ्या! आणि जी जात युद्धाला घाबरते, मरणाला घाबरते, ती जात खोलवर बघता जगण्यालाही घाबरते. तर आम्ही घाबरतो जगायला. आम्ही कापतो, थरथरतो, ना आम्ही जगत आहोत, ना आम्ही मरत आहोत. आम्ही दोहोंच्या मध्ये त्रिशंकूसारखे लटकत आहोत.

माझी समजूत अशी आहे की बर्ट्रेंड रसेल, गांधी अथवा विनोबा यांचं म्हणणं जर जगाने मानलं तर नुकसान होईल. युद्धाची भीती बाळगण्याची काहीही आवश्यकता नाही. पण पृथ्वी आता युद्धासाठी फार लहान ठरत आहे, ही गोष्ट नक्की खरी आहे. युद्धासाठीसुद्धा जागा हवी. आमची साधनं इतकी मोठी झाली आहेत की आता पृथ्वीवर युद्ध होऊ शकत नाही. शांतिवादींच्या गोष्टी भीतीमुळे मान्य करणं योग्य आहे हे सत्य अशासाठी आहे; कारण आमच्याकडे मोठी साधनं आहेत आणि पृथ्वी लहान आहे. पृथ्वीवर युद्ध ही कृतघ्नता आहे. युद्धाचा चेहरा आता बदलेल. आता युद्धाचा विस्तार होईल. चंद्रावर, ताऱ्यांवर, मंगळावर, उपग्रहांवर युद्ध सुरू करावं लागेल. वैज्ञानिकांचं असं म्हणणं आहे की, अंदाजे पन्नास कोटी ग्रह असायला हवेत संपूर्ण जगात, ज्यांच्यावर जीवन आहे. तर आज जे भयभीत झालेले आहेत की हायड्रोजन बॉम्ब बनवू नका, ॲटम बॉम्ब बनवू नका. जर अशा भयभीत माणसांचं म्हणणं मानलं तर या जगाच्या विस्तारावर जे अभियान होऊ शकतं, जो प्रवास होऊ शकतो, तो होणार नाही.

युद्ध आज अर्थहीन झालं आहे. शांतिवादींचं म्हणणं समजलं आहे म्हणून नाही तर युद्धाच्या विज्ञानाचा संपूर्ण विकास झाला आहे. युद्धतंत्र इतकं विकसित झालं आहे की, पृथ्वीवर ते आणणं अर्थहीन आहे. कारण युद्ध तेव्हाच अर्थपूर्ण होऊ शकतं जेव्हा कुणी जिंकतं आणि कुणी हरतं. आता जर युद्ध होतंय तर ना कुणी जिंकेल, ना कुणी हरेल. दोघं एकत्र मरतील. आणि माझं असं मानणं आहे

की, याच कारणामुळे पृथ्वी आता एक होईल. आता ती एका ग्लोबल व्हिलेजसारखी होईल. एक छोटंसं गाव, जमीन! कदाचित गावापेक्षाही लहान. दोन गावांच्या प्रवासात जितका वेळ लागायचा आता तितका वेळ संपूर्ण पृथ्वीला प्रदक्षिणा घालण्यासाठीही लागत नाही. आता पृथ्वी इतकी लहान झाली आहे की त्यावर युद्ध ही कृतघ्नता असेल. याचा अर्थ युद्ध होणार नाहीत असा नक्कीच नाही. ती तर होत राहणार. पण आता नव्या भूमीवर होतील. नवे प्रवास असतील. युद्ध बंद झाली नाहीत, इतके समजवणारे होऊन गेले तरीही. ती बंद होणारही नाहीत, ती तर जीवनाचा एक भाग आहेत.

आता ही एक मजेशीर गोष्ट आहे की युद्धामुळे काय काय निर्माण झालं? जर आम्ही नीट बघितलं तर आमच्या सर्व सहयोगाची व्यवस्था युद्धासाठी निर्माण झाली. सर्व सहयोग संघर्षासाठी आहे. जर जमिनीवर युद्ध नसेल तर सहयोग अस्तित्वात असणार नाही.

तर कृष्णाला समजणं अतिशय गरजेचं आहे. कृष्ण शांतिवादी नाहीये, तो युद्धवादी नाहीये. खरं तर 'वाद' याचा अर्थच मुळी असा आहे की दोघांतून एकाची निवड आम्ही करतो. कृष्ण अ-वादी आहे. कृष्ण म्हणतात की, शांततेने शुभ-फलित होत असेल तर त्याचं स्वागत आहे. युद्धातून शुभ-फलित होत असेल तर त्याचंही स्वागत आहे. म्हणजेच ज्या कारणाने मंगलयात्रेला सुरुवात होते, धर्म विकसित होतो, जीवनातल्या आनंदाची संभावना वाढते त्याचं स्वागत आहे. आणि असं स्वागत हवंच.

आमच्या देशाने जर कृष्णाला समजून घेतलं असतं, तर आम्ही असे नपुंसक झालो नसतो. आम्ही अनेक चांगल्या चांगल्या गोष्टींमागे अनेकानेक कुरूपता लपवून ठेवल्या आहेत. आमच्या अहिंसेमागे आमचा भ्याडपणा लपलेला आहे. युद्धाच्या विरोधामागे आमची मरणाची, मृत्यूची भीती लपलेली आहे. पण आम्ही लढलो नाही तरी युद्ध बंद होत नाही, केवळ आम्ही गुलाम होतो आणि मग लढाईत ओढले जातो. ही अगदी मजेशीर गोष्ट आहे. आम्ही लढत नाही. मग कुणी आमच्यावर आरूढ होतो., आम्ही गुलाम बनतो आणि मग आम्ही त्याच्या फौजेत त्याच्यासाठी लढतो. लढाई तर बंद झाली नाही. कधी आम्ही मुघलांसाठी लढलो, तर कधी तुर्कांसाठी लढलो. आम्ही आमच्यासाठी लढलो नाही. गुलाम राहिलो आणि ही गुलामी वाचवण्यासाठी लढलो. मग आम्ही इंग्रजांच्या फौजेतून लढलो. पण हेच जर आम्ही आमच्या स्वातंत्र्यासाठी, जीवनासाठी लढलो असतो... पण आम्ही आमच्या पारतंत्र्यासाठी लढलो की आमचं पारतंत्र्य शाबूत राहावं म्हणून? हे दुःखद फळ आहे. हे महाभारतामुळे झालं नाही. हे झालं कारण आम्ही महाभारतासारखी हिंमत बाळगू शकलो नाही म्हणून!

म्हणून मी म्हणतो की कृष्णाला समजणं कठीण आहे. एका शांतिवादीला समजणं सोपं आहे, कारण त्याने एक दिशा निवडली आहे. सोपं आहे युद्धवादीला समजणं कारण ते म्हणतात की, जीवन म्हणजे युद्ध! शांतिवादी रसेल, गांधी यांचं म्हणणं समजता येण्यासारखं, कारण ते म्हणतात की शांती हेच जीवन आहे. कृष्णाला त्याच्या गोष्टी समजणं कठीण. कारण ते म्हणतात की जीवन दोन्ही दारांतून जातं. शांततेतून आणि युद्धातून. जर तुम्हाला शांतता पाळायची आहे तर युद्धाचं सामर्थ्य सांभाळायला हवं. जर युद्ध चालू ठेवायचं आहे तर तुम्हाला शांतीची तयारीही करावी लागेल. जीवनाचे हे दोन पाय आहेत. यांतला एक पाय जरी कापला गेला तरी पंगुत्व येईल. चंगेज, तैमूर, मुसोलिनीही पंगू आहेत आणि गांधी, रसेलही पंगू आहेत. त्यांना एकेक पाय आहे. त्याला गती येऊ शकत नाही आणि म्हणून एकेक पायवाला माणूस म्हणजे एक पाय गांधीचा, एक पाय मुसोलिनीचा. जेव्हा मुसोलिनी आपलं युद्ध करतो आणि हिटलर, स्टॅलिन आपापली युद्धं करतात तेव्हा रसेल, गांधी आणि विनोबा यांच्या गोष्टी आमच्यावर एकदम परिणाम करतात. दहा-वीस वर्षं त्याचा पगडा राहतो; पण मग त्यांचं एक लंगडं पाऊल जास्त काळ चालू शकत नाही. दुसऱ्या पायाची गरज भासते, मग कुणी माओ उभा राहतो, अजून कुणी – आणि पुन्हा युद्ध मध्ये येतं.

कृष्णाकडे दोन्ही पाय आहेत. कृष्ण लंगडे नाहीत. आणि माझं असं म्हणणं आहे की प्रत्येकाकडे दोन्ही पाय असायला हवेत. जो माणूस लढू शकत नाही त्याच्यात काहीतरी कमतरता असते. आणि असा न लढू शकणारा माणूस शांतही असू शकत नाही. तो लंगडा होतो. तो विक्षिप्त होतो. आणि जो शांत होऊ शकत नाही तो लढणार कसा? लढण्यासाठी शांततेची गरज आहे. तर या अर्थानेदेखील कृष्ण भविष्यासाठी उपयोगी आहेत. कारण भविष्यात एक निर्णय निश्चित होणं गरजेचं आहे की सर्व जगाला शांतिवादी बनवायचं आहे का? एक तऱ्हेची निष्प्राणता, निश्चलता भरून राहील. जे शक्य नाही, कुणीच मानणार नाही. शांतिवादी आपला मिरवणूक काढत राहणार. शांतीचे झेंडे फडकावत राहणार. कोणी मानणारा नाही, जीवन थांबत नाही. युद्धखोर आपली तयारी करत राहणार. पवित्रा बदलत राहील. दहा-वीस वर्षं प्रभाव राहील. तितकाच काळ तो राहतो. पुढे बदल आहेच.

कृष्णाच्या गोष्टी समग्र जीवनाच्या आहेत आणि जर आम्हाला त्या समजतील, तर ना शांतीला सोडण्याची आवश्यकता आहे, ना युद्ध सोडण्याची आवश्यकता आहे. युद्धाचा तळ रोज बदलत जाईल, निश्चितच! कारण कृष्ण म्हणजे कोणी चंगेज नाहीये, कुणाची हत्या करण्यासाठी, कुणाला दुःख देण्यासाठी ते आतुर नाहीयेत. पण युद्धाचे तळ बदलत जातील.

आपण हे बघू या की युद्ध किती तळांवर बदलत जातं.

जर माणूस माणसाशी लढला नाही तर सर्व माणसं मिळून प्रकृतीशी लढणं सुरू करतात. ही विचार करण्यासारखी गोष्ट आहे की ज्या जातीत युद्धं होत राहिली, त्याच जातीत विज्ञानही विकसित झालं; कारण त्यांच्यात लढण्याची क्षमता आहे. ते माणसांशीही लढतात आणि वेळ मिळाला की प्रकृतीशी लढतात. पण आमच्या जातीने महाभारतानंतर प्रकृतीशीही लढाई केली नाही. पूर, वादळं, डोंगर – प्रकृतीच्या कोणत्याही तत्त्वाशी लढले नाहीत. म्हणून विज्ञान विकसित झालं नाही. कारण प्रकृतीशी लढले तर ते विकसित होतील ना! माणूस लढत राहिला तर जमिनीच्या नैसर्गिकतेशी लढेल आणि जमिनीची गुपितं शोधून काढेल. उद्या चंद्र-ताऱ्यांशी लढेल आणि त्याचं अभियान थांबणार नाही.

म्हणून लक्षात ठेवा की जो समाज युद्धात बुडाला आणि उभा राहिला, तोच समाज चंद्रावर आपल्या माणसांना उतरवू शकला. आम्ही नाही उतरवू शकलो. शांतिवादी नाही उतरवू शकत. आणि आज नाही तर उद्या चंद्र युद्धाच्या अर्थाने फार मौल्यवान आहे. ज्याच्या हातात चंद्र असेल त्याच्या हातात पृथ्वी असेल. कारण पुढे होणाऱ्या युद्धातली मिसाइल्स ज्यांच्या हातून चंद्रावर लागतील, पृथ्वी त्यांच्याच हातात असेल. म्हणून भांडण आता पृथ्वीबाहेर गेलं आहे. आता ज्या लढाया होतात, उदा. भारत-पाकिस्तान – या लढाया भांडणं नाहीयेत, हे केवळ न समजणाऱ्या मनांना गुंतवून ठेवण्याच्या युक्त्या आहेत की त्यांनी इथे गुंतून राहावं. खरी लढाई आता दुसऱ्याच तळावर सुरू झाली आहे. चंद्रावर पोहोचण्याच्या शर्यतीचा खोलवर अर्थ दुसराच आहे. ज्याच्या हातात चंद्र असेल, उद्या त्याला पृथ्वीला आव्हान देण्यापलीकडे दुसरा उपाय नसेल. त्याच्या ॲटम आणि हायड्रोजन बॉम्बच्या तोफा चंद्रावरून पृथ्वीच्या दिशेला तोंड करून उभ्या असतील. प्रत्येक प्रदेशासाठी एकेक तोफ अशी आवश्यकता भासणार नाही. प्रत्येक प्रदेश चोवीस तासांत आपणहूनच त्या दिशेने येत राहील. ती फिरणारी पृथ्वी आपणहून तोफांच्या समोर येत राहील! म्हणून इतकी घाई-पळापळ, एक अब्ज, ऐंशी कोटी डॉलर खर्चले गेले माणसाला चंद्रावर उतरवण्यासाठी. हा खेळ नाहीये. त्यामागे काही कारणं आहेत आणि प्रथम कोण उतरवतं, हे जास्त महत्त्वाचं होतं.

ही धावपळ तशीच आहे जशी आजपासून तीनेकशे वर्षांपूर्वी युरोपने आशियाच्या दिशेने सुरू केली होती आणि सर्व जहाजं आशियाच्या दिशेने येत होती. पोर्तुगीज, स्पॅनिश, इंग्रज, फ्रेंच सर्वच आणि जर्मनीसुद्धा. तीनशे वर्षांपूर्वी आशियाच्या जमिनीवर कब्जा करणं गरजेचं झालं होतं; विस्तार, विकास करण्यासाठी. आता मात्र त्यांना स्वारस्य राहिलं नाही. आशियाईंना समजलं आहे की आमच्या

स्वातंत्र्याच्या लढाईने आम्हाला स्वातंत्र्य-स्वतंत्रता दिली हे अर्धसत्य आहे. अर्धसत्य असं आहे की आता आशियातील जमिनीवर कब्जा करावा असं काही राहिलेलं नाही. ती गोष्ट आता संपली. तो काळ मागे पडला. आता लढाई कुठल्या दुसऱ्याच जमिनीवर कब्जा करण्यासाठीची आहे. उद्या चंद्र-ताऱ्यांवर, त्याहूनही दूर! शक्तीचं एक अभियान आहे जीवन. या अभियानात जे मृतवत् होत जातात ते हळूहळू नष्ट होत जातात.

आम्ही अशीच नष्ट झालेली जात आहोत. यासाठीही कृष्णाचा संदेश मोठा अर्थपूर्ण आहे. आमच्याच साठी नाही तर पश्चिम ही अशा जागी येऊन थांबला आहे जिथे त्याला निर्णायक लढाई कदाचित एकदा लढावी लागेल या पृथ्वीवर. निश्चितच पृथ्वीवर नाही, जर पृथ्वीच्या प्रतियोगितांमध्ये जरी लढाई करावी लागली तर ती चंद्रावर अथवा मंगळावर होईल. पृथ्वीवर लढाई लढण्यात आता काही अर्थ नाही. कारण दोघंही मरतील. त्या दोघांना जरी लढायचं असेल तरी दुसऱ्या ग्रहांवर जाऊन लढावं लागेल की कोण जिंकलं आणि कोण हरलं!

या निर्णायक लढाईत तरी काय होणार. पुन्हा तसंच होईल जसं महाभारतात झालं. महाभारतातही दोन वर्ग होते. एक वर्ग होता, जो सर्वस्वी भौतिकवादी होता, ज्यांची पूर्ण दृष्टी शरीराव्यतिरिक्त कुणाचाही कशाचाही स्वीकार करत नव्हती. ज्यांची दृष्टी भोगाशिवाय अन्य योगांकरता तयार नव्हती, तेवढी क्षमताच नव्हती. आत्मा आहे, नाहीये?... जीवन होतं ते भोग भोगण्याकरता, लूटमारीसाठी. आयुष्य म्हणजे शरीर, इंद्रिय – बस इतकंच. एक वर्ग. याच वर्गाच्या विरोधात संघर्ष झाला. कृष्णाला हा संघर्ष करवणं भाग पडलं. गरजेचं होतं की शुभ शक्ती नपुंसक आणि कमजोर सिद्ध न होणं. ती शुभ शक्ती अशुभ शक्तीसमोर उभी राहिली.

आज जवळ-जवळ तशीच परिस्थिती आहे. अजून होत जाईल पुढल्या वीस वर्षांत. एका बाजूला भौतिकवादी आपल्या पूर्ण ताकदीनिशी उभे राहतील आणि दुसऱ्या बाजूला कमजोर ताकद होतील शुभ. शुभमध्ये एक मूलतः कमजोरी आहे. त्यांना लढायचं नसतं. अर्जुन चांगला माणूस आहे. अर्जुन शब्दाचा अर्थ आहे साधा-सरळ. अ-रिजू! सरळ चित्ताचा. विनाकारण बखेडा का करा, बाजूला व्हावं. अर्जुन कायम मागे सरकणारा. तो जो अ-रिजू माणूस आहे, तो मागे सरतो. तो म्हणतो, नको भांडण, जागा सोडून द्या. कृष्ण अर्जुनाहून खूप सरळ आहे, पण साधा-सरळ नाहीये. कृष्णाच्या सरळतेचा मापदंडच नाही. पण हे सरळ असणं कमजोर नाही आणि ही सरळता म्हणजे पलायन नाही. ते ठासून उभे आहेत, ते पळू देणार नाहीत. कदाचित पुन्हा पृथ्वी दोन भागांत वाटली जाईल. नेहमी असं होतं की जेव्हा निर्णायक परिस्थिती येते, तेव्हा लढाईच्या गोष्टी सुरू होतात. तेव्हा गांधी, रसेल,

विनोबा कामी येत नाहीत. कारण एका अर्थी ते सगळे अर्जुन आहेत. ते म्हणतील, मागे फिरा, बाजूला व्हा, मरा, पण लढू नका.

कृष्णासारख्या व्यक्तीची गरज आहे जी म्हणेल की शुभलाही लढायला हवं. त्यांनीही हातात तलवार घ्यावी. तशी हिंमत हवी. निश्चितच जेव्हा शुभ हातात तलवार घेतात, तेव्हा अशुभ काहीही घडत नाही. अशुभ होऊ शकतच नाही. कारण लढण्यासाठी लढाई नाहीये, तर अशुभ जिंकू नये म्हणून लढाई आहे.

तर हळूहळू जगाचे दोन भाग होतील. एक भाग भौतिकवादी असेल आणि एक भाग स्वतंत्रता, लोकतंत्र, व्यक्ती आणि जीवनाच्या मूल्यांसाठी असेल. पण अशा शुभ वर्गाला कृष्ण मिळू शकेल? मिळू शकेल. कारण जेव्हा केव्हा मनुष्याची स्थिती एका निर्णायक पातळीवर येते तर तेव्हा आमची स्थिती त्या चेतनेला हाक मारते आणि त्या चेतनेला जन्मही देते. ती व्यक्तीही जन्म घेते. म्हणूनही मी म्हणतो की, कृष्णाचं भविष्यात फार मूल्य आहे आणि जेव्हा साधारण, साधी-सरळ, चांगली माणसं त्यांचा आवाज कृतघ्न होईल, कारण वाईट मनुष्य चांगल्या आवाजाच्या माणसांची भीती बाळगत नाही, थांबतही नाही. तो चालतच राहतो. चांगली माणसं जितकी आकुंचित होतील, वाईट माणसांसाठी ते आनंददायी असतं.

महाभारतानंतर भारतात अनेक चांगली माणसं जन्मली. बुद्ध, महावीर यांचा चांगुलपणा काही कमी नाही. त्यांचं चांगलं असण्याला सीमा नाही. पण त्यांच्या चांगलेपणाच्या प्रभावाखाली देश आकुंचित झाला. आमचं मनही आकुंचित झालं आणि अशा मनांवर संपूर्ण जग तुटून पडलं. आम्ही आक्रमण करत नाही. पण आक्रमणाला आमंत्रण जरूर देतो. तुम्ही जेव्हा कुणाला मारता तेव्हा तुम्ही त्याला जबाबदार असता; पण जेव्हा तुम्ही मार खाता तेव्हा तुम्ही जबाबदार असता. कारण कुणाच्या थोबाडीत मारणं हे एक कृत्य आहे, ज्यात पन्नास टक्के मारणारा जबाबदार असतो आणि पन्नास टक्के मार खाणारा जबाबदार असतो, जो मार खाण्याला आमंत्रित करतो. सहन करणं, स्वीकार करणं, बोलावणं की मारा! तुम्हाला जर कुणी थोबाडीत मारतं, तर पन्नास टक्के तुम्ही जबाबदार आहात, तुम्ही बोलावता.

चांगल्या मनाच्या माणसांनी या देशाला संकुचित केलं आणि आम्ही आमंत्रण दिलं की या, मारा. आमचं आमंत्रण मान्य करून अनेक आले. वर्षानुवर्षे आम्हाला त्यांनी गुलाम केलं. त्रासून टाकलं. आपल्या मनाने ते निघूनही गेले. पण अजूनही आमची मनोदशा संकुचितच आहे. आम्ही पुन्हा कुणाला तरी बोलावू शकतो. उद्या जर माओ या देशात येतो, तर त्यासाठी एकटा माओ जबाबदार नाहीये. लेनिनने खूप वर्षांअगोदर एक घोषणा केली होती की, भविष्यवाणी म्हणू की मॉस्कोतून कम्युनिझम पेकिंग, कलकत्त्यामार्गे लंडनला पोहोचेल. अगदी सत्य वाटते ती भविष्यवाणी.

पेकिंगपर्यंत तर पोहोचलं. कलकत्त्यात त्याचे पदरव ऐकू येऊ लागले आहेत. लंडन जास्त दूर नाही. कलकत्त्यात प्रवेश करता येणं कम्युनिझमला सहज शक्य आहे; कारण भारताचं मन संकुचित आहे. तो येणार आणि त्याचा स्वीकार करताना देश अजून दबून जाणार.

म्हणून या देशाला कृष्णाचा पुनर्विचार करणं गरजेचं आहे.

> *'कृष्ण जर आज असते तर हा देश जो दोन भागांत विभागला गेला आहे, त्यांनी कोणत्या भागाची बाजू घेतली असती?'*

प्रत्यक्षात जेव्हा असा संकटकाळ असतो तेव्हा निर्णय घ्यायचा असेल की कोण शुभ आणि कोण अशुभ, तर ते कठीण जातं. तेव्हाही सोपं नव्हतं; कारण केवळ दुर्योधन नव्हता, तर भीष्मसुद्धा होते. त्या बाजूला चांगली माणसंही होती आणि या बाजूला कृष्ण, अर्जुनच होते असं नाही तर वाईट लोकही होते. निर्णायक क्षणी हे ठरवता येणं कठीण असतं; पण मूल्य निर्धारण करतात.

दुर्योधन का लढत होता? त्याच्याकडे चांगली माणसं आहेत की वाईट हा प्रश्न नाहीये. तो का लढत होता? त्याच्या लढण्याची मूल्यं काय होती? कृष्ण जर अर्जुनाला लढण्यासाठी प्रोत्साहन देत होते तर त्यांची मूल्यं काय होती? सर्वांत मोठं मूल्य होतं – 'न्याय!' न्याय काय आहे? न्याययुक्त म्हणजे काय? माझ्या समजुतीप्रमाणे स्वातंत्र्य न्याय आहे. पारतंत्र्य अन्याय आहे. जो गट मनुष्याला कोणत्याही स्वरूपाच्या पारतंत्र्यात ढकलतो, तो अन्यायाचा पक्ष आहे. त्या बाजूने चांगली माणसंही असू शकतात. कारण हे आवश्यक नाहीये की चांगली माणसं द्रष्टे असतात. गोंधळलेली असतात. त्यांनाच समजत नाही की, ते जे काही करत आहेत ते वाईट पक्षात गणलं जातं.

स्वतंत्रता एक परीक्षा आहे. मनुष्याचं स्वातंत्र्य ज्या कारणाने वाढतं असा समाज, असं जग हवं. ज्या कारणाने स्वातंत्र्य कमी होतं असा समाज, असं जग नको. स्वाभाविकतेने जी माणसं पारतंत्र्य आणू इच्छितात तेही पारतंत्र्य शब्दाचा उपयोग करू शकत नाहीत. कारण त्या शब्दाच्या उच्चारानेच माघार घेतली जाईल. तेही असेच शब्द शोधतील. ज्याने पारतंत्र्य येईल पण पारतंत्र्याचा भाव निर्माण होणार नाही. असा एक नवीन शब्द 'समानता'! या शब्दातच लबाडी आहे. काही माणसं आहेत अशी जी स्वातंत्र्याला छेदून समानतेवर आरूढ होतात. ती म्हणतात समानता हवी. समानतेशिवाय स्वातंत्र्य कसं काय असू शकतं? प्राथमिक गोष्ट समानता आहे. आणि हे त्यांचं म्हणणं अनेकांना योग्य वाटतं की खरंच जोपर्यंत

सगळी माणसं समानतेवर येत नाहीत तोपर्यंत सर्वांना स्वातंत्र्य कसं मिळणार? आणि मग या समानतेला आणण्यासाठी स्वातंत्र्याला कापून टाकलं गेलं तरी आम्हाला हरकत घ्यावीशी वाटत नाही.

मजेशीर तर्क आहे हा. समानता आणायला हवी कारण स्वातंत्र्य हवं. आणि स्वातंत्र्य कापून टाकायला हवं कारण समानता हवी. आणि एकदा का स्वातंत्र्य गमावलं की पुन्हा आणणं ही कठीण गोष्ट आहे. कोण आणणार? मी तुम्हाला असं जर सांगतो की इथे जमलेल्या सर्वांनी समान असणं आवश्यक आहे म्हणून मी तुमच्या सर्वांच्या हातात साखळ्या घालणार. कारण कुणाचं डोकं मोठं आहे, पाय लहान आहेत, हात मोठे आहेत, या सर्वांना कापता येणार नाही. मग सर्वांना समान करण्यासाठी आधी साखळ्या घातल्या जातात. मग सर्वांचे हात-पाय कापून समान करून टाकू. पण जो सर्वांना समान करेल तो स्वत: असमान राहणार. तो तुमच्याहून वेगळा राहणार. त्याचे हात मोकळे असणार, हातात साखळ्या नाहीत, तर तलवार असेल आणि एकदा का सर्वांच्या हातात साखळ्या आल्या व काही लोकांच्या हातात तलवारी आल्या तर तुम्ही काय करणार, हात-पाय छाटले गेल्यावर?

मार्क्सचा हाच उद्देश होता समानता आणण्यात. समानता आणताना स्वातंत्र्य हरवावं लागेल, व्यक्तिगत स्वातंत्र्य नष्ट करावं लागेल. एक अधिनायकशाही, एक डिक्टेटरशिप! मग जेव्हा समानतेचं कार्य पूर्ण होईल तेव्हा स्वातंत्र्य दिलं जाईल. पण ज्यांच्या हातात सर्वांना समान करण्याची इतकी ताकद असेल ते स्वातंत्र्य देतील? तशी लक्षणं दिसत नाहीत. कारण ताकद जितकी वाढत जाते आणि जितका माणूस पंगू होत जातो, तेवढी स्वातंत्र्याची शक्यता संपत जाते. कारण तुम्ही विचारू शकत नाही, आवाज उठवू शकत नाही, बंड करू शकत नाही.

समानतेच्या आड स्वातंत्र्य कापलं जाईल आणि एकदा का असं झालं की मग परतून येणं अतिशय कठीण. कारण स्वातंत्र्य कापलं जातं, तर कापणारा स्वातंत्र्याच्या भविष्यातल्या शक्यताही कापून टाकतो. आणि दुसरी गोष्ट अशी की स्वातंत्र्य एक अतिशय सहज तत्त्व आहे जे प्रत्येकाला मिळायला हवं आणि समानता अतिशय दुर्मीळ गोष्ट आहे, जी मिळू शकत नाही. अशक्य आहे. अमानसिकता आहे ही की आम्ही माणसांना समान करू. माणसं समान होऊ शकत नाहीत. मूलत: माणसं असमान आहेत. स्वातंत्र्य हवंच, एवढ्याचसाठी की प्रत्येक व्यक्तीला जे काही व्हायचं असेल, तिने ते व्हावं. संपूर्ण संधी हवी.

तर माझ्या दृष्टिकोनातून स्वातंत्र्याचा पक्ष कृष्णाचा पक्ष आहे. समानतेचा नाही. स्वातंत्र्य असेल तर हळूहळू असमानता कमी होऊ शकते. लक्षात ठेवा, मी म्हणतो आहे, 'असमानता कमी होऊ शकते'. असं म्हणत नाहीये की, 'समानता येऊ

शकते'. समानता जर लादली गेली तर स्वातंत्र्य कमी होत जाईल. जबरदस्तीने लादलेली कोणतीही गोष्ट पारतंत्र्याचा पर्याय आहे. तर मूल्य निवडावी लागतील. व्यक्तिमूल्य किमती आहे.

सदाच जो अशुभ आहे, तो व्यक्तीला मूल्य देऊ इच्छित नाही; कारण व्यक्तीच विद्रोही तत्त्व आहे. म्हणून अशुभच्या शक्तिसमूहाला मान्यता देतात, व्यक्तीला नाही. आणि तुम्हालाही आश्चर्य वाटेल की जर तुम्हाला अशुभ कार्य करायचं असेल, तर एखाद्या व्यक्तीकडून करवून घेणं कठीण जाईल; पण समूहाकडून करवून घेणं नेहमीच सोपं जाईल. एकट्या हिंदूकडून मशिदीला आग लावता येणं कठीण आहे. हिंदूंच्या समूहाकडून आग लावता येणं सोपं आहे. एकटा मुसलमान हिंदू मुलाच्या छातीत सुरा खुपसू शकत नाही; पण मुसलमानांचा घोळका हे काम सहज करू शकतो. प्रत्यक्षात गर्दी, जमाव जितका मोठा, आत्मा तितका लहान होत जातो. कारण आत्म्याचं असण्याचं जे तत्त्व आहे, ते व्यक्तिगत दायित्व आहे. जेव्हा मी तुमच्या छातीत सुरा खुपसतो तेव्हा माझं अंत:करण सांगतं की, हे काय करतो आहेस? पण जेव्हा मी एका जमावाबरोबर आहे आणि आग लागते तेव्हा मी केवळ त्या जमावाचा एक भाग आहे. तेव्हा माझं अंत:करण कधीही असं म्हणत नाही की, तू हे काय करतो आहेस? मी म्हणतो, लोक करत आहेत. हिंदू करत आहेत, मी केवळ तिथे आहे. उद्या मला व्यक्तिगतरीत्या जबाबदार ठरवता येणार नाही. अशुभ जे आहे ते नेहमीच जमावाला आकर्षित करतं. अशुभ समूहावर अवलंबून आहे. अशुभची इच्छा असते की व्यक्ती नष्ट व्हावी, समूह वाचावा. शुभ व्यक्तीला स्वीकारतो. आणि त्याची इच्छा असते की समूह हळूहळू नष्ट व्हावा. व्यक्ती राहावी. व्यक्ती राहिली की संबंध जपता येतात; पण मग तो जमाव नसेल, तो समाज असेल.

हेही जरा जाणून घेण्यासारखं आहे. जिथे व्यक्ती असेल, तिथेच समाज असेल. जिथे व्यक्तीची सत्ता संपुष्टात येते तिथे नुसती गर्दी राहते, समाज नसतो. समाज आणि गर्दी यात इतका फरक आहे. व्यक्तींच्या अंत:संबंधांचं नाव समाज आहे; पण व्यक्ती असायला हव्यात. मी स्वतंत्रपणे जेव्हा तुमच्याशी, स्वतंत्र व्यक्तीशी संबंधित होतो, तर समाज होतो. एक तुरुंग हा समाज नव्हे, केवळ गर्दी. कैदीही एकमेकांशी संबंधित असतात, हसतात, सिगारेट-विडींची देवघेव करतात. पण ती गर्दी झाली, समाज नव्हे. त्यांना तिथे एकत्र आणलं गेलं आहे. आपल्या स्वातंत्र्याची ते निवड करू शकत नाहीत. म्हणून स्वातंत्र्य, व्यक्ती, व्यक्तिमत्त्व, आत्मा, धर्म आणि अदृश्य आणि अज्ञाताची संभाव्यता ज्या पक्षात प्रबळ होतात – असतात, प्रबळ म्हणतो आहे कारण निर्णायक नसतात की जास्त जण या पक्षात आहेत आणि त्या पक्षात नाहीत. राम आणि रावण लढत राहिले; तरीही स्पष्ट होत नाही. कारण

रावणातही थोडा राम आहे आणि रामात थोडा रावण आहे. कौरवांतही थोडे पांडव आहेत आणि पांडवांतही थोडे कौरव आहेत. चांगल्यातला चांगला माणूस अशा पृथ्वीवर कोणीही नाही आणि वाइटाहूनही वाईट असाही माणूस पृथ्वीवर नाही. असा वाईट माणूस शोधता येतच नाही की त्याच्यात चांगलं काहीच नाही. म्हणून प्रश्न आहे तो कायम अनुपात आणि प्रबलतेचा. स्वातंत्र्य, व्यक्ती, आत्मा, धर्म ही मूल्यं आहेत ज्यांच्याकडे शुभ चेतना असतात.

◆

२

‘भगवान श्री, आपल्याला कृष्णावर बोलण्याची प्रेरणा कशी व का झाली? या दीर्घ चर्चेचं मूळ तत्त्व, मूळ आधार कोणता आहे?’

‘विचार करायचा असेल, बोलायचं असेल, समजून घ्यायचं असेल तर कृष्णापेक्षा महत्त्वपूर्ण व्यक्ती शोधणं कठीण आहे. असं नाही की आणखी महत्त्वपूर्ण व्यक्तीच नाहीत आणि असंही नाही की पुढे होणारच नाहीत. उलट अनेक महत्त्वपूर्ण व्यक्ती झाल्या, पण कृष्णाचं महत्त्व भूतकाळासाठी कमी आणि भविष्यकाळासाठी जास्त आहे. सत्य असं आहे की कृष्ण आपल्या काळापेक्षा कमीत कमी पाच हजार वर्षं आधी जन्मले. सर्व महत्त्वपूर्ण व्यक्ती आपल्या काळाअगोदर जन्मतात आणि सामान्य व्यक्ती आपल्या काळानंतर जन्म घेतात. महत्त्वपूर्ण आणि सामान्य व्यक्तीत इतकाच फरक आहे. आणि सर्वसाधारण व्यक्ती आपल्या काळानुसारच जन्म घेतात.

महत्त्वपूर्ण व्यक्तींना सर्वसाधारण माणसं समजू शकत नाहीत. आम्ही त्यांना समजून घेऊ शकत नाही म्हणून त्यांची पूजा करू लागतो, त्यांना देव मानतो. स्वत:चं न समजून घेता येणं स्वीकारता येत नाही. दुसऱ्याला देव करून टाकणं हे अगदी सोपं आहे. आणि हे असं समजणं म्हणजे तरी काय? देव म्हणजे काय? देवाला समजून घेता येत नाही, तसंच या व्यक्तीलाही समजून घेता येत नाही. जसं देव हे एक रहस्य आहे, तसाच तोही रहस्य आहे. जसं देवाला स्पर्श करता येत नाही तसंच या व्यक्तीलाही स्पर्श करता येत नाही. जसं देव, जरी त्याला जाणून घेता आलं तरीही काहीतरी उरतंच, तसंच या व्यक्तीचंही काहीतरी मागे उरतंच.

काळाअगोदर जन्म घेणाऱ्या व्यक्तींची पूजा सुरू होते; पण आता अशी वेळ

इहलोकावरील समस्त जीवनाचा स्वीकार करणारे कृष्ण!

आली आहे की, कृष्णाच्या पूजेत अर्थ गवसणार नाही. कृष्णाला जगायची सुरुवात होईल, त्याला जगता येऊ शकेल. केवळ म्हणूनच चर्चेसाठी कृष्णाची निवड केली, कारण भविष्याच्या संदर्भात सर्वांत सार्थक व्यक्तिमत्त्व त्याचंच, असं मला वाटतं. दोन-तीन गोष्टी या संदर्भात बोलतो.

पहिली गोष्ट, की कृष्णाला सोडून संपूर्ण जगातल्या समस्त व्यक्ती – मग ते महावीर असोत, बुद्ध असोत, ख्राइस्ट असोत की अजून कुणी – हे सर्व जण परलोकासाठी जगत होते. येणाऱ्या कुठल्या जीवनासाठी, कोणा लोकासाठी, परलोक, मोक्षासाठी, स्वर्गासाठी. मनुष्याचा पूर्ण भूतकाळ इतका दुःखद होता पृथ्वीवरचा की, पृथ्वीवर जगणं तर अशक्य होतं. इतका वेदनामय, कठीण की पृथ्वीवरचं जीवन स्वीकारता येणं कठीण होतं, तर भूतकाळातले सर्व धर्म पृथ्वीला नाकारणारे धर्म होते. केवळ कृष्णाला सोडून! कृष्णाने पृथ्वीवरच्या जीवनाला संपूर्णतेने स्वीकारलं. ते परलोकात जगणारे नव्हते. बुद्ध, महावीर यांचा मोक्ष पृथ्वीपासून दूर आहे आणि कृष्णाचा मोक्ष याच पृथ्वीवर आहे. इथेच आणि आत्ताच.

हे जीवन, जे आम्ही जाणतो त्याला इतक्या खोलवर स्वीकारणारी व्यक्ती आजही नाही. भविष्यकाळात पृथ्वीवरची दुःखं कमी होतील, सुख वाढेल आणि प्रथमच पृथ्वीवर त्याग करणाऱ्या व्यक्तींना स्वीकारणं कठीण होईल. दुःखी समाज त्यागाचा स्वीकार करू शकतो, सुखी समाज त्याग स्वीकारत नाही. दुःखी समाजात त्याग, संन्यास, जीवनाला अव्हेरणं अर्थपूर्ण असू शकतं. सुखी समाजात हे अर्थहीन आहे. कारण दुःखी समाज म्हणू शकतो की दुःखाशिवाय जीवनात काय आहे? आम्ही सोडून जातो. सुखी समाज असं म्हणू शकत नाही.

म्हणून त्यागवादी धर्माच्या गोष्टी भविष्यासाठी सार्थक नाहीयेत. विज्ञान त्या

साऱ्या दुःखांना वेगळं करून टाकेल जे जीवनात दुःख आहे असं म्हटलं जातं. बुद्धांनी म्हटलं आहे, जन्म दुःखद आहे, जीवन दुःखद आहे, मृत्यू दुःखद आहे. आता ती दुःखं संपवता येतील. जन्म दुःख नसेल, ना आईसाठी, ना मुलासाठी. जीवन दुःख नसेल, आजारपणांना पूर्णविराम मिळेल. वृद्धत्व नसेल. जीवन दीर्घायुषी असेल. इतकं दीर्घायुषी की विचारावं नाही लागणार की माणसं का मरतात? विचारावं लागेल की माणसं का जगतात? अगदी लवकरच असं सर्व होणार आहे. त्या दिवशी बुद्धाचं हे वचन की जन्म, वृद्धत्व, जीवन, मृत्यू दुःखद आहे हे समजावणं कठीण होऊन जाईल. त्या दिवशी कृष्णाची बासरी सार्थक ठरेल. कृष्णाची गाणी आणि त्याचं नृत्य सार्थक होऊ शकेल. त्या दिवशी जीवन म्हणजे सुख आहे ते चारही दिशांनी नाचू लागेल. जीवन सुख आहे, त्याची फुलं सर्वत्र बहरून येतील, फुलतील. त्या फुलांच्या मध्ये नग्न उभ्या असलेल्या महावीरांचा संदर्भ मग हरवून जातो. त्या फुलांमध्ये जीवनाकडे पाठ फिरवणाऱ्या व्यक्तिमत्त्वांचा अर्थ हरवून जातो. या फुलांमध्ये जो नाचू शकतो तोच सार्थक आहे. भविष्यात दुःख कमी आणि सुख जास्त होत जाणार आणि म्हणूनच माझ्या मते कृष्णाची उपयोगिता रोज रोज वाढत जाणार आहे.

आम्ही असा विचार अजूनही करू शकत नाही की धार्मिक माणसाच्या ओठांवर बासरी कशी? आम्ही अजूनही असा विचार करू शकत नाही की धार्मिक माणूस आणि मोराचं पीस लावून नाचतो. धार्मिक माणूस प्रेम कसं काय करू शकतो? गाणं कसं म्हणू शकतो? आमच्या मते धार्मिक माणूस म्हणजे जीवन सोडून देतो आहे, त्याग करतो आहे, त्याच्या ओठांतून दुःखी स्वर उमटतो, गीत नाही. बासरी तर अशक्यच! म्हणून कृष्णाला समजून घेणं हे अशक्य झालं. त्याला समजता येतच नाही. म्हणून त्या काळासाठी कृष्ण अनाकलनीय होते. भविष्यासाठी मात्र कृष्ण रोज रोज आकलन होत चालले आहेत आणि लवकरच असा धर्म पृथ्वीवर अवतरेल जो नाचू शकतो, गाऊ शकतो, आनंदी होऊ शकतो. भूतकाळातले सर्व धर्म रडके, उदास, हरलेले, थकलेले, पलायनवादी. भविष्याचा धर्म जीवनाच्या रसाचा स्वीकार करणारा, आनंदाने, अनुग्रहाने नाचणारा, हसणारा धर्म!

जीवनाची, भविष्यातली ही जी शक्यता आहे या शक्यतांना विचारात घेऊन कृष्णावर बोलण्याचा मी विचार करतो आहे. आम्हालाही समजणं कठीण जाईल कारण आम्हीसुद्धा भूतकाळातल्या दुःखी संस्कारांनी भरलेले आहोत. धर्माला आम्हीसुद्धा अश्रूंनी जोडतो, बासरीने नाही. क्वचितच आम्ही असा एखादा माणूस बघितला असेल ज्याने जीवनात आनंद आहे म्हणून संन्यास घेतला. कुणाची बायको मेली, पैसा नाहीसा झाला, पत-प्रतिष्ठा गेली. डोळे पाण्याने डबडबले आणि संन्यास घेतला. अशांचीच संख्या जास्त आहे. पण आनंदाने संन्यास? आनंदात संन्यास

नाही घेतला जात. माझ्यासाठी कृष्ण हे एकमेव व्यक्तिमत्त्व आहे जे आनंदामुळे संन्यासी आहेत.

निश्चितच आनंदाने संन्यास घेतलेल्या माणसांत आणि दुःखामुळे संन्यास घेतलेल्या माणसांत आमूलाग्र भिन्नता असेल. जसं मी म्हणतो की भविष्यातला धर्म आनंदी असेल. तसंच मी असंही म्हणतो की भविष्यातला संन्यासी आनंदी असेल. म्हणून नाही की एक कुटुंब त्याच्या दुःखाला कारणीभूत झालं म्हणून तो संन्यासी झाला; पण एक कुटुंब त्याच्या आनंदासाठी फार तोकडं पडलं म्हणून तो संन्यासी झाला. संपूर्ण पृथ्वीला कुटुंब बनवण्यासाठी संन्यासी झाला. प्रेमाचं बंधन वाटू लागलं जीवनात म्हणून संन्यासी झाला असं नव्हे, तर एक प्रेम इतक्या मोठ्या आनंदासाठी खूप लहान पडत होतं, संपूर्ण पृथ्वीचं प्रेम आवश्यक होतं म्हणून संन्यासी झाला. जीवनाचा स्वीकार, जीवनाचा आनंद आणि जीवनातल्या रसातून निघालेल्या संन्यासाला जे समजू शकतील, तेच कृष्णाला समजू शकतील.

भविष्यात जर कुणी म्हणालं की जीवनातल्या दुःखामुळे मी संन्यासी झालो, तर आम्ही म्हणू की दुःखामुळे कोण कसं संन्यासी होऊ शकतं? आणि असा संन्यास कधीही आनंदात नेऊ शकत नाही. असा संन्यास जास्तीत जास्त उदासीनतेकडे नेऊ शकतो. जास्तीत जास्त तो दुःख कमी करू शकतो; पण आनंद निर्माण करू शकत नाही. आनंदातून ज्या संन्यासाचा जन्म होईल, तोच आनंदाच्या सागरापर्यंत पोहोचेल. कारण तोपर्यंत आनंद वाढवणं हीच साधना असेल. भूतकाळात जशी साधना व्हायची ती दुःख निवारण करणारी होती. तो साधक जास्तीत जास्त दुःख कमी करू शकणारा; परंतु उदासीनता असणारा. उदासीनता म्हणजे दुःखाचं क्षीणमात्र, क्षीणोत्तम रूप. म्हणून आमचा संन्यास उदास, हरलेला, पलायनवादी, जिवंत, जगणारा, आनंदाने नृत्य करणारा संन्यास नाही हा!

माझ्यासाठी कृष्ण आनंदाचे संन्यासी आहेत. आणि म्हणूनच मला त्यांच्याबद्दल बोलायचं आहे. कृष्णावर चर्चा झाल्या नाहीत असं नव्हे; पण जे जे बोलले ते दुःखाने भरलेले संन्यासी होते. म्हणून कृष्णाची आजपर्यंतची व्याख्या कृष्णावर अन्याय करत राहिली. करणारच. जर शंकर कृष्णाची व्याख्या करत आहेत, तर एक उलटाच मनुष्य ती व्याख्या करतो आहे. ती व्याख्या न्याय देणारी असू शकत नाही. कारण जे व्याख्याकार होते, जे कृष्णाबद्दल बोलत होते ते सगळे दुःखी होते. या जगाला 'माया' म्हणणारे तसं सिद्ध करू बघणारे, जगाला असार समजणारे असे होते. जेव्हा कृष्ण तुम्हाला सार सांगत आहेत, भागवत म्हणत आहेत, या जगाला दिव्य म्हणत आहेत, म्हणून कृष्णाला सर्व स्वीकार आहे. समस्ताला स्वीकारणारा असा मनुष्य अजूनपर्यंत जन्मला नाही.

हळूहळू रोज आपण जे बोलू त्यातून काही गोष्टी समजू लागतील; परंतु माझ्यासाठी कृष्ण हा शब्द अतिशय सूचक आहे. म्हणून कृष्णावर बोलायचं हे ठरवलं आहे.

'संन्यासी दुःखवादी आहे; पण संन्यास त्यांच्या वैभवपूर्ण जीवनानंतर आला आहे. त्यांच्या वैभवाचं पुढलं पाऊल आहे. या आधारे तुम्ही दुःख बाळगू शकत नाही.'

नाही, मी महावीर अथवा बुद्धांना दुःखवादी संन्यासी म्हणत नाहीये. भूतकाळातला संन्यास दुःखवादी होता. महावीर अथवा बुद्धांचं व्यक्तिमत्त्व जर आपण बघितलं तर ते जीवनाला सोडून देणारं आहे. मी त्या दोघांनाही दुःखवादी म्हणत नाही कारण त्यांनी प्राप्त केलं. महावीरांचं दुःख वेगळं आहे. ते दुःख म्हणजे सुखाची ऊब आहे. बुद्धाचं दुःख सुखाने उबलेलं आहे. त्यांना सुख-दुःखाचा अभाव नाहीये. असं नाही की महावीरांना सुखाची कमतरता होती म्हणून ते संन्यासी झाले. ना, अतिसुख झालं तर ते सुख व्यर्थ जातं. पण तरीही त्यांनी सुखाचा त्याग केला. ते सोडणं आताही सार्थक आहे. सुख निरर्थक झालं; पण सोडून देणं सार्थक झालं. कृष्णाला सुखही व्यर्थ आहे आणि ते सोडून देणंही व्यर्थ आहे. कृष्णासाठी व्यर्थतेचं गहिरेपण जास्त आहे.

समजा, जर मी एखादी गोष्ट धरून ठेवतो, तर मला त्याच्यात काही अर्थ आहे. आणि जर सोडून देतो तरीही मला त्यात अर्थ आहे. नाही सोडून दिलं तर दुःख मिळतं – इतका अर्थ तरी आहेच. महावीर आणि बुद्ध एका मोठ्या सुखासाठी या सुखाला सोडून गेले. पण कृष्णात आणि त्यांच्यात फरक आहे. कृष्ण कोणत्या मोठ्या सुखासाठी या सुखाला त्यागत नाहीत. या सुखाला त्या मोठ्या सुखापर्यंत जाण्यासाठीची एक शिडी बनवतात. या सुखात आणि त्या सुखात त्यांना काही फरक वाटत नाही. ते जे मोठं सुख आहे ते या सुखाचा विस्तार आहे. याच गाण्याची पुढली कडी आहे, या नृत्याचं पुढलं पाऊल आहे. कृष्णाला या सुखात त्या मोठ्या सुखाच्या आनंदाची झलक दिसते. ही त्या मोठ्या सुखाची सुरुवात आहे.

बुद्ध, महावीर सुखानेच जातात; पण त्यांचा दृष्टिकोन वेगळा आहे. ती जी त्यागाची दृष्टी आहे ती आम्हा दुःखवाद्यांना जास्तच महत्त्वाची वाटते. बुद्ध, महावीर सुखाला कंटाळून गेले आहेत, पण आम्हा दुःखीजनांना असंच वाटतं की ते दुःखाने गेले आहेत. बुद्ध-महावीरांची जी व्याख्या आम्ही केली आहे ती दुःखवादींची व्याख्या आहे. जसा कृष्णावर अन्याय झाला, त्यापेक्षा थोडा कमी पण अन्याय बुद्ध-महावीरांवरही झाला.

आम्ही दुःखी आहोत. आम्ही दुःख या कारणाने त्यागतो, सोडून जातो. आमचा मूळ आधार दुःख असतं. आणि त्यांचा मूळ आधार सुख असतं. हा फार मोठा फरक जसा आमच्यात तसाच फरक बुद्ध-महावीर आणि कृष्णात. ते सुखाला सोडून गेले, कृष्णाने तसं केलं नाही. कृष्णाने स्वीकारलं. जीवन जसं आहे त्यात काही फेरफार करण्याची कृष्णाची इच्छा नाही.

एका फकिराने कुठेतरी असं म्हटलं आहे की, हे परमात्मा, मी तुझा स्वीकार करतो आहे; पण तुझं जग मी स्वीकारत नाहीये. सगळे फकीर हेच म्हणतात. हे नास्तिकाहून उलट आहे. नास्तिक म्हणतात, तुझं जग स्वीकारलंय; पण तुला नाही. आस्तिकांना हे जग स्वीकारता येत नाही; पण परमात्मा स्वीकार आहे. दोघेही एकाच नाण्याच्या दोन बाजू आहेत. कृष्णाची आस्तिकता अद्भुत आहे. असंच म्हणायला हवं की कृष्ण आस्तिक आहे. तू पण स्वीकार. तुझं जगही स्वीकार. आणि ही स्वीकारता इतकी गहिरी आहे की कुठे जग संपतं आणि कुठे तू सुरू होतोस हे समजत नाही, ठरवता येत नाही. प्रत्यक्षात हे जग म्हणजे तुझे पसरलेले हात आणि तूच तुझ्या जगाचं लपवलेलं अंतर्तम! काही अधिक फरक नाही.

कृष्ण सगळ्याचा स्वीकार करतात हे विसरून चालणार नाही. दुःखाच्या आणि आनंदाचाही. जे काही आहे ते सोडण्याचा भाव नाहीये. सोडून दिलं की 'मी' हा भाव सुरू होतो; पण जर काही आपण सोडतच नाही, तर 'मी' असण्याचं काही कारण नाही. म्हणून कृष्णासारखी निरहंकारी व्यक्ती शोधणं, सापडणं कठीण. आणि निरहंकारी आहेत म्हणून अहंकाराच्या गोष्टी करण्यात काही समस्या येत नाहीत. ते अर्जुनाला म्हणतात, 'तू सगळं काही सोडून मला शरण ये.' ही गमतीशीर गोष्ट आहे. हे असं म्हणणं म्हणजे अहंकाराची घोषणा आहे. हा अहंकाराचा उच्चतम बिंदू, जो आम्हाला दिसतो, तो कृष्णाला दिसला नसेल? तेवढी बुद्धी तर असणार, जितकी आम्हाला आहे. पण तरीही ते हे अगदी सहजतेने म्हणतात. तोच माणूस असं म्हणू शकतो, ज्याला अहंकार नाही. तोच माणूस म्हणू शकतो की 'तू मला शरण ये', ज्याला 'मी' माहीतच नाही. मला शरण ये. सोडून दे सर्व काही. स्वतःचं असणं सोडून दे. आणि जीवन जसं आहे तसा त्याचा स्वीकार कर.

मजेशीर गोष्ट आहे की कृष्ण अर्जुनाला सांगत आहेत की तू युद्ध लढ. दोघांचं म्हणणं जर बघितलं तर अर्जुन जास्त धार्मिक वाटतो कृष्णाच्या म्हणण्यापेक्षा. कृष्ण म्हणतात लढ आणि अर्जुन म्हणतो, मारेन तर दुःख होईल. आपली माणसं, प्रियजन, नातेवाईक, गुरू, मित्र यांना मारेन तर वेदना होतील. यांना मारून मला मोठ्यातलं मोठं सुखही नको. त्यापेक्षा मी पळून गेलेलं चांगलं. आत्महत्या केली तरी चांगलं; पण हे नको. सर्व धार्मिक म्हणतील की, अर्जुन म्हणतो आहे हे बरोबर आहे. त्याच्या मनात धर्म-बुद्धी निर्माण झाली. पण कृष्ण म्हणतात, तू विचलित

झाला आहेस. धर्म-बुद्धी नष्ट झाली आहे. तू वेडा आहेस, तू विचार करतो आहेस की तू कुणाला मारू शकतोस. कोण कधी मरतं? तुला वाटतं की हे सगळे समोर उभे आहेत ते वाचतील. तू त्यांना वाचवू शकतोस? कुणी कुणाला वाचवू शकलं आहे कधी? तुला वाटतंय की तू युद्धापासून वाचशील, तू अहिंसक होशील. पण जिथे 'मी' आहे, स्वत:ला वाचवणं आहे, तिथे अहिंसा असू शकते का?

'नाही, जे समोर आलं आहे, त्याचा स्वीकार कर. स्वत:ला सोड आणि लढ. जे समोर आहे त्यात बुडून जा.' समोर युद्ध आहे, मंदिर नाही, प्रार्थना चालू नाही कुठली, भजन-कीर्तन चालू नाहीये की त्यात बुडून जाशील. समोर युद्ध आहे, तरीही कृष्ण म्हणतात, तू त्यात बुडून जा. स्वत:ला सोड. तू कोण आहेस? आणि एक गमतीशीर गोष्ट आहे की जे मरणार असं तुला वाटतं, ते तर आधीच मेलेले आहेत. आता ते केवळ मरणाची प्रतीक्षा करत आहेत. तू जास्तीत जास्त केवळ निमित्त होऊ शकतोस. तू असा विचार करू नकोस की तू मारत आहेस, कारण मग तू निमित्तमात्र राहणार नाहीस, कर्ता होशील. तू असाही विचार करू नकोस की तू हे सोडून पळून गेलास तर ते वाचतील. तुझ्या वाचवण्याने ते वाचणार नाहीयेत आणि तुझ्या मारण्याने ते मरणार नाहीयेत. तू पूर्णपणे बुडून जा. जे तुझ्यावर सोपवलं गेलं आहे, ते तू पूर्ण कर. पूर्णपणे निभावू शकशील तेव्हाच जेव्हा तू आपली बुद्धी सोडून देशील. 'मी आहे' हे सोडून दे. 'मी'च्या दृष्टिकोनातून बघणं सोडून दे. याचा अर्थ काय?

याचा अर्थ असा झाला की, जर कुणी 'मी' हा दृष्टिकोन सोडून देतो, तर तो कर्ता राहत नाही. अभिनेता होतो. मी जर राम आहे आणि माझी सीता हरवली आहे तर मी जसा रडेन, एका रामलीलेत काम करतो आहे आणि सीता हरवते, तरीही मी तसाच रडेन. असं होऊ शकतं की माझं रडणं खऱ्या रामापेक्षा जास्त भावनिक असेल. असणारच. कारण खऱ्या रामाला तालीम करण्याची संधी मिळत नाही. सीता एकदाच हरवते. जेव्हा हरवते तेव्हा समजतं. पूर्वतयारी काहीही नसते. आणि राम पूर्णपणे बुडून जातो कर्ता असल्यासारखा. रडतो, दु:खी होतो. म्हणून रामाला या देशाने कधीही पूर्णावतार म्हटलं नाही. ते पूर्ण अभिनेता नाहीत. कर्ता होतात. म्हणून रामाच्या व्यक्तित्वाला आम्ही 'चरित्र' म्हणतो. अभिनेत्याचं चरित्र नसतं. त्याची लीला असते. म्हणून कृष्णाच्या चरित्राला आम्ही लीला म्हणतो.

कृष्णलीला! रामचरित्र! चरित्र! ही अतिशय गंभीर गोष्ट आहे. त्यात असावं लागतं. निवड करावी लागते की हे करायचं, हे नाही करायचं. हे शुभ आहे, हे अशुभ आहे. अर्जुनाला चरित्रवान व्हायचं होतं आणि कृष्ण त्याला लीलामय करण्यात उत्सुक आहेत. अर्जुन म्हणतो, 'हे वाईट आहे म्हणून नाही करायचं, हे चांगलं आहे म्हणून करायचं.' कृष्ण म्हणतात, जे येत आहे, येऊ देत. तू स्वत:ला

मध्ये उभं करू नकोस. जे होत आहे त्याला होऊ देत, घडू देत. घडू देत. ही पूर्ण स्वीकृती आहे. यात काहीही सोडायचं नाही. अतिशय कठीण गोष्ट आहे ही. याचा अर्थच असा की काहीही वाईट नाही आणि काहीही चांगलं नाही. ना सुख आहे, ना दु:ख. पूर्ण स्वीकृती म्हणजे आमची द्वंद्वावस्था संपली. कृष्ण म्हणतात, 'ना कुठला जन्म आहे, ना कुठला मृत्यू! ना कुणी जन्मलं आहे, ना कुणी मरण पावलं आहे. म्हणून तू बेलाशक उडी मार. ना कुणी मरतं आणि ना कुणी वाचतं म्हणून तू बेलाशक लढ, खेळ. ही जी द्विधा मन:स्थिती आहे, द्वंद्व आहे विचारांचं ते तू सोडून दे. या पृथ्वीवर जे काही आहे तो म्हणजे परमात्मा आहे. म्हणून चूक अथवा बरोबर असा निकष काढता येत नाही.

अतिशय कठीण गोष्ट आहे ही!

नैतिक मनाला अवघड आहे. म्हणून नैतिक मनाला जिंकणं कृष्णाला जितकं कठीण पडतं, तितकं अनैतिक मनाला कठीण पडत नाही. नैतिक माणूस अनैतिक माणसाला पट्‌कन तो वाईट आहे हे बोलून जातो. कृष्णाला काय म्हणावं? वाईट म्हणावं तर ते तसे दिसत नाहीत. चांगलं म्हणावं, तर अशा गोष्टींमध्ये अर्जुनाला भरीस पाडत आहेत ज्या गोष्टी वाईट आहेत.

म्हणून जेव्हा गांधीजींनी कृष्णाबद्दल बोलायला सुरुवात केली तेव्हा त्यांना ते फार कठीण पडलं. कारण गांधीजींची सांगड अर्जुनाशी मिळतीजुळती होती, कृष्णाशी नाही. कृष्ण युद्धासाठी भरीस पाडत आहेत. पण हे सरळ-सरळ सिद्ध होत नाही. झालं असतं, तर गांधीजी कृष्णाला 'वाईट' म्हणून सुटले असते. पण अडचण आहे कारण कृष्णाला चांगलं-वाईट दोन्ही मान्य आहे. त्या वाइटाचं गांधीजी काय करणार? म्हणून मग नाइलाजाने गांधीजी म्हणतात की, हे युद्ध म्हणजे एक कहाणी आहे. पुराणकथा आहे. असं युद्ध कधी झालंच नाही. आणि गांधीजी जुन्या वादावर, द्वंद्वावर परतून जातात. ज्याच्या विरोधात कृष्ण आहेत, ते म्हणतात हे चांगलं आणि वाईट यामधील युद्ध आहे. पांडव चांगले आणि कौरव वाईट आणि कृष्ण म्हणतात की चांगल्या बाजूने लढ. ही एक वाट त्यांना शोधून काढावी लागली. संपूर्ण कथा खोटी ठरवावी लागली. पूर्ण कथेला काव्य म्हणावं लागलं. पण गांधींना... खूप काळ गेला. कृष्ण आणि गांधी यांच्यात पाच हजार वर्षांचं अंतर आहे म्हणून या कहाणीला कल्पना म्हणावं लागलं. तसं म्हणणं कठीण नाहीये.

जैनांमध्ये इतकं अंतर नव्हतं. म्हणून जैन कृष्णाच्या कथेला गोष्ट म्हणू शकले नाहीत. ती घटना घडली. जैन-चिंतन तितकंच जुनं आहे, जितके वेद जुने आहेत. जैन हे नाकारू शकत नाहीत की युद्ध झालं नाही आणि कृष्णाने युद्ध करवलं नाही. पण जैन काय करणार? जर त्यांनाही तशीच सुविधा मिळाली असती तर त्यांनाही

गांधीजींसारखंच म्हटलं असतं. गांधी शरीराने हिंदू होते; पण मनाने जैन होते. त्यांनी पुराणकथा म्हणून टाळलं, पण जैन समकालिक होते. त्यांनी कृष्णाला नरकात टाकलं. त्यांच्या शस्त्रात त्यांना लिहिणं भाग पडलं की कृष्ण नरकात गेले. इतकी हिंसा करून कोणता माणूस स्वर्गात जाईल? इतकी मोठी हिंसा करूनही जर माणूस नरकात जाणार नसेल तर त्याने मुंगी मारली तर तो कुठे जाणार? जे तोंडावर पट्टी बांधून हिंडतात अशांनी कुठे जावं? त्यांना स्वर्ग कसा मिळणार? कठीण! कृष्णाला नरकातच पाठवायला हवं.

परंतु हे समकालीन माणसांचं वक्तव्य आहे. जर जास्त काळ जाता तर कृष्णाचं चांगलेपण इतकं जास्त आहे की त्याला नरकात पाठवणं कठीण झालं असतं. तसं कठीण त्यांनाही पडलं, म्हणूनच त्यांना आणखीन एक गोष्ट रचावी लागली. तो माणूस तर अद्‌भुत होता. युद्ध करवलं त्याने हे सत्य! स्त्रियांबरोबर नाचला होता, त्यांचे कपडे चोरून झाडावर अडकवले होते हेही सत्य! माणूस चांगला होता, कामं वाईट केली होती, सत्य! पण म्हणून नरकात पाठवलं तरीही चैन पडत नाही. कारण इतक्या चांगल्या माणसाला जर स्वर्ग मिळत नाही, तर इतर चांगल्या माणसांचं काय? म्हणून जैनांना असं ठरवावं लागलं की कृष्ण हे येणाऱ्या पहिल्या कल्पाचे पहिले जैन तीर्थंकर असतील. नरकात पाठवावं लागलं आणि येणाऱ्या कल्पाचे पहिले तीर्थंकर म्हणून मानही द्यावा लागला. संतुलन ठेवावं लागलं, कारण त्या माणसाचं कृत्य अनैतिक पण व्यक्तित्व तीर्थंकरांच्या योग्य. तर म्हणून आत्तापुरतं त्याला नरकात टाका आणि भविष्यात पहिला तीर्थंकर बनवा. हे सांत्वन आहे आपल्या मनाचं. कृष्णाला काहीच फरक पडत नाही. गांधीसाठी सोयीचं आहे की एकाच वेळेस दोन्ही गोष्टी साध्य झाल्या. नरकातही टाकू नका आणि तीर्थंकरही बनवू नका, पुराणकथा म्हणून टाका. चांगलं आणि वाईट यामधलं युद्ध. जैन आणि गांधीजी यांचा त्रास एकच आहे. अहिंसेचा. अहिंसा हे मान्य करू शकत नाही की हिंसेला काही स्थान असतं. हे शुभ सारखंच आहे. शुभ कसं मान्य करू शकेल की अशुभालाही काही स्थान असतं?

पण कृष्ण म्हणतात की जग म्हणजे द्वंद्वाचा मिलाफ. दोन्ही एकत्र आहेत. असं कधीच झालं नाही की हिंसा नाही अथवा अहिंसा नाही. म्हणून जे कुणी एकाचीच निवड करतं ते अर्धं निवडतात आणि म्हणूनच कधी तृप्त होऊ शकत नाहीत. असं कधीच झालेलं नाही की अंधार नाही अथवा प्रकाश नाही. अर्ध्याची निवड करणारा नेहमीच तणावाखाली असतो. कारण उर्वरित अर्धं कधी नाश पावत नाही, ते असतंच.

आणि मजेची गोष्ट अशी आहे की जे अर्धं निवडलं जातं, ते उर्वरित अर्ध्यावरच उभं असतं, ज्याची आम्ही निवड करत नाही.

संपूर्ण अहिंसा हिंसेवर उभी आहे. सर्व प्रकाश अंधारावर अवलंबून आहे. सर्व चांगलेपण अशुभाच्या पार्श्वभूमीवर जन्मतं आणि जगतं. सर्व संत दुसऱ्या बाजूवर जी वाईट माणसं आहेत, त्यांना बांधील आहेत. सगळे एक-दुसऱ्याशी बांधील आहेत. वरून, खालून, वाईट-चांगल्याशी, नरक-स्वर्गाशी! एकाच सत्याचे ते ध्रुव आहेत आणि कृष्ण म्हणतात, दोन्हीचा स्वीकार करा; कारण दोन्ही आहेत. निवड करू नका. कृष्ण पहिला माणूस आहे जो निवड न करण्याच्या गोष्टी करतो. अर्धा भाग निवडलात तर बाकीच्या अर्ध्या भागाचं काय? तो अर्धा भाग तरीही आहेच. आणि तो नसावा हे आपल्या हातात नाही. आम्ही नव्हतो तेव्हाही तो होता आणि आम्ही नसू तेव्हाही तो असेल.

पण नैतिक मन, ज्याला धार्मिक समजलं जातं, कठीण आहे. त्याचा पूर्ण आनंद अशुभची निंदा करण्यात आहे. संतांची सर्व मजा असंतांच्या विरोधात आहे. स्वर्गात जाण्यातला आनंद, सुख; नरकात गेलेल्या लोकांच्या दुःखावर उभं आहे. स्वर्गात गेलेल्यांना जर असं समजलं की नरक असं काही नाहीच, तर ते एकदम दुःखी होतील. नरकच नसेल तर सगळे कष्ट वाया गेले. चोर, बदमाश सगळे स्वर्गातच आले. श्रीमंत माणसाचं जे सुख आहे ते गरीब माणसाच्या गरिबीमुळे आहे. श्रीमंताच्या श्रीमंतीत नाही. चांगल्या माणसाचं सुख, इतर माणसं वाईट असण्यामध्ये आहे. म्हणून ज्या दिवशी सगळी माणसं चांगली होतील त्या दिवशी संतांची, साधूंची मजा संपुष्टात येईल. मग असं होऊ शकेल की साधू काही माणसांना वाईट व्हायला सांगेल, की तसे नाही झालात, तर माझं काय होईल? यात काही अर्थ नाही. या जगाची सर्व अर्थवत्ता विरोधात आहे. आणि या जगाला जो पूर्ण बघू शकेल, तेव्हा त्याला समजेल की ज्याला आम्ही वाईट म्हणत आहोत, तो चांगल्याचीच एक बाजू आहे. ज्याला चांगलं म्हणतो तो वाइटाची एक बाजू आहे.

जो निवड करत नाही तोच पूर्ण असू शकतो, जसा कृष्ण! अशांचं जीवन म्हणजे ऊन-सावलीचा खेळ. कधी कधी प्रकाशमान, कधी कधी काळोख. अशांचं जीवन एकरस, साधं-सरळ असू शकत नाही. एकरस जीवन त्यांचं असू शकतं जे निवड करतात. जीवनातला एक कोपरा ते स्वच्छ ठेवतात. पण जो कचरा त्यांनी तिथून उचलला तो जीवनातल्या कुठल्यातरी दुसऱ्या कोपऱ्यात गोळा होत जातो. पण ज्याने संपूर्ण खोलीच स्वच्छ केली आणि कचऱ्याचाही स्वीकार केला आणि प्रकाश आणि अंधारही... मग त्याचं काय होईल? अशा माणसासंबंधी आमची एक दृष्टी आम्ही तयार करू शकतो. आमची निवड हीच आमची दृष्टी. आम्ही म्हणू शकतो की तो माणूस वाईट आहे; कारण आम्ही त्याच्यातलं वाईट बघू इच्छितो. आम्ही म्हणू शकतो की तो चांगला आहे; कारण आम्हाला त्याच्यातलं चांगलं

बघायचं असतं. आणि त्याच्यात दोन्ही आहे. आमच्या भाषेमुळे असं म्हणावं लागतं की त्याच्यात 'एक'च आहे.

म्हणून बुद्ध, महावीरांना मी मानतो की त्यांची निवड आहे. ते शुभ आहेत, पूर्ण शुभ. आणि म्हणूनच पूर्ण होऊ शकत नाहीत. कारण शुभ असलेल्या अशुभाचं काय झालं? बुद्ध, महावीर, कृष्ण यांना जर एकत्र उभं केलं तर आम्ही बुद्ध, महावीरांना पसंत करू. त्यांचं आम्हाला जास्त आकर्षण वाटेल. त्यांच्यावर एकही डाग दिसणार नाही. त्यांची चादर स्वच्छ आहे. शुभ्र! कृष्णासंबंधी साशंक होईल मन. कृष्णाला नेहमीच संदेहात मांडलं गेलं आहे. त्यांच्यात दोन्ही गोष्टी एकत्रित आहेत. महावीरांसारखे शुभ्रही आहेत आणि चंगेज अथवा हिटलरसारखं अशुभ होण्याची हिंमतही आहे. युद्धात जर आम्ही महावीरांना तलवार घेऊन उभं करू शकतो – जे आम्ही करू शकत नाही – तर हा माणूस तसा आहे. अथवा जर चंगेजला आम्ही महावीरांसारखा 'हो' असं जर म्हणतो – सर्व सोडून शांत, निर्मळ, नग्न उभा राहा – जे आम्ही करू शकत नाही, तर तसा हा माणूस आहे. अशा माणसाबद्दल काय निर्णय घेणार? कृष्णाच्या संदर्भात सगळे निर्णय हरतात. त्याच्या संदर्भात अनिर्णायक व्हावं लागेल. म्हणून कृष्णाच्या बरोबरीने तेच उभे राहू शकतात जे निर्णय घेत नाहीत. निर्णय घेणारं चित्त पळून जाईल, कारण जेव्हा त्याला शुभ्र दिसेल तेव्हा तो पाय धरेल; पण अशुभ दिसलं तर काय करेल?

म्हणून कृष्णाच्या भक्तांनी ही निवड केली आहे. जर सूरदास कृष्णाची चर्चा करतात, तर ती केवळ त्याच्या बालपणाची चर्चा करतात. नंतरचा भाग ते सोडून देतात. सूरदासांच्या हिमतीच्या बाहेरच्या गोष्टी आहेत या! ते अतिशय कमजोर आहेत. स्त्रीला बघण्याच्या भीतीने त्यांनी स्वत:चे डोळे फोडले. जरा विचार करा. डोळ्यांमुळे स्त्री दिसणार आणि तेच डोळे मोहात पाडणार, स्त्रीच्या प्रेमात पाडणार, तेच डोळे वासना निर्माण करणार म्हणून त्यांनी त्या डोळ्यांनाच नष्ट केलं, फोडून टाकलं. असा मनुष्य कृष्णाला पूर्णत्वाने स्वीकारू शकेल? सूरदासांचं कृष्णावर खूप प्रेम आहे. इतकं प्रेम करणारी माणसं कदाचित नसतीलच. मग काय करणार? कृष्णाचं दोन भागांत विभाजन करावं लागणार. लहानपणातल्या कृष्णाचा स्वीकार करणार आणि तारुण्यातल्या कृष्णाला अव्हेरणार. कारण तरुण कृष्ण समजण्या-पलीकडचा आहे. तरुण कृष्णाने जर डोळे फोडून टाकले असते, तर ते त्याला समजू शकले असते. पण तारुण्यातल्या कृष्णाचे डोळे... असे डोळे फार कमी लोकांपाशी असतील. इतक्या स्त्रिया आकर्षित होतील असे डोळे असणं फार कठीण. इतक्या स्त्रिया, की किती स्त्रिया आकर्षित झाल्या हा प्रश्न नाहीये, प्रश्न हा आहे की एकाच माणसाच्या डोळ्यांवर इतक्या स्त्रिया आकर्षित झाल्या. हे आकर्षण असाधारण असणार. डोळे म्हणजे चुंबक असणार. सूरदासांपाशी इतके

मौल्यवान डोळे नव्हते. कारण सूरदास उत्सुक होते. कोणी स्त्री उत्सुक होती, हे मला माहीत नाही.

सूरदास कसं निवडणार? तर मुलाला करतील स्वीकार – बाळकृष्ण! म्हणून कृष्णावर रचली गेलेली शास्त्रं ही निवड केलेली शास्त्रं आहेत. सूरदास कुणा वेगळ्याच कृष्णाला निवडतात. केशवदास!... केशवदासांना बाळकृष्णात अजिबात उत्सुकता नाही. केशवदासांचं मन, राग आणि रंगाचं मन आहे. त्यांचं मन तारुण्याचं आहे. डोळे फोडून घेणारं मन नाही, तर रात्रीही डोळे उघडे ठेवणारं मन आहे. तर केशवदासांनी काय करावं? ते बाळकृष्णाला विसरूनच गेले. काही घेणं-देणं नाही. त्यांनी तो कृष्ण निवडला जो नृत्य करणारा आहे. म्हणून नाही की त्यांना कृष्णाचं नृत्य समजलं, तर इतक्यासाठीच की त्यांचं मन नृत्य करणारं आहे. अशा कृष्णाला धरलं जो स्त्रियांचे कपडे झाडावर टांगून ठेवतो, त्यांना नग्न ठेवून. ज्या तऱ्हेने कृष्ण स्त्रियांना नग्न सोडून देतो अशा कृष्णाला ते समजून घेतात, म्हणून नाही, तर ते स्त्रियांना नग्न करू इच्छितात. तर केशवदासांची आपली निवड आहे, सूरदासांची आपली निवड आहे. भागवत काही वेगळं सांगतात आणि गीता काही वेगळं सांगते. ही निवड वाटली गेली आहे. कारण कृष्ण पूर्ण आहे आणि या पूणर्क्षत्वाला पचनी पाडायचं साहस पूर्ण माणसातच असू शकतं. अर्धा माणूस त्याचं विभाजन करेल, कापेल, तोडेल – म्हणेल इतकाच ठीक आहे. त्यापुढे डोळे बंद, त्यापुढे कृष्ण नाहीच. आणि असलाच तर ती एक कथा आहे अथवा मग नरकात असेल. आणि असलाच तरी आम्हाला त्याचा उपयोग नाही. म्हणून कृष्णाच्या व्यक्तिमत्त्वावर दगड – मैलाचे दगड लावले गेले आहेत. प्रत्येकाने आपापला भाग वाटून घेतला आहे. ज्याला जो प्रिय वाटतो तो भाग त्याचा. पण कृष्ण एका समुद्रासारखे आहेत. ज्यावर भले आम्ही आमचा घाट बनवू, तो घाट पूर्ण सागराला नाही वेढू शकत. तो आमच्या घाटाच्या जमिनीवरच बनतो, आमच्यावर नाही. तो सागराचं बंधन नाहीये. तो घाट म्हणजे आमची समज, आकलनशक्तीची सूचना आहे.

म्हणून मी पूर्ण कृष्णाबद्दल बोलणार. म्हणून गोष्टी अनेकदा अजाण राहतील, कठीण वाटतील, समजण्यापलीकडच्या होतील. तिथे तुम्ही स्वतःच्या आकलन-शक्तीपर्यंत राहू नका, बाहेर पडा. नाहीतर मैलाचा दगड येईल आणि त्यापुढला कृष्ण तुमच्या कामाचा राहणार नाही. आणि जर कृष्ण कामाचे आहेत तर ते पूर्णपणे आहेत. कोणतीही व्यक्ती संपूर्णपणे कामाची असते. कापून कापून मृतवत् माणूस हातात येतो, जिवंत माणूस संपून जातो. पूर्ण कृष्ण हातात येण्याची एकच शक्यता आहे की तुम्ही पूर्णला निवड न करता त्याला समजून घ्यायचं मान्य कराल. आणि हे समजणं अतिशय आनंदाचं, कारण त्याला समजून घेता घेता तुम्हीही पूर्ण होऊ शकाल. निवड करणं सोडून दिलंत तर अचानक तुम्हाला जाणवेल की तुमचे

विरोधक मिळून-मिसळून वागू लागले. तुमच्यातही प्रकाश-सावली एक होऊ लागली. तुमच्यातही एक तुकड्या-तुकड्याचं व्यक्तिमत्त्व आहे, जे एक होऊ लागलं. तुम्हालाही योग उपलब्ध होऊ लागला. कृष्णासाठी योग याचा एकच अर्थ आहे अखंड, एक होऊन जाणं!

योगाची दृष्टी अखंडच असू शकते. म्हणून कृष्णाला महायोगी म्हटलं गेलं. योगी तर अनेक आहेत; पण तिथे निवड आहे. अखंडत्व नाहीये.

या अखंड कृष्णाची चर्चा कठीण तर पडेलच, खूप कठीण कारण बुद्धीची जी विचारप्रणाली आहे ती खंडित आहे. बुद्धी जुन्या विचारांची आहे की नव्या विचारांची, किती प्राचीन, शास्त्रोक्त – त्याने काही फरक पडत नाही. बुद्धीचा एकच धर्म आहे. ती तुकडे करत जाते. निर्णय घेते – योग्य की अयोग्य!

जर तुम्हाला कृष्ण समजून घ्यायचा असेल तर या दहा दिवसांत निर्णय करूच नका. केवळ ऐका, समजून घ्या. निर्णयापर्यंत पोहोचू नका. आणि जिथे जिथे कळणार नाही, ते सोडून द्या आणि कळत नाही तर त्यातही शिरण्याचा प्रयत्न करा. अवास्तव अनेकदा वाटेल; कारण कृष्णाला वास्तव बनवता येत नाही. त्याला बुद्धिगत बनवता येणं शक्य नाही. आणि बुद्धीच्या पलीकडचं असंही आहे.

म्हणून कृष्णाला तर्कशुद्ध साच्यात बसवता येणं अशक्य आहे. त्यांना तर्क–खंड मान्य नाहीत. सर्वच खंडांतून त्यांचं वाहणं आहे. आमचे घाट त्यांना मान्य नाहीत, प्रत्येक घाटाला स्पर्श करत ते जातात. म्हणून कठीण तर वाटेलच. सर्वांत मोठी गोष्ट म्हणजे तुमचा घाट हरवत जाईल. चुकेल, पण कृष्ण चुकणार नाहीत. ते म्हणतील, 'पुढेही मीच आहे.' वाईट घाटांवरही लाटांना मी पोहोचवतो आणि चांगल्या घाटांवरही शांतीची बाजूही आहे आणि युद्धात मी चक्र घेऊनही उभा आहे. माझ्या प्रेमाला अंत नाही; पण तलवारीने मानही कापेन. मी पूर्णत्वाने संन्यासी आहे; पण गृहस्थाश्रम स्वीकारण्यात मला त्रास नाही. परमात्मा आणि विश्व दोहोंकडे माझं मन आहे. संसारासाठी मी परमात्म्याला सोडू शकत नाही आणि परमात्म्यासाठी विश्व सोडू शकत नाही. सर्व स्वीकार – तशी मी शपथच घेतली आहे. मी प्रत्येक रंगात असेन.

म्हणून कृष्णाला अजूनपर्यंत संपूर्ण भक्त मिळालेला नाही. अर्जुनही नव्हता. नाहीतर इतके कष्ट घ्यावे लागले नसते. युद्धाच्या मैदानावर गीतेसारखं एवढं मोठं वक्तव्य करावं लागलं नसतं. तर आपण विचार करू शकतो की अर्जुन किती शंकेखोर, तर्कवितर्क करणारा...! सर्व प्रकारचे प्रयत्न केले असतील. युद्धाच्या क्षणी, रणशिंगं वाजली असतील, दोन्ही पक्ष एकमेकांसमोर उभे ठाकले असतील. युद्धाचा घंटानाद वाजला असेल आणि इतकी मोठी गीता समजवावी लागली. अर्जुन अमान्य करत राहिला. त्याची बुद्धी सांगत राहिली की कृष्ण असंही सांगतात आणि

तसंही सांगतात. अर्जुन कृष्णाला म्हणतो, 'तुमच्यात विरोधाभास आहे. तुम्ही दोन्ही गोष्टी सांगता.' अर्जुनाच्या सर्व प्रश्नांना तर्क आहे, एक संगती आहे आणि या दोन्ही बाजूंनी बोलणाऱ्या कृष्णामुळे तो गोंधळलेला आहे. म्हणून तो पुन:पुन्हा 'समजवा' असं म्हणतो. पण समजवता येत नाही. कृष्णासारख्या पूर्ण व्यक्तीलाही समजवता येत नाही. समजावून थकल्यावर मग कृष्णाला दुसरा पर्याय शोधावा लागतो. स्वत:चं संपूर्ण दर्शन! त्याशिवाय पर्यायच नाही. अर्जुन मागूच शकत नाही. एका गोष्टीचं खंडन दुसऱ्या गोष्टीने करणाऱ्या कृष्णाला कसं काय समजून घेता येईल? संगती नसलेल्या दोन्ही गोष्टी! करुणा, ममता समजवणारा कृष्ण लगेचच हिंसा करण्यासही भाग पाडतो.

मग दुसरा पर्याय राहत नाही. अर्जुन मान्य करत नाही. युद्धाची वेळ टळत चालली आहे. सर्व सारथी, सगळे योद्धे तयार आहेत. लगाम खेचले गेले आहेत आणि अर्जुन गोंधळलेला – सर्व काही त्याच्यावरच अवलंबून. हा पळून गेला तर सगळेच कोसळणार. हा सर्व खेळ, हे सर्व नाटक, ही एवढी मोठी तयारी सर्व व्यर्थ जाणार. कृष्ण समजावून थकतात आणि मग त्याला त्यांचं विराट, पूर्ण दर्शन देतात. संपूर्ण रूप बघून अर्जुन घाबरतो. कुणीही घाबरेल. संपूर्ण दर्शनाचा अर्थ असा आहे की संपूर्ण विरोधाभास एकत्र येतात. त्यांच्या आत सर्व काही दिसू लागतं. जन्मही आणि मृत्यूही एकत्र! आम्हाला सोपं असतं. सत्तर वर्षांपूर्वी जन्म होतो, सत्तर वर्षांनंतर मृत्यू येतो. दोहोंत इतकं अंतर असतं की आम्हाला व्यवस्थित सर्व ठरवता येतं की जन्म ही वेगळी घटना आहे आणि मृत्यू ही वेगळी घटना आहे. पण तिथे जन्म आणि मृत्यू एकदम दिसू लागतात त्यांच्या आत. जग निर्माण होताना आणि विनाश पावताना एकदम एकत्र दिसतं. प्रलय आणि सृजन एकाचवेळेस घडतं. तर अर्जुन घाबरून जातो, ओरडतो, म्हणतो, 'बंद करा हे तुमचं रूप! मी मरून जाईन. मी नाही बघू शकत हे आणखी. बंद करा.' पण त्यानंतर तो काहीही प्रश्न विचारत नाही. पण त्याचा अर्थ असा नाही की तो मान्य करतो. त्याने बघितलं पण त्याच्या बुद्धीला प्रश्न पडतच राहतात. प्रश्न निर्माण करणं हे बुद्धीचं कामच आहे.

तर तुम्हाला जितके प्रश्न विचारायचे असतील मला, विचारा. पण कृष्णाला समजणं – असा प्रश्न विचारू नका. तुमचे सर्व प्रश्न, सर्व बुद्धी माझ्यावर उमटवा; पण कृष्ण अनेक ठिकाणी निर्बुद्धमध्ये प्रवेश करतील, तिथे धैर्याची गरज आहे, मोठं साहस हवं, तिथे चलायचं मान्य करा. तुमचं प्रकाशित क्षेत्र हरवून जाईल. अंधाराला सुरुवात होईल. तुमची दारं तिथे दिसणार नाहीत, तिथे साफ-सुंदर रस्ते दिसणार नाहीत, तिथे सर्व रहस्यमय होईल. तिथे गोष्टी जुन्या चेहऱ्यांनी, रूपरेषेत, आकारात असणार नाहीत. तिथे सगळे आकार डामाडोल

होतील. सर्व संगती, सर्व विरोध गळून जातील आणि तेव्हा तुम्हाला त्या विराटाजवळ पोहोचण्याची संधी मिळेल. आणि असं नाही की अर्जुनाची काही विशेष योग्यता होती त्या विराट दर्शनाच्या लाभाची. सर्वांचीच तशी योग्यता आहे आणि जे प्रश्न अर्जुनाने प्रस्थापित केले ते प्रश्न कुणीही प्रस्थापित करू शकलं असतं. जर तुम्ही कुणीही त्या रहस्यात उतरू इच्छिता तर त्या विराटाचं दर्शन तुम्हालाही होऊ शकलं असतं. जर तुम्ही कुणीही त्या रहस्यात उतरू इच्छिता, तर त्या विराटाचं दर्शन तुम्हालाही होऊ शकतं. ते विराट दर्शन तुमच्या समोरही येऊ शकेल. त्या विराटालाच आणण्याचा मी प्रयत्न करेन. त्या विराटाचं नाव कृष्ण आहे. कृष्णाशी काही देणं-घेणं नाही. तो जो विराट, विशाल आहे; समस्तचा जोड आहे त्याचंच प्रतीकवाची नाव कृष्ण आहे.

म्हणून अनेकदा कृष्णाची ही चर्चा इथे-तिथे तुटेल, सुटेल तर घाबरू नका. मी तर त्या विशालाचा पूर्ण काळ प्रयत्न करेन आणि तुम्ही जर मान्य केलंत तर घटना घडू शकते आणि ती घटना कुरुक्षेत्रावर घडायला हवी असं अजिबात नाही. मनालीतही घडू शकते.

'भगवान श्री, पुढल्या चर्चेला सुरुवात करण्याअगोदर मागचा एक मुद्दा राहून गेला, तो आधी विचारतो. बुद्धांच्या दुःखाच्या धारणेचं जे जीवनाचं तथ्य आहे आणि तथ्याला समोर ठेवण्यात काय चूक आहे? जसं सामान्य आयुष्य आत्ता आहे, त्यात दुःख नाही?'

'दुःख हे जीवनाचं तथ्य आहे; पण दुःखच जीवनाचं तथ्य आहे असं मात्र नाही. सुख हेही जीवनाचं तथ्य आहे. सुख-दुःख समपातळीवरच आहेत. जेव्हा आपण केवळ दुःखालाच तथ्य मानतो, तर ते अतथ्य होतं; कारण सुख कुठेतरी सोडून दिलेलं असतं. जीवन जर केवळ दुःखच असतं तर बुद्धाला समजवण्याची आवश्यकता भासली नसती आणि समजावूनही कुणी पळून जात नाही. आम्हीसुद्धा दुःखात राहतो, जगतो, तरी पळून जात नाही. दुःखाहून वेगळंही काही असायला हवं जे थांबवून ठेवतं. कुणाला प्रेमात दुःख असतं, कारण प्रेमाच्याही काही अडचणी आहेत; पण जर त्यांना प्रेम करण्यात सुख नसेल, तर इतकं दुःख ते का सहन करतील? आणि जर कणभराच्या सुखासाठी डोंगराएवढं दुःख स्वीकारलं जात असेल, तर मानावं लागेल की त्या कणभर सुखाची तीव्रता डोंगराएवढ्या दुःखापेक्षा खचितच जास्त आहे. सुखही सत्य आहे.

समस्त त्यागवादी केवळ दुःखावर भर देतात, म्हणून ते असत्य होतं. समस्त

भोगवादी सुखावर भर देतात म्हणून तेही असत्य होतं. कारण त्यांना वाटतं की दुःख नाहीच. लक्षात ठेवा, असं झाल्यावर निम्मे सत्य, असत्य होऊन जातात. सत्य असेल तर ते पूर्णच असेल, अर्धं असू शकत नाही. कुणी म्हणेल केवळ जन्मच आहे तर ते असत्य होईल; कारण जन्माबरोबरच मृत्यूही आहे. कुणी म्हणेल, मृत्यूच आहे तर तेही असत्य; कारण मृत्यूच्या बरोबरीने जन्म आहे.

जीवन म्हणजे दुःख, असं इतकंच जर प्रचलित झालं, तर ते अतथ्य होऊन जातं. पण जर जीवन म्हणजे सुख-दुःख असं म्हटलं, तर ते तथ्य आहे. आणि जर नीट बघितलं, तर सुखाला जोडून दुःख आणि दुःखाला जोडून सुख असं जीवन आहे. समजणं कठीण आहे की दुःख कधी संपतं आणि सुख कधी सुरू होतं, सुख कधी दुःख होतं? रोज हेच घडतं. जे आज सुख वाटतं तेच उद्या दुःख वाटू शकतं. जे उद्या सुख वाटेल ते आज दुःख वाटू शकतं. जर मी तुम्हाला मिठी मारतो, सुख वाटेल; मिठी सोडतो तर दुःख वाटेल. पण जास्त काळ जर मिठी मारून राहिलो तर तुम्ही आजूबाजूला बघाल, कुणी बघत तर नाही ना? आता मिठी सोडवावी कशी? म्हणून जे जाणकार असतात ते असं वाटण्याआधीच मिठी सोडून देतात. हात हातात घेतला नाहीत तर लगेच सोडून द्यायला सुरुवात करा, अन्यथा लगेचच दुःख सुरू होईल. आम्ही सगळेच आमच्या सुखाला दुःख बनवतो. आम्हाला सुख सोडायचं नसतं. म्हणून जोरात धरून ठेवतो. जोरात धरून ठेवल्यावर दुःखाची सुरुवात होते. आणि जे इतक्या जोरात धरून ठेवलं आहे ते सोडताना कठीण जातं.

दुःखाला आम्ही एकदम सोडू इच्छितो. सोडायला बघतो म्हणून दुःख अजून खोलवर जातं. दुःखाला जर धरून ठेवलंत काही काळ तर समजेल की सुख वाटू लागलं आहे. दुःखाचा कदाचित अर्थ असा आहे की अनोळखी असतो आपण त्याला, थोड्याच काळात ओळखीचे होतो. सुखाचा अर्थही तसा आहे कदाचित की सुखाला अनोळखी असतो, थोड्याच काळात ओळखीचे होतो. आणि ओळख सर्व काही बदलून टाकते.

मी एका माणसाबद्दल ऐकलं आहे. तो एका नव्या गावात गेला. एका माणसाकडून त्याने रुपये उधार मागितले. तो माणूस म्हणाला, ‘विचित्रच आहात तुम्ही! माझी-तुमची ओळख नाही आणि तुम्ही पैसे मागता?’ तो म्हणाला, ‘विचित्र मी आहे की तुम्ही आहात? मी माझं गाव सोडून आलो; कारण तिथली माणसं म्हणतात की आम्ही तुला ओळखून आहोत, मग पैसे कसे देणार? तर मग आता ओळख झाल्यावर देणार का? आता मी कुठे जाऊ? असं कुठलं गाव आहे का जिथे मला रुपये उधार मिळतील?’

आम्ही सर्वच, आम्ही जे तोडून, तुकडे करून बघतो, त्याने कठीण परिस्थितीला,

समस्यांना सुरुवात होते. नाही, असं कुठलंही गाव नाही. सर्व गावं एकसारखीच आहेत.

असं कुठलंही ठिकाण नाही जिथे सुखच सुख आहे. असं कुठलंही ठिकाण नाही जिथे दुःखच दुःख आहे. म्हणून स्वर्ग आणि नरक या केवळ कल्पना आहेत. एका ठिकाणी आम्ही दुःखच दुःख गोळा केली आहेत आणि एका ठिकाणी सुखच सुख गोळा केलं आहे. नाही. जिथे जीवन आहे तिथे सुखही आहे आणि दुःखही. नरकातच विश्रांतीचं सुख असेल आणि स्वर्गातही थकल्याचं दुःख असेल.

बर्ट्रेंड रसेलने कुठेतरी असं म्हटलं होतं की मी स्वर्गात जाऊ इच्छित नाही; कारण जिथे सुखच सुख असेल, तिथे हे सुख आहे हे कसं समजणार? जिथे कोणतंही आजारपण नाही, तिथे आरोग्य कसं समजणार? जिथे जे हवं ते मिळतं, तिथे मिळण्यातलं सुख कसं असणार? काही मिळण्याचं सुख न मिळणाऱ्या प्रदीर्घ आशेनंतर मिळतं. म्हणून जी गोष्ट मिळते, ती संपून जाते. वाट पाहण्यातच सर्व सुख आहे. जोपर्यंत मिळत नाही, तोपर्यंत सुखच सुख आहे. मिळालं की हात रिकामे होऊन जातात. आम्ही मग विचारत राहतो की आता कोणत्या कारणासाठी दुःखी व्हावं? आता कशाची वाट बघावी? कुणाची वाट बघण्यात सुख मानावं? काय मिळवण्यासाठी वाट बघू, ज्यात सुख मिळेल?

रब चाइल्ड नावाचा अब्जोपती मरणासन्न होता. त्याच्या संदर्भात एक कथा आहे. खरी की खोटी ते माहीत नाही. त्याने आपल्या मुलाला सांगितलं की, मी अब्जोपती आहे पण तरीही मला सुख मिळालेलं नाही हे तू बघतोच आहेस. पैसा म्हणजे सुख नाही.' मुलगा म्हणाला, 'तुमच्या जीवनातून एक बघितलं, पण अजूनही एक गोष्ट बघितली की जवळ पैसा असेल तर मनाच्या दुःखाची निवड करता येते. आणि ही निवड सुखकारक असते. मला माहीत आहे की तुम्ही सुखी नव्हतात; पण जे काही दुःख हवं होतं ते तुम्ही निवडलंत. एका गरीब माणसाला मात्र त्याला जे दुःख हवं ते तो निवडू शकत नाही. गरीब आणि श्रीमंत माणसाच्या दुःखात खूप फरक नसतो, निवड काय करावी – यात फरक असतो. गरिबाला त्याच स्त्रीबरोबर दुःख भोगावं लागतं जी नशिबी आली आहे. श्रीमंताला स्त्रियांची निवड करता येते, ज्यांच्याबरोबर दुःख भोगायचं असतं. पण हेही सुख काही कमी नाही.'

ज्यांना आम्ही सुख-दुःख म्हणतो, अगदी खोलवर गेलो तर समजतं की एकाच गोष्टीची ती दोन रूपं आहेत. मग जे दुःख माझ्यासाठी दुःख आहे, ते तुमच्यासाठी सुख असू शकतं. जर माझ्याकडे एक कोटी रुपये आहेत आणि पन्नास लाख जर हरवतात, तर माझ्याकडे पन्नास लाख उरतात, तरीही मी दुःखी होईन. तुम्हाला जर पन्नास लाख मिळतात तर माझ्याकडे आणि तुमच्याकडे पन्नास-पन्नास

लाख रुपये असतात. दोघांची स्थिती एकच असते तरीही मी रडतो आणि तुम्ही आनंदाने नाचता. पण लक्षात ठेवा, किती काळ नाचणार? कारण तुमच्याकडे पन्नास लाख असतात; पण ते हरवण्याची शक्यता निर्माण होते आणि मी किती काळ रडणार? पन्नास लाख हरवले तर ते पुन्हा कसे मिळवता येतील, कमवता येतील, त्या विवंचनेने मी कामाला लागतो.

नाही, माझं सुख तुमचं सुख होऊ शकत नाही. ना माझं दुःख तुमचं दुःख होऊ शकतं. माझं आजचं सुख क्षणभरानंतरही सुखच राहू शकत नाही. पण दोन्ही गोष्टी सत्य आहेत असंच म्हणावं लागतं, कारण आमची सर्व भाषा 'दोन' असंच मानून चालते. सत्य एकच आहे, जे कधी सुख वाटतं. ते कधी दुःखासारखं दिसू शकतं. सुख आणि दुःख या आमच्या व्याख्या आहेत. सुख आणि दुःख अशी स्थिती कमी, व्याख्याच जास्त आहेत. आणि व्याख्या हजारो गोष्टींवर अवलंबून असतात. त्या हजारो गोष्टी आमच्यावर अवलंबून असतात.

पण दोन्ही एकाच वेळेस सत्य आहेत, हे जर लक्षात राहिलं तर मग बुद्धाचं सत्य अपूर्ण वाटतं. तरीही ते परिणामकारक असेल, प्रभावी असेल. बुद्धांना शिष्य मिळतील, कोट्यवधी... पण कृष्णाला शिष्य मिळू शकत नाहीत. चार्वाकला अनुयायी मिळतील, कृष्णाला नाही. दोघेही निवड करतात. आणि 'अति'ची निवड करतात आणि स्वच्छपणे सांगतात की गोष्टी या अशा आहेत. आम्हाला त्या गोष्टी तशा दिसू लागल्या की आम्हीही म्हणतो, अगदी योग्य! तुम्हालाही बुद्ध प्रत्येक दृष्टिकोनातून योग्य वाटतील असं नाही. तुम्हाला बुद्ध तेव्हाच योग्य वाटतील जेव्हा तुम्ही दुःखात असाल. सुखी माणूस बुद्धाची उपेक्षा करेल; जो स्वतःला आत्ता सुखी समजतो आहे. दुःखी झाल्याबरोबर बुद्धाची वचनं सार्थक वाटतील.

पण कृष्ण नेहमीच एक कोडं वाटतील. तुम्ही सुखात असा अथवा दुःखात; कृष्ण कोडंच वाटतील. कृष्ण तर तुमच्यात दोन्ही होऊन राहू इच्छितात. एकासाठी तुम्ही मान्यता द्या, तुमच्या लक्षात येण्यास सुरुवात होईल. जेव्हा तुम्ही म्हणू शकाल की दुःख आहे तर मान्य; सुख आहे तर तेही मान्य. सुख आहे तर ते येणाऱ्या दिवसांतलं दुःख आहे. दुःख आहे तर ते पुढे येणाऱ्या दिवसांतलं सुख आहे. आम्ही या दोन गोष्टींना वेगवेगळी नावं नाही देत. आम्ही नावं देणंच बंद केलं. आता जे येईल-जाईल, आता व्याख्या करत नाही. तेव्हा तुम्ही कुठे असाल? तेव्हा तुम्ही आनंदात असाल. तेव्हा तुम्ही ना सुखात असाल, ना दुःखात असाल. ज्या माणसाने घटनांच्या व्याख्या करण्याचं बंद केलं, तो माणूस आनंदात प्रवेश करतो. आणि जो आनंदात आहे, तो कृष्णाला समजू शकेल. तोच समजू शकेल.

आनंदाचा अर्थ असा नाही की आता दुःख येणारच नाही. आनंद याचा अर्थ इतकाच की आता तुम्ही त्या व्याख्या करणं बंद करून टाकाल, ज्या सुख निर्माण

करत, अथवा सतत सुखाची मागणी करत. आता गोष्टी अशा– ऊन्ह ऊन्ह असेल आणि सावली सावली असेल. कधी ऊन्ह, कधी सावली. त्याने प्रभावित होणं बंद होईल; कारण आता तुम्हाला माहीत आहे की गोष्टी येतात आणि निघून जातात. आणि तरीही तुम्ही तुम्हीच राहता. आणि हे जे राहणं आहे, मागे उरणं आहे चेतनेचं, हीच कृष्ण चेतना आहे. तुम्ही म्हणता, 'सुख आलं, सुख गेलं; दुःख आलं, दुःख गेलं आणि तुम्ही बघत राहता कारण ही व्याख्या माझी नाही, तुमची आहे. हे सर्व माझ्यावरून निघून जातं आहे.' तेव्हा तुम्ही आनंदित होता.

कृष्णासाठी जीवनाच्या सार्थकतेचा जो शब्द आहे, तो म्हणजे आनंद! दुःख, सुख दोन्ही सार्थक नाहीयेत. आनंदाची वाटणी करून निर्माण केलेलं आहे. ज्या आनंदाचा तुम्ही स्वीकार करता ते सुख आहे असं म्हणता आणि ज्या आनंदाचा स्वीकार तुम्ही करत नाही, ते तुमच्यासाठी दुःख असतं. आनंद हे पूर्ण सत्य आहे. म्हणून आनंदाच्या विरुद्ध कोणताही शब्द नाही. सुखाच्या उलट मात्र दुःख आहे. प्रेमाच्या उलट घृणा आहे. बंधनाच्या उलट मुक्ती आहे. आनंदाच्या उलट मात्र कोणताही शब्द नाही. आनंदाच्या विरुद्धची कोणतीही अवस्था नाही. म्हणून स्वर्गाच्या उलट नरक आहे; पण मोक्ष याच्या उलट काहीही नाही. कारण मोक्ष ही आनंदाची अवस्था आहे. मोक्ष याचा अर्थच मुळी असा की आता सुख-दुःख समपातळीवर आहे. स्वीकृतीचा भाव प्राप्त झाला.

आता तुम्ही पुढे चला, नाही तर कठीण पडेल.

'कृष्णाला पूर्णावतार म्हणण्याची कारणं काय काय आहेत? काही नवीन कारणं सांगा आणि चौसष्ट कला या संदर्भात सविस्तर प्रकाश पाडा, सांगा.'

नाही, पूर्ण म्हणण्याचं अजून काही कारण नाही. जी व्यक्ती शून्य होऊन जाते, पूर्ण होते. शून्यता ही पूर्णची भूमिका आहे. जर ठीक, योग्य सांगायचं असेल तर शून्य हेच एकमात्र पूर्ण आहे. म्हणून तुम्ही अर्धं शून्य घेऊ शकत नाही. भूमितीतही अर्धं शून्य नसतं. 'अर्धं' याला काही अर्थ नाही. शून्याचे दोन भाग कसे काय करता येणार? आणि ज्याचे दोन भाग होऊ शकतात त्याला शून्य कसं म्हणायचं? शून्याचं विभाजन होत नाही. जिथे विभाजन सुरू होतं तिथे संख्या सुरू होते. म्हणून शून्यानंतर आम्हाला 'एक' म्हणावं लागतं. एक, दोन, तीन... मग हे संख्यांचं जग आहे. सर्व संख्या शून्यातून सुरू होतात आणि शून्यात संपतात. शून्य एकमात्र पूर्ण आहे.

शून्य कोण होऊ शकतं? तोच पूर्ण होऊ शकतो. कृष्णाला पूर्ण म्हणण्यात

एक अर्थ आहे. कारण हा गृहस्थ अगदी शून्य आहे. शून्य तो होऊ शकतो, जो निवड करत नाही. तो म्हणतो की 'मी चोर आहे' शून्य कापलं गेलं. तो म्हणतो 'मी साधू आहे' शून्य कापलं गेलं. तो माणूस कुणीतरी झाला. त्याने काहीतरी एक स्वीकारलं. जर तुम्ही कृष्णाला विचारलंत की 'तू कोण आहेस?' तर तो सार्थक उत्तर देऊ शकत नाही. तो गप्प राहील. काहीही उत्तर दिलं, म्हणजे निवड केली गेली. खरं तर ज्याला सर्व काही व्हायचं आहे, त्याने काहीही न होण्याची तयारी करावी.

झेन फकिरांमध्ये एक परवलीचं वाक्य आहे 'वन हू वॉन्ट्स टू बी एव्हरीव्हेअर, मस्ट नॉट बी एनीव्हेअर!' ज्याला सर्व काही व्हायचं असतं, त्याने काहीही होऊ नये. कसा काय होऊ शकणार? निवड नको. निवड नसणं, शून्यता देणं. मग तुम्ही जे काही आहात, ते आहात. पण सांगू शकत नाही की कोण काय आहे? म्हणून अर्जुन विचारतो, 'तुम्ही सांगा, तुम्ही कोण आहात?' तर कृष्ण उत्तर देत नाही. आणि हेच त्याचं पूर्णत्व आहे. पूर्णचं गहिरं कारण त्यांचं शून्य व्यक्तिमत्त्व हे आहे. जो कुणी काहीतरी आहे, तो अडचणीत सापडेल. कारण जीवन त्याला अशा ठिकाणी घेऊन जाईल जिथे त्याचं काही असणं हे बंधनकारक ठरेल.

कबीरांच्या घरी अनेक जण येत, राहत. कबीर त्यांना 'जेवून जा' असं सांगत. पण एके दिवशी त्याचा मुलगा म्हणाला, 'किती काळ हे असं चालणार? कर्जाखाली दबत चाललो आहोत आपण.' कबीर म्हणाला, 'उधार घेत जा.' मुलगा म्हणाला, 'फेडणार कोण?' कबीर म्हणाले, 'जो देतो तोच फेडेल. आम्ही का काळजी करावी?' पण मुलाला समजलं नाही. तो गणित – हिशेब बघणारा माणूस! तो म्हणाला, 'असं म्हणून चालणार नाही. हे अध्यात्म नाही. इथे ज्यांच्याकडून आम्ही घेतो, ते मागतात. आणि जर दिलं नाही तर आपण चोर ठरू. फसवणूक करतो आहोत असं होईल.' कबीर म्हणाला, 'सिद्ध हो! त्यात हरकत काय? आणि लोकांनी आम्हाला चोर म्हटलं तरी त्याने काय फरक पडतो?' मुलगा म्हणाला, 'हे माझ्या सहनशक्तीच्या पलीकडचं आहे. तुम्ही कृपा करून लोकांना जेवायचा आग्रह करू नका.' कबीर म्हणाला, 'ठीक!'

पण दुसऱ्या दिवशी पुन्हा काही माणसं आली आणि कबीर त्यांना म्हणाला, 'जेवून जा' आणि ते जेवले. मुलगा म्हणाला, 'तुम्ही मान्य केलं होतंत.' कबीर म्हणाला, 'मी कुठलं वचन देऊ शकत नाही. कारण मला बंधनात अडकायचं नाही. व्हायचं असेल तसं तेव्हा होईल. जेव्हा एखादा दिवस नाही म्हणावंसं वाटलं तर नाही म्हणणार; पण जर ओठांतून शब्द जात असतील तर जातील.' मुलगा म्हणाला, 'मग हे जास्त काळ चालणार नाही. मला चोरीच करावी लागेल. आता गावातल्यांनी उधार देणं बंद केलं आहे.' कबीर म्हणाला, 'वेडा, हे आधी का नाही

सांगितलंस? उधारीच्या त्रासातून वाचलो असतो.' मुलाला आश्चर्य वाटलं, कारण कबीर नेहमी चांगल्या गोष्टी बोलायचा. हे असं का म्हणाला? त्याला वाटलं, तपासून घ्यावं. कबीर गंमत तर करत नाही?

तर रात्री त्याने कबीराला उठवलं. म्हणाला, 'मी चोरी करायला जात आहे. तुम्ही येताय बरोबर?' कबीर म्हणाला, 'आता उठवलं आहेसच तर चल, येतो.' मुलाला वाटलं खरंच हे चोरी करायला तयार झालेत? पण मुलगाही कबीराचाच होता. त्याला इतक्यात हार मानणं मान्य नव्हतं. आणि कदाचित ते गंमतच करत असतील! तो गेला आणि त्याने भिंत फोडायला सुरुवात केली. कबीर तिथेच उभे राहिले. मुलगा विचार करू लागला, अजूनही कबीर असं म्हणत नव्हते की, गंमत बस झाली, थांब. तो घाबरला. कबीर म्हणाले, 'घाबरतोस कशाला?' मुलगा म्हणाला, 'चोरी करतो आहे. घाबरू नको?' कबीर म्हणाले, 'घाबरतो आहेस म्हणून स्वत:ला चोर समजतो आहेस. नाही तर कारणच काय चोर समजायचं? घाबरू नकोस. नीट भिंत फोड. नाही तर विनाकारण घरातल्या लोकांची झोप उडेल.' मुलाने कशीतरी भिंत फोडली. निदान आता तरी गंमत संपेल? म्हणाला, 'आत जायचं?' कबीर म्हणाले, 'चल.' चोरी तर अशी काही करायची नव्हती. धान्यच हवं होतं. गहू... त्यांनी गव्हाचं एक पोतं ओढलं. कबीर म्हणाले, 'पहाट होत आली आहे. आता या घरातल्यांची झोपमोड झाली तरी चालेल. त्यांना उठव आणि सांग की आम्ही गव्हाचं एक पोतं चोरून नेत आहोत. नाही तर उगीचच काळजी करत राहतील. शोधाशोध करतील.'

कबीराला मानणारे, कबीराच्या या घटनेला समजू शकणार नाहीत. अमान्य करतील. कबीर साधू आहे की चोर? ठरवता येणं कठीण. चोर म्हणजे काही कमीपणा नाही. चोरी केली गेली. साधू आहे यातही शंका नाही कारण विचारतो की घाबरतोस कशाला? घरातल्या लोकांना उठवून सांग, त्यांना त्रास नको शोधाशोध करण्याचा. मुलगा म्हणतो, 'घरातल्यांना सांगितलं तर ते चोर म्हणतील.' कबीर म्हणतो, 'चोरी केली आहे म्हणजे चोर आहोतच. चोरच समजणार आणि त्यात काही गैरही नाही.' मुलगा म्हणतो, 'गावभर चर्चा होईल की तुम्ही चोर आहात. मग कोण येणार तुमच्याकडे?' कबीर म्हणतो, 'चल, म्हणजे त्रास वाचेल. कुणी येणार नाही, कुणाला जेवायला द्यावं लागणार नाही.' पण हे मुलाला समजत नाही. सगळं वेगळंच घडतं.

कृष्ण पूर्ण असण्याचा दुसरा अर्थ असा आहे की कृष्णाच्या जीवनात ते सर्व काही आहे जे एकाच आयुष्यात घडणं कठीण आहे. अशक्य वाटतं. सर्व आहे, विरोधी! कृष्णापेक्षा जास्त असंगत व्यक्तित्व नाही. जीझस, महावीर, बुद्ध यांच्या जीवनात एक तर्कसंगती आहे. बुद्धाचा एक भाग समजून घेतला तर संपूर्ण बुद्ध

समजून घेता येतात. रामकृष्णांनी म्हटलं आहे की एका साधूला समजून घेतलंत तर सर्व साधू समजतात. हे कृष्णाला लागू पडत नाही. रामकृष्ण म्हणतात की समुद्राचा एक थेंब समजून घेतलात की संपूर्ण समुद्र समजतो. हे कृष्णाला लागू पडत नाही. समुद्र एक रस आहे. एक थेंब चाखलात तर खारट आहे, दुसरा थेंबही खारटच आहे. पण कृष्णात साखरही मिळू शकते... कृष्णाचं व्यक्तित्व सर्वरसभरित आहे.

तशाच त्यांच्या जीवनात सर्व कला आहेत. कृष्ण कलाकार नाहीयेत. कारण कलाकारामध्ये एकच कला असते. कृष्णच कला आहे. तेव्हा सर्व पूर्ण होऊन जातं. म्हणून ज्यांनी त्यांना पाहिलं, जाणलं, ओळखलं त्यांना सर्व प्रकारची अतिशयोक्ती करावी लागली. कारण आमच्याकडे जो 'अति' हा शब्द आहे त्याचा वापर आम्हाला करावा लागेल. आणि कठीण अजूनही होतं की याशिवायही अती शब्दाचा उपयोग करावा लागेल. ते थंड आणि उष्ण एकाच वेळेस आहेत. आम्ही थंड आणि उष्ण-गरम वेगवेगळं करतो. दोन भागांत विभाजन करतो. पण जर आम्ही पाण्याला विचारलं की तू गरम आहेस की थंड? पाणी काय म्हणेल यावर? पाणी म्हणेल तुमचा हात घालून बघा, तर समजेल. कारण मी गरम आहे की थंड हा प्रश्न नाहीये. प्रश्न असा आहे की तुम्ही गरम आहात की थंड?

तुम्ही जर गरम असाल तर पाणी थंड वाटेल आणि तुम्ही जर थंड असाल तर पाणी गरम वाटेल. पाण्याचं थंड-गरम असणं तुमच्यासाठी सापेक्ष आहे. म्हणून तुम्ही तुमचा एक हात शेगडीवर धरून गरम करता आहात आणि दुसरा हात बर्फात ठेवून थंड करता आहात आणि मग एकाच बादलीत दोन्ही हात घालता तर प्रश्न पडेल, जो कृष्णाच्या संदर्भात उद्भवतो. तेव्हा पाणी थंड-गरम दोन्ही आहे असं वाटतं. एक हात म्हणेल, पाणी गरम आहे. दुसरा हात म्हणेल, पाणी थंड आहे. तुम्हाला वाटेल, तुमच्या हातात काहीतरी गडबड आहे. हात योग्य तेच सांगत आहेत. हातांनी नेहमीच योग्य ते सांगितलं आहे. खरं तर हात जे काही सांगतात ते आपल्या अपेक्षेप्रमाणे, आपल्या सापेक्षतेने सांगतात. ते सांगतात की पाण्यात आणि माझ्यात काय संबंध आहे?

तर तुम्ही कुणा कृष्णावर प्रेम करणाऱ्या राधेला विचारलंत तर ती काही वेगळं सांगेल. ती त्यांना पूर्ण भगवान असं कदाचित म्हणणार नाही किंवा म्हणेलही. ते तिच्यावर अवलंबून! कृष्णावर अवलंबून नाही. राधेवरच अवलंबून असेल. राधेने जर कृष्णाला कुणा दुसऱ्या स्त्रीबरोबर नाचताना बघितलं, तर ती त्याला भगवान म्हणणार नाही. आता हे पाणी अगदी थंड आहे असं वाटेल. पाणी वाटणारच नाही अशीही शक्यता आहे. पण जर कृष्ण राधेबरोबर नाचत आहे तर ते इतकं पूर्ण नाचतात तिच्याबरोबर की तिला वाटू शकतं की ते पूर्णपणे तिचे आहेत. तेव्हा ती

त्यांना भगवानही म्हणू शकते. सर्व राधा, जेव्हा कुणी त्यांच्याबरोबर पूर्ण नाचतं, त्यांना भगवान म्हणतात. पण क्षणभरातच तो माणूस राक्षसही होऊ शकतो. पण ही सर्व वक्तव्यं सापेक्ष आहेत. अर्जुनाला, पांडवांना विचारा, तर कृष्ण भगवान वाटतात. कौरवांना विचारा, तर हा माणूस भगवान कसा काय वाटू शकतो? या माणसापेक्षा जास्त राक्षसी कुणीही नाही. आणि हेच कारण त्यांच्या पराजयाला, त्यांच्या मृत्यूला कारणीभूत ठरतं.

कृष्ण कोण आहे, यावर हजार वक्तव्यं होऊ शकतात. पण बुद्ध कोण आहे, याबाबत हजार वक्तव्य असू शकत नाहीत. कारण बुद्ध जे आहेत, जे सर्व सापेक्ष संबंधांना आपल्यापासून वेगळं करतात म्हणून ते एकरस आहेत. त्यांना कुठूनही उष्टवा, ते खारट नाहीत. म्हणून बुद्धांसंबंधी खूप विवाद उद्भवत नाहीत. आम्ही त्यांना ओळखू शकतो की ते असे आहेत. एक व्याख्या करू शकतो. कृष्ण आमच्या व्याख्येला फसवतात. त्यांनी सर्व व्याख्यांना धोका दिला, म्हणून मी म्हणतो की ते पूर्ण आहेत. कृष्णासंबंधीतलं कोणतंही वक्तव्य अपुरं पडतं. आणि सर्व वक्तव्य मिळूनच त्यांना बद्ध करता येऊ शकेल.

कृष्णाची पूर्णता याचा अर्थ इतकाच आहे की कृष्णाकडे आपल्यासारखं दुसरं व्यक्तिमत्त्व नाहीये. ते केवळ अस्तित्व आहे. अस्तित्व आहे एखाद्या आरशासारखं. जो कुणी त्याच्यासमोर येतो, तोच त्याला त्याच्यात दिसतो. जेव्हा तुम्हाला तुमचा चेहरा त्याच्यात दिसतो, तेव्हा तुम्ही म्हणता की माझ्यासारखा आहे. आणि तुम्ही जसे बाजूला होता, कृष्ण रिकामा होतो. हेच, याचमुळे प्रत्येकाला वाटतं की कृष्ण माझ्यासारखा आहे. ज्याने कुणी गीतेत डोकावलं, तो म्हणाला गीता माझ्यासारखी आहे. म्हणून हजारो टीका झाल्या. बुद्धाच्या रचनांवर एवढ्या टीका झाल्या नाहीत. त्याचं कारण आहे. जीझसचंही तसंच. पाच-दहा टीका झाल्या असतील तरी त्यांच्यात अंतर फार कमी आहे. खरं तर हजार अर्थ कृष्णावर लादले जाऊ शकतात, बुद्धावर नाहीत. बुद्ध जे म्हणतात ते सुनिश्चित आहे. वक्तव्य संपूर्ण आहे, साफ-स्वच्छ आहे, तर्कयुक्त आहे. त्यांच्या म्हणण्यावर आपापल्या बुद्धीच्या कुवतीनुसार थोडाफार फरक होऊ शकतो, पण जास्त नाही. आता महावीरांवर मोठे वाद झाले तरीही केवळ दोनच पंथ तयार झाले. आणि हे वाद आहेत की महावीर नग्न होते किंवा नव्हते यावर. वाद त्यांच्या वक्तव्यावर नाहीयेत. श्वेतांबर आणि दिगंबर यांच्यात त्यांच्या वक्तव्यावर वाद नाहीत. महावीरांवर पंथ उभे करू शकत नाही आणि कृष्णावरही पंथ उभे करू शकत नाहीत; पण या दोहोंत फरक आहे. कृष्णावर जर पंथ उभारायचा असेल तर लाखो लोक गोळा होतील आणि तरीही कृष्ण उरतीलच. मग कुणी नवा पंथ सुरू करू इच्छितो तर नवी भूमी उपलब्ध होईल.

म्हणून कृष्णावर पंथ उभे राहिले नाहीत, पण नव्या व्याख्या तयार झाल्या. मोठी अद्‌भुत घटना घडली कृष्णावर. गीतेच्या हजार व्याख्या आहेत. आणि एक व्याख्या दुसऱ्या व्याख्येची शत्रू होऊ शकते. रामानुज जी व्याख्या करतील, शंकराचार्यांना म्हणू शकतात की तुम्ही अज्ञानी आहात, तुम्हाला कृष्ण म्हणजे काय हे माहीतच नाही. असंच शंकराचार्यही म्हणतील. आणि दोघेही बरोबर असू शकतात. कारण कृष्णाचं व्यक्तिमत्त्व सुनिश्चित नाही, अनिश्चित आहे. त्याची रूपरेखा नाही, तो निराकार आहे. या अर्थीही कृष्ण पूर्ण आहे. कारण केवळ पूर्णच निराकार असू शकतं.

आणि ज्या काही व्याख्या आहेत, म्हणून मी म्हणतो की गीतेची कोणतीही व्याख्या कृष्णाची व्याख्या नाहीये. ज्यांनी या व्याख्या केल्या, त्या त्यांच्या व्याख्या आहेत. शंकर जे जाणतात, त्याची व्याख्या ते गीतेत शोधतात, त्यांना मिळते. ते शोधतात की जग म्हणजे माया. रामानुज शोधतात भक्तिमार्ग. टिळक शोधतात की कर्म हाच दरवाजा आहे. गांधीजींना गीतेत अहिंसा म्हणजे धर्म आहे हे सापडतं. कुणालाही कसलीही अडचण होत नाही. कृष्ण कुणालाच अडवत नाहीत, सर्वांचंच स्वागत करतात. आरशाप्रमाणे. आपला चेहरा बघा, बाजूला व्हा. आरशाची स्वत:ची पक्की छबी नाही. फोटोसुद्धा आरशाचं काम करतो; पण केवळ एकदाच. मग पक्का होऊन जातो. फिल्म संपते, छबी पक्की होते. म्हणून आपण विचारू शकतो की हा फोटो कोणाचा? पण आरसा कुणाचा आहे? जेव्हा कुणी डोकावत नाही तेव्हा आरसा कुणाचा? तेव्हा आरसा रिकामेपण दर्शवतो. रिकामेपणाला दाखवतो. केवळ खोली झळकत राहते. खोली नसेल, काही वेगळं अजून असेल. तेच दिसत राहतं. शून्य असेल तर शून्य झळकते. जे असेल ते झळकेल. या अर्थाने कृष्णाला पूर्ण म्हणतो.

पण रोज जाणवत राहील की आणखी अनेक अर्थांनी कृष्ण पूर्ण आहेत. अनेकानेक अर्थांनी. एकाच अर्थाने तर महावीर, जीझस, बुद्धही पूर्ण आहेत. एका व्यक्तित्वाचं पूर्णत्व तर जीझसमध्येही आहे. कदाचित त्या तऱ्हेच्या व्यक्तित्वाचं काहीही उरत नाही मागे, जे जीझसमध्ये नाही. जसा गुलाब पूर्ण आहे, चमेलीप्रमाणे नाही. गुलाबाप्रमाणे! चमेलीप्रमाणे गुलाब पूर्ण कसा काय असणार? चमेलीप्रमाणे चमेलीच पूर्ण असू शकते. पण चमेली गुलाबाप्रमाणे पूर्ण होऊ शकत नाही.

बुद्ध, जीझस, महावीर पूर्ण आहेत एका अर्थी; पण इतर अर्थांनी अपूर्ण आहेत. एका व्यक्तित्वाच्या दिशेला त्यांनी पूर्णत्वाने स्पर्श केला आहे. त्या दिशेने बाकी काहीही राहिलेलं नाही. पण कृष्णाची पूर्णता भिन्न आहे. तो सर्व दिशांनी प्रवेशतो. चोर असतील तर पूर्ण चोर आहेत, साधू असतील तर पूर्ण साधू आहेत. आठवतात तर पूर्णपणे आठवतात आणि विसरतात तर पूर्णपणे विसरतात. म्हणून जर एक

जागा सोडून देतात तर ती जागा कायमची विसरून जातात. मग त्या जागेतली माणसं रडत असोत, चिंताग्रस्त असोत, ओरडत-भेकत असोत... कृष्णाला कठोर म्हणत असोत... पण तो तर बिचारा जराही कठोर नाहीये. का, पूर्ण आहे कठोरतेत? अशा अर्थाने अजिबातच नाहीये की जो पूर्ण आठवण काढतो, तो माणूस पूर्ण विसरतोही. जो अर्धं-अर्धं, थोडी-थोडी आठवण काढतो, तो अर्धं अर्धं लक्षातही ठेवतो. आरसा तुम्हाला पूर्णत्वाने परावर्तित करतो, बघून झालं, निघून गेलात, संपलं, तो रिकामा झाला. कृष्ण जिथे जिथे पोहोचले, तिथे तिथे आरसा बनले. ते जिथे पोहोचले, तिथेच पोहोचले. आता त्यात जे परावर्तित होतं – दिसतं, जिथे प्रेम करावं लागतं तिथे प्रेम करतात आणि जिथे लढावं लागतं तिथे लढतात. जे त्यांच्यासमोर आहे, तेच आहे.

कृष्णाचं पूर्णत्व अनेक दृष्टिकोनांतून आहे. एका दृष्टीतून पूर्ण होणं हे खूप कठीण आहे तर अनेकानेक दृष्टिकोनांतून पूर्ण होणं कठीण– हा कठीण शब्दही तोकडा आहे असं म्हणायला हवं की 'अशक्य!' पण अशक्यही शक्य होतं आणि तेव्हाच चमत्कार होतो. मिरॅकल! कृष्णाचं व्यक्तित्व म्हणजे चमत्कार!

आम्ही प्रत्येक व्यक्तिमत्त्वाची तुलना करू शकतो. महावीर आणि बुद्ध यांचं व्यक्तिमत्त्व जवळपास सारखंच आहे. अगदी लहानसहान बदल, फरक आहेत आणि तेही बाह्य व्यक्तिमत्त्वाचे. आतून अंतरात्मा एकच आहे. पण कृष्णाची तुलना करू इच्छितो तर ती करायची कुणाबरोबर? पृथ्वीवर आजतागायत तसं कुणीही नाही.

स्वाभाविकतेने अशा व्यक्तिमत्त्वाचे काही फायदे असतील, काही नुकसान. जी व्यक्ती पूर्णतः पूर्ण असेल ती कोणत्या एका पूर्ण व्यक्तीच्या समोर फिकी पडेल. स्वाभाविक आहे. कारण महावीर त्यांची सर्व शक्ती त्या एकाच दिशेला केंद्रित करतात. जर त्या दिशेने कृष्ण उभे राहतात महावीरांसमोर, तर फिके पडतील. कारण कृष्णाची शक्ती अनेक दिशांना विभाजित झालेली आहे. पसरलेली आहे. म्हणून एका-एकासमोर जर आम्ही कृष्णाला उभं केलं तर तो जिंकू शकणार नाही. पण जर आपण समग्र व्यक्तिमत्त्वाचा विचार करतो तर... महावीर जिंकू शकणार नाहीत. ख्राइस्ट, बुद्ध... नाहीच! एका अशा फुलाची आपण कल्पना करू की जे जुईही होतं, तर कधी कमळही. सर्व... जेव्हा आम्ही जातो, बघतो तर काही वेगळंच फूल दिसतं. या फुलांच्या स्पर्धेत जर आम्ही गुलाब ठेवतो तर गुलाब जिंकेल. कारण गुलाब हा गुलाबच आहे. त्याची सर्व शक्ती, सर्व ऊर्जा गुलाब होण्यात वापरली गेली. एकाग्र! एकाक्ष! याला कधी चमेली व्हावं लागतं तर कधी जुई. त्याचे प्राण इतके पसरलेले आहेत की कधी एकाग्र होऊ शकत नाहीत. कृष्णाच्या व्यक्तिमत्त्वाचा असा विस्तार आहे. घनता येऊ शकत नाही. अंतहीन विस्तार आहे. म्हणून

कृष्णाच्या पूर्णतेचा अर्थ अनंतता आहे. महावीरांच्या पूर्णतेचा अर्थ एका दिशेला पूर्णत्वाने उपलब्ध करणं असा आहे. त्यांनी त्या दिशेने इतकं काही प्राप्त केलं आहे की कुणी दुसरा साधू तितकं प्राप्त करू शकत नाही.

पण म्हणून कृष्णाला पूर्ण अनंताच्या अर्थाने, विस्तार अशा अर्थाने समजून घेऊ. मग जी व्यक्ती एका डायमेंशनमध्ये पूर्ण असेल, स्वाभाविकतेने दुसऱ्या डायमेंशनमध्ये अगदी अपरिचित असेल. तिथे त्याची गती नसेल. कृष्ण कुशल चोर असू शकतो, तर महावीर अगदीच बुद्दू चोर ठरतील. कृष्ण कुशलतेने युद्ध करेल, बुद्ध लढू शकणार नाही. जीझस बासरी वाजवतात अशी कल्पनाही आपण करू शकत नाही. पण कृष्ण फासावर लटकू शकतात. अगदी मजेत! तशी कल्पना आपण करू शकतो. कृष्णाला जीझसच्या रूपात कधी इमॅजिन (कल्पनातीत) करता येणारच नाही. ख्रिश्चन म्हरतात की जीझस कधी हसले नाहीत. हसलेच नाहीत तर बासरी वाजवणं फार दूरची गोष्ट! पायावर पाय ठेवून, ओठांवर बासरी, डोक्यावर मोरमुकुट... जीझस म्हणतील, यापेक्षा फास बरा. क्रूसावर चढून जीझस जितके आनंदात होते. मला असं वाटतं की तितके ते आनंदात त्यांच्या उभ्या आयुष्यात नसतील. क्रूसावर चढून ते म्हणतात की 'तू या सर्वांना माफ कर'. ही त्यांची दिशा आहे. त्यात त्यांना कोणतीच अडचण भासली नाही. जी घटना घडणार होती, ती त्यांच्या त्या दिशेने पूर्ण होणारी होती. ते एक क्रांतिकारी होते. रिबेलियनचा शेवट असाच होतो. जर त्यांना क्रूसावर चढवलं गेलं नसतं, तर ते म्हणाले असते की अपयशी झालो.

कृष्णासंदर्भात नक्की सांगता येत नाही. हा माणूस सुळावर मरेल की फुलांच्या हारात, की माणसांच्या गर्दीत... काय होईल? मृत्यू पावले ते एका अशा ठिकाणी, अगदी गुपचूप, एका झाडाखाली झोपलेले. मरणाची काही गोष्टच नव्हती. कुणाला तरी त्यांचा पाय हरणासारखा वाटला आणि त्याने बाण मारला आणि ते मरण पावले. इतका अपघाती मृत्यू कुणाचाही नाही. सगळ्यांच्या मरणात एक निश्चय आहे, कृष्णाचं मरण अनिश्चित आहे. आणि असं मरण, कोणतीही उपयोगिता नाही. आणि त्यांचं पूर्ण आयुष्यही उपयोगिताहीन होतं – जसं मरण. जीझसचा मृत्यू कामी आला. खरं तर असं आहे की जर जीझसना क्रूसावर लटकवलं नसतं तर ख्रिश्चन धर्म निर्माणच झाला नसता. जीझसमुळेच तो क्रॉस – क्रॉसमुळेच! तोपर्यंत त्यांना कुणी ओळखतही नव्हतं. क्रॉस महत्त्वपूर्ण बनला. क्रॉस हे प्रतीक बनलं. हीच घटना आहे जिने ख्रिश्चनिटीला जन्म दिला. आज जीझस या जगात आहेत, तर त्याचा अर्थ त्या 'क्रूसीफिक्शन'च्या कारणामुळे आहेत.

पण कृष्णाचं मरण फार अनाकलनीय आहे. आश्चर्यकारक आहे. ही काय मरण्याची पद्धत असू शकते? असा कुणी माणूस मरतो? तुम्ही पडला आहात

झाडाखाली... हे काय... मरणाची निवड करायला हवी. की कोणी बाण मारतं, न सांगता-सवरता, अकारण. कोणतीही ऐतिहासिक घटना बनत नाही कृष्णाच्या मृत्यूची. बस, असेच येतात आणि निघून जातात जसं एखादं फूल फुलतं, कोमेजतं, कधी गळून पडतं संध्याकाळी समजत नाही. कुठल्या वाऱ्याची झुळूक पाडतं ते फूल, त्यावर कोणतीही मोहोर नाही.

शेवटी एकदाच असा विचार करू की, जर महावीर अजून पन्नास वर्षं जगले असते, तर आम्ही सांगू शकलो असतो की आयुष्य कसं असलं असतं. जीझस जर जगले असते, तरीही आम्ही सांगू शकलो असतो की काय होईल; ज्योतिषाच्या मर्यादेतलं आहे हे सांगता येणं. महावीरांना अजून दहा वर्षं जीवन देतो आपण तर सांगू शकतो की, ते केव्हा काय करणार, काय खाणार, बोलणार, झोपणार कधी... जाहीर आहे हे. दहा वर्षं ते जे करतील ते आधीच्या दहा वर्षांची पुनरुक्तीच असणार. पण कृष्णाला जर अजून दहा वर्षं मिळतात – खूप झाली दहा वर्षं – दहा दिवस... तर त्या दहा दिवसांत काय काय होईल या जगात हे सांगता येणं अशक्य. कारण पुनरुक्ती होणारच नाही. हा माणूस बेहिशेबी जगला आहे. जे व्हायचं असेल ते होईल. या अर्थानेही 'इनफिनिटी' आहे. गोष्टी पूर्ण होताना दिसतच नाहीत.

आता हा शेवटचा अर्थ सांगतो. पूर्ण म्हणजे केवळ तोच, जो पूर्ण आहे हे समजत नाही. जो पूर्ण होतो तो एका अर्थी समाप्त होतो. हे अगदी उलट वाटेल. कारण सर्वसाधारणपणे आमचं असं मत आहे की पूर्ण म्हणजे समाप्त! ज्याच्यापुढे काही उरत नाही. जर तुमचा असा अर्थ आहे पूर्णाचा, तर तुमच्यात 'वन डायमेंशनल परफेक्शन' आहे. एका दिशेने पूर्णत्व! कृष्णाची पूर्णता अशी नाही, जी संपेल. कृष्णाच्या पूर्णतेचा अर्थ असा की हा माणूस कितीही जगो आणि चालत राहो, हा संपणारा नाही. कायम शेष राहणार. म्हणून उपनिषदांमधे पूर्णाची जी व्याख्या केली आहे, तीच ठीक आहे. उपनिषद म्हणतं की पूर्णातून पूर्णाला काढूनही मागे जे शेष उरतं ते पूर्ण. जर आम्ही कृष्णातून हजार कृष्ण काढत राहिलो तरीही शेष राहील.

महावीरांना आज आपण निर्माण करू शकत नाही. कारण महावीर एका ठरावीक परिस्थितीत पूर्ण झाले आहेत. तो आयाम त्याच परिस्थितीत पूर्ण होऊ शकतो. जीझसना आज निर्माण करू शकत नाही आपण. कारण आज त्यांना कुणी क्रूसावर लटकवणार नाही ही पहिली गोष्ट आणि दुसरी म्हणजे त्यांनी कितीही आरडाओरडा केला तरी लोक म्हणतील 'दुर्लक्ष करा'; कारण एकदा केली चूक क्रूसावर लटकवून – आज एक अब्ज माणसं ख्रिश्चन आहेत. आता नको फासावर चढवायला. जीझसला क्रूसावर लटकवायला लाखभर माणसं गोळा झाली होती

ज्या दिवशी, तेव्हा केवळ आठ-दहा माणसं अशी होती जी त्यांच्यावर प्रेम करत होती. आणि त्यांच्यातही हिंमत नव्हती. कुणी त्यांना जर विचारलं की तुम्ही जीझसच्या बरोबर आहात का तर त्यांनी नाकारलं असतं. जीझसला क्रूसावर चढवल्यानंतर जेव्हा त्यांचं कलेवर खाली उतरवलं तेव्हा एक महिला, तीही कुणा चांगल्या घरातली नव्हती; कारण चांगल्या घरांपर्यंत जीझसचा प्रभाव पोहोचणं कठीण होतं. ती एक वेश्या होती. तिचं कोण काय बिघडवणार? म्हणून तिने ते कलेवर खाली उतरवलं.

आत्ताही! मी असा विचार करतोय की चांगल्या घरातली बाई आजही जीझसना खाली उतरवणार नाही. जीझसना आज दुर्लक्षित केलं जाऊ शकतं कारण त्यांची वक्तव्य अगदी निष्पाप आहेत. आणि जर दुर्लक्षित केलं नाही तर त्यांना वेडं ठरवलं जाण्याचा धोकाही आहे. कारण भांडण यामुळे झालं की जीझस म्हणतात, 'मी देव आहे!' आम्ही म्हणू, 'म्हणू देत, काय बिघडलं? त्यात गैर काय, हरकत काय?' जीझस होण्यासाठी त्या क्षणांचीच गरज होती. म्हणून जीझस ऐतिहासिक आहेत. म्हणून तुम्ही लक्षात ठेवा की जीझसना मानणाऱ्यांनीच जगात इतिहास तयार केला. बाकीच्यांना इतिहास निर्माण करता आला नाही. इतिहास जीझसपासून सुरू होतो. म्हणून सन आणि सदी जीझसपासून सुरू झाली. आकस्मिक नाही. जीझस एक ऐतिहासिक घटना आहेत आणि एका खास ऐतिहासिक क्षणांतच होऊ शकतात.

कृष्णाची कथा आम्ही नाही लिहिली. आम्हाला नक्की माहीत नाही की हा माणूस कोणत्या तारखेला जन्मला आणि कोणत्या तारखेला मरण पावला. हे माहीत करून घेणं वेडेपणाचं आहे. हे असं कोणत्याही तारखेला होऊ शकतं. कोणत्याही स्थितीत उपयोगी पडू शकतं. कारण त्यांचं काही झंझट नाही स्वत:बद्दल. त्यांचा स्वत:चा असा काहीही आग्रह नाही की मी असं व्हावं. तुम्हाला तसं व्हायचं असेल काही विशिष्ट, तर तशी परिस्थिती असणं आवश्यक ठरतं. महावीरांचा नग्नतेचा आग्रह आहे. कृष्ण फुलपॅन्टही घालू शकतात. त्यात त्यांना कसलीही अडचण नाही. उलट म्हणतील की आधी का नाही बनवलीत, त्या काळात? इतकं होण्याची शक्यताही अनंत आहे. कोणतंही युग त्यांना त्रासदायक ठरत नाही. कोणत्याही युगात ते उभे राहतील, स्वीकार करतील. त्या युगाचे होऊन जातील आणि त्याच युगात त्यांचं फूल फुलू शकतं.

म्हणून मी म्हणतो की महावीर, जीझस, बुद्ध ऐतिहासिक व्यक्तिमत्त्वं आहेत. याचा अर्थ असा नाही की ते होते आणि कृष्ण नव्हते. कृष्णही होते. पण ते ऐतिहासिक नाहीयेत. कृष्ण पुराणपुरुष आहेत, कथापुरुष आहेत, अभिनेता आहेत. त्यांना चरित्राचा मोह नाही. त्यांना विशेष राधाच हवी, असं त्यांचं मागणं नाही.

कोणतीही राधा चालेल. कोणतीही ठरावीक वेळ त्यांना नको, काळ नको. कोणताही काळ त्यांच्यासाठी अर्थपूर्ण होऊ शकतो. असं आवश्यक नाही की ते बासरीच वाजवतील. कोणत्याही युगाचं वाद्य त्यांना चालेल.

या अर्थानेही पूर्ण आहेत. आम्ही कितीही त्यांना काढत राहू, ही व्यक्ती शेष राहतेच.

आणखी प्रश्न असतील तर ते उद्या!

◆

३

'संपूर्ण गीतेत कृष्ण कमालीचे अहंकारी वाटतात; परंतु तुम्ही सकाळच्या प्रवचनात सांगितलंत की कृष्ण निरहंकारी होते म्हणूनच असं म्हणू शकले की, सर्व काही सोडून तू मला शरण ये. मीच सर्व काही आहे– आदि-अनंत! परंतु बुद्ध आणि महावीर असं म्हणत नाहीत. त्यांचा निरहंकार भिन्न भिन्न आहे का? त्यांचं मौलिक अंतर काय आहे?'

'निरहंकारिता दोन पद्धतींनी उत्पन्न होऊ शकते. एक म्हणजे कुणी स्वत:ला संपवत जातं. समाप्त करत जातं आणि शेवटी अशी एक वेळ येते की संपवण्यासारखं काही उरत नाही. तर निरहंकार उत्पन्न होतो. पण हे नकारात्मक आहे. आणि तरीही अगदी खोलवर अहंकार राहतोच की मी स्वत:ला 'स्व'ला मिटवून टाकलं!'

दुसरी पद्धत – कुणी स्वत:ला मोठं करत जातं. पसरवत, फैलावत जातं. इतकं की त्याच्याव्यतिरिक्त आणखी काही उरतच नाही. तोच उरतो. सर्व काही त्याच्यात सामावलं जातं. तरीही निरहंकार निर्माण होतो. पण मग नंतर मागे सांगण्यासाठी सुद्धा की मला अहंकार नाही – इतकंही राहत नाही.

जे अहंकाराला कापत जातात, त्या लोकांना शेवटी आत्मा प्राप्त होतो. आत्मा म्हणजे त्यांचा अंतिम अहंकार शेष राहतो की 'मी' आहे. 'मी'ची बाकी सगळी वैशिष्ट्ये, गोष्टी नष्ट होतील, शुद्ध 'मी' उरेल. पण त्याला परमात्मा उपलब्ध होत नाही. जी व्यक्ती अहंकार विस्तीर्ण करत जाईल, इतका विस्तीर्ण, विस्तृत की सर्व काही त्यात सामावेल, त्या क्षणी आत्म्याचाही बोध राहणार नाही. परमात्म्याचा बोध होईल.

कृष्णांचे जे व्यक्तिमत्त्व आहे ते सकारात्मक आहे. ते विधायक आहे. निषेधात्मक

सहज शून्यतेचं प्रतीक : कृष्ण!

नाहीये. ते जीवनातल्या कोणत्याही गोष्टीचा निषेध करत नाहीत. ते अहंकाराचा निषेधही करत नाहीत. ते म्हणतात की अहंकाराला इतकं मोठं करा की सर्व चराचर त्यात सामावेल. तूच राहणार नाहीस मग स्वतःला 'मी' म्हणण्याची गरज भासणार नाही. आम्ही स्वतःला 'मी' तेव्हाच म्हणू शकतो जोपर्यंत 'तू' बाहेर वेगळा उभा आहेस. 'तू'च्या विरोधातच 'मी'चा आवाज आहे. 'तू' नसलास तर 'मी'ही वाचणार नाही. 'मी' इतका मोठा होऊन जाईल म्हणून उपनिषदातले ऋषी म्हणू शकले 'अहं ब्रह्मास्मि!– मीच ब्रह्म आहे.' याचा असा अर्थ नाही की तू ब्रह्म नाहीस. याचा अर्थ असा की तू ब्रह्म आहेसच. पण मीही आहे. हवेत जो लहरतो आहे, झाडांमधून जो वाहतो आहे, जो जन्मला, जो मेला, जी पृथ्वी, जे आकाश सर्व काही मीच आहे. माझ्या व्यतिरिक्त कुणीही नाही. मग मी कुणाला सांगू की 'मी' आहे. कुणाच्या विरोधात म्हणू की 'मी' आहे, तर कृष्णाचं संपूर्ण व्यक्तिमत्त्व विराटाबरोबर पसरलेलं आहे, विस्ताराचं आहे. म्हणून कृष्ण म्हणू शकतात 'मी ब्रह्म आहे'. यात कोणताही अहंकार नाही. 'मी'चा शब्दप्रयोग केवळ भाषेसाठी आहे. 'मी' असा कोणी शिल्लक राहत नाही मागे.

आणि एक दुसरा रस्ता जो मी म्हणालो की निषेधाचा आहे, नकारात्मक, तोडण्याचा, त्यागाचा. पैसा 'मी'ला सबळ करतो, तर तो सोडून द्या, श्रीमंतीचा अहंकार असतो आणि गरिबीचा नसतो, अशा संभ्रमात राहू नका. गरिबालाही अहंकार असतो; 'प्युअर इगो!' पैशांचा दावा करू शकत नाही. गृहस्थीला अहंकार असतो, पण संन्याशाला नसतो, अशाही भ्रमात राहू नका. संन्याशालाही अहंकार असतो. जर मी त्या गोष्टी सोडून देऊ लागलो, ज्यामुळे अहंकार येतो, मजबूत होतो, पैसा, व्यवसाय, घर, पत्नी, मुलं तर माझा अहंकार टांगून ठेवायला एकही खुंटी राहणार नाही की मी ज्ञानी आहे, त्यागी आहे... पण त्यामुळे मी मिटून जाणार नाही.

जेव्हा माझ्यासाठी कुठली खुंटी राहणार नाही, तर मग मी फार सूक्ष्म होऊन माझ्यातच टिकून राहीन. मग शेवटी तो मी माझ्यातच उरेन.

हा जो 'मी'चा सूक्ष्मतम अनुभव आहे, तो निषेधाने उपलब्ध होईल. अनेक जण यात अडकून राहू शकतात, राहतात. कारण तो दिसतही नाही. श्रीमंताचा अहंकार दिसून येतो. त्यागीचा कसा दिसणार? श्रीमंताचा अहंकार असा की माझ्याकडे पैसा आहे. आणि त्यागीचा अहंकार असा की मी पैसा सोडून दिला. गृहस्थीचा अहंकार दिसून येतो की, हे बघा त्याचं घर. ही त्याची सीमा. पण संन्याशाचा अहंकार जरी दिसला नाही तरी त्यालाही सीमा आहेतच. तो हिंदू आहे, मुसलमान आहे, जैन आहे, ख्रिश्चन आहे. त्याचेही आश्रम आहेत, बंधनं आहेत, सीमा आहेत. तोही अडकलेला आहे. पण दिसत नाही तसं. ही जी निषेधाची वेळ आहे, यात कुणी अडकू शकतं. जर अडकला तर वाटेल अगदी निरहंकारी, कारण तो 'मी' या शब्दाचा उच्चारही करणार नाही. पण त्याने काही फरक पडत नाही. याच्याही पलीकडे जायला हवं.

महावीर आणि बुद्ध याच्या पलीकडे जातात. पण हे पलीकडे जाणं, अतिसूक्ष्म 'मी'च्या पलीकडे जाणं त्यांनाही कठीण पडतं. तीच खरी तपश्चर्या आहे त्यांची. कारण माझ्याकडे जे जे काही होतं, ते ते सर्व तर सोडून दिलं, आता 'मी' इतकंच उरलं. मग ते कसं सोडू? म्हणून निषेध प्रक्रियेत जर हजार माणसं जातात, तर एखादाच निरहंकारी पर्यंत पोहोचतो. नऊशे नव्व्याण्णव 'मी'वर अडकून राहतात. महावीर तर निघून जातील पण त्यांच्या मागून येणारा संन्यासी अडकेल. आधार तोडून देता येणं खूप सोपं आहे. ज्या ज्या आधारे 'मी' घट्ट होत होता, ते सगळे आधार पाडून टाकू. पण मग 'मी' तेवढा उरेल. त्याला कसं पाडू?

तर निषेधाने मार्गक्रमणा करणाऱ्यांची जी अडचण आहे, जो त्रास आहे तो शेवटच्या क्षणी आहे आणि विधेय मार्गक्रमणा करणाऱ्यांचा जो त्रास आहे तो पहिल्या क्षणी आहे. पहिल्याच पायरीवर त्रास उद्‌भवतो की 'तू'ला कसं नाकारू? 'तू' आहेस, दिसतो आहेस, मग नाकारू कसं? कृष्णसाधनेचा त्रास पहिल्या चरणावर आहे. खरा त्रास तोच आहे, मग त्यानंतर मात्र काहीही त्रास नाही. महावीर आणि बुद्धाच्या साधनेत खरा त्रास शेवटच्या चरणावर आहे. सुरुवातीला सोप्या आहेत गोष्टी. शेवटच्या क्षणी जेव्हा 'मी'चे सर्व आधार सुटत जातील आणि शुद्ध 'मी' राहील, प्युअर इगो, त्याला कसं सोडायचं? त्याला सोडण्यासाठी काय करणार तुम्ही?

पहिल्या चरणापाशी विधायक साधकाला जे करावं लागेल तेच अंतिम चरणाला निषेध साधकाला करावं लागेल. पहिल्या चरणाशी विधायक साधक काय करेल? तो 'तू'मध्येही 'मी' शोधायचा प्रयत्न करेल. निषेध साधक अंतिम चरणापाशी काय

करेल? मी मध्येही 'तू'ला शोधायचा प्रयत्न करेल. त्याला जर 'मी'मध्ये 'तू' मिळाला तर ठीक! हे खरं तर कठीण आहे; पण 'तू'मध्ये 'मी'ला बघणं अगदी सोपं आहे आणि शुद्ध 'मी'मध्ये 'तू'ला बघणं तर फारच कठीण कारण फार सूक्ष्म भाव उरतो. तो भाव इतका सूक्ष्म असतो की त्यात तू कसा सामावणार? बुद्ध आणि महावीरांची अडचण होते ती शेवटच्या चरणापाशी. म्हणून त्यांच्या साधनेत शेवटच्या चरणाअगोदरही पडणं शक्य होऊन जातं. कोणी त्या शेवटच्या पायरीवरून परतू शकतं, थांबू शकतं, अडकू शकतं. शेवटची झेप... आणि जेव्हा संपूर्ण जीवन या 'मी'ला वाचवलं पूर्ण साधनेतून, तर शेवटच्या क्षणी सोडणं हेही कठीण जातं.

सोडता येऊ शकतं. एकच रस्ता आहे की या 'मी'च्या बिंदूत 'तू' दिसू देत. म्हणून महावीर अथवा बुद्धाची जी शेवटची कडी आहे साधनेची, तिचं नाव आहे केवल ज्ञान! ज्ञानी उरला नाही पाहिजे, केवळ ज्ञान राहायला हवं. जाणणारा उरला नाही पाहिजे, केवळ जाणणं उरलं पाहिजे. तर जाणण्यात एकतेची झलक मिळू शकते. शेवटची मुक्ती 'मी'ची मुक्ती आहे. 'मी'ला मुक्त नाही व्हायचं आहे, 'मी'पासून मुक्त व्हायचं आहे; पण जो मागाहून येतो, त्याला त्रासदायक ठरतं. तो हेच विचारत राहतो की मला मोक्ष कसा मिळेल? 'मला' कधी मोक्ष मिळू शकत नाही. जेव्हा मोक्ष मिळाला आहे तेव्हा तो 'मला'तून झाला आहे; मिळाला आहे. म्हणून महावीरांच्या साधनेची जी परंपरा लोकांनी आत्मसात केली आहे, त्यांच्या अहंकाराला पोसण्याची मोठी सोय आहे. महावीरांच्या साधनेतला साधक अतिअहंकारी झाला तर त्यात आश्चर्य वाटू नये. शेवटी सर्व त्याचा अहंकार सबळ करत राहतात. कठोर, सक्त! सर्व काही सोडून दिलं जाईल शेवटी आणि 'मी'ची गाठ बसेल. ती सोडवता, तोडता येणं फार कठीण जाईल. त्या क्षणासाठी अनेक प्रयोग आहेत की ती 'मी'ची गाठ कशी सोडवावी.

कृष्णसाधनेत 'मी'ची गाठ आधीच तोडावी लागते. जो आजार शेवटी बरा करायचाच आहे, त्याला इतका काळ सोसावंच कशाला? इतका काळ त्याचं रूप संक्रमक बनेल. त्याला आधीच बरं करायचं. म्हणून ज्याला महावीर 'केवल ज्ञान' म्हणतील, ते शेवटच्या क्षणी येईल. ज्याला कृष्ण साक्षीभाव म्हणतील तो प्रथम येईल. पहिल्याच क्षणी या सत्याला मान्य करायचं, जाणून घ्यायचं की 'मी' वेगळा नाहीये. पण जर 'मी' वेगळा नाहीये तर त्याग कृतघ्न होईल. सोडायचं कुणाला? 'मी'च आहे. सोडणार कोण? ज्याला सोडून जातो आहे तोही मीच आहे. पळू कशापासून? जिथून पळून जातो आहे तो सुद्धा मीच आहे. पळून जाऊ कुठे? जिथून पळून जिथं जायचं आहे तेही मीच आहे.

रवीन्द्रनाथांनी एक गहिरी गंमत यशोधरेकडून करवली; बुद्धासाठी. बुद्ध जेव्हा

ज्ञानी होऊन परतले, तर यशोधराने विचारलं, 'मला केवळ एकच प्रश्न विचारायचा आहे, तुम्ही आलाच आहात तर विचारते. जे तुम्हाला जंगलात गेल्यावर प्राप्त झालं ते या घरात नव्हतं?' आणि बुद्ध अडचणीत सापडले. जर ते म्हणतात की या घरात होतं, तर यशोधरा म्हणेल की मी सांगितलं होतं की जाऊ नका. तिने निश्चितच सांगितलं होतं म्हणून तर रात्रीच्या वेळी न सांगता त्यांना जावं लागलं. आणि जर ते म्हणाले असते की इथेही होतं आणि जंगलातही होतं, तर तिने विचारलं असतं, 'इतके दिवस वेडेपणा केलात? जे इथेच होतं, ते शोधण्यासाठी तिथे गेलात?' जर ते म्हणाले असते की तिथेच होतं, तर चुकीचं ठरतं. कारण बुद्धांना माहीत आहे की तो इथेही आहे, जो जंगलात मिळाला.

कृष्ण कुठेही सोडून जात नाहीयेत. बुद्धांना जे शेवटच्या क्षणी दिसलं ते कृष्णाला प्रथमक्षणीच दिसलं. बुद्धांना जे शेवटच्या क्षणी समजलं की तो सर्वत्र आहे, ते कृष्णांना आधीच समजलं की तो सर्वत्र आहे.

एका फकिराबाबत मी ऐकलं आहे की तो आयुष्यभर एका गावाच्या कडेला पडून राहिला. आणि जे कुणी त्याला विचारी की तू साधना करत नाहीस का, तर तो म्हणे, कुणाला साधू? ज्याला साधेन तो साधला गेलेलाच आहे. कुणी विचारी, तू कधी जाताना दिसत नाहीस? साधू म्हणे, कुठे जाऊ? जिथे जायचं होतं, पोहोचायचं होतं तिथे मी पोहोचलेलोच आहे. कुणी विचारी, तुला काही मिळवायचं नाही? तर तो म्हणे, ज्याला मिळवायचं आहे तो कायम प्राप्तच आहे. हा फकीर काय साधना करणार?

म्हणून कृष्णाची साधना विकसित होऊ शकली नाही. कृष्णाचा साधक कुठेही सापडणार नाही साधना करताना. साधना कुणाची करायची आहे? साधना त्याची करायची जो मिळालेला नाही आणि मिळू शकेल. जो प्राप्त नाही, पण प्राप्त होऊ शकतो. साधना शक्यतेची आहे. जे उपलब्ध आहे त्याची साधना करता येणं शक्य नाही. बुद्धाला जेव्हा शेवटी ज्ञान प्राप्त झालं तेव्हा त्यांना कुणी विचारलं की तुम्हाला काय मिळालं ते सांगता? बुद्ध म्हणाले, 'मिळालं काहीही नाही, जे मिळालेलंच होतं, त्याचा पत्ता लागला. जे माझ्यापाशी होतंच. फक्त मला माहीत नव्हतं.' जेव्हा माहीत नव्हतं तेव्हाही तो होताच. पण बुद्ध हे शेवटच्या क्षणी म्हणतात.

हेच कृष्ण पहिल्याच क्षणी म्हणतील. कृष्ण म्हणतील, 'कुठे चाललास? कारण जिथे जाऊ इच्छितोस तिथेच तू उभा आहेस.' म्हणून महावीर आणि बुद्धाच्या जीवनात साधनेचा काळ आहे, मग सिद्धीची अवस्था आहे. कृष्ण नेहमीच सिद्ध आहेत. त्यांच्या जीवनात साधनेचा काळच नाही. कृष्णाने सत्य कधी प्राप्त केलं? तुम्हाला माहीत आहे? कोणता योग केला? कोणत्या जंगलात गेले? कोणती

तपश्चर्या केली? कोणते उपास केले? कोणती आसनं – व्यायाम? कृष्णाच्या जीवनात साधना हा प्रकारच नाही. साधना नाहीच.

बुद्ध आणि महावीरांना शेवटच्या क्षणी सिद्धी प्राप्त होते, कृष्ण सिद्धच आहेत. मग साधना कसली, कशाची? हा मूळ फरक आहे. आणि कृष्णाला जे दिसतं आहे, त्यात अहंकाराचा भागच नाही. कारण 'तू' कुठे नाहीच आहे. मी सकाळी कबीरांबद्दल बोलत होतो. एकदा कबीराने आपल्या मुलाला जंगलात गवत कापून आणण्यासाठी पाठवलं. सकाळपासून गेलेला मुलगा संध्याकाळ झाली तरी परतला नाही. कबीराला काळजी वाटू लागली म्हणून कबीर आणि गावातली माणसं त्याला शोधायला निघाले. गवतात जाऊन बघितलं तर गळ्यापर्यंत येणाऱ्या गवतात तो उभा आहे. उभा आहे असं म्हणणं चुकीचं ठरेल. हवा नाचत होती. गवत हवेबरोबर नाचत होतं आणि कबीराचा मुलगा गवताबरोबर नाचत होता, डुलत होता. त्याला हलवलं तसे त्याने त्याचे डोळे उघडले. 'तू काय करतो आहेस? गवत कापलं नाहीस?' तो म्हणाला, 'बरं झालं आठवण केलीत.' त्याने खुरपं उचललं. म्हणाला, 'आता तर संध्याकाळ झाली आहे.' लोकांनी विचारलं, 'आता परत चल. पण तू दिवसभर काय केलंस?' तो म्हणाला, 'मी गवत झालो होतो. मी विसरूनच गेलो की 'मी आहे'. मी विसरून गेलो की, हे गवत आहे जे मला कापायचं आहे. सकाळ इतकी आनंदित होती, सर्व काही इतकं आनंदी, नाचणारं होतं. मी काही वेडा नाहीये की अशा नाचणाऱ्या गवताला कापून टाकू. मीही नाचू लागलो. मग मला लक्षातच राहिलं नाही की कोण गवत आहे आणि कोण 'कमाल' आहे, जो गवत कापायला आला आहे. ते तर तुम्ही आल्यानंतर मला समजलं. तुम्ही मला जाणीव करून दिलीत की मी 'कमाल' आहे.'

कृष्ण या जगात इतके मग्न झाले नाचता नाचता! कबीराचा मुलगा गवत कापताना नाचू लागला. कृष्ण या संपूर्ण जगाबरोबर नाचले. त्याच्या चंद्र-ताऱ्यांबरोबर नाचले. त्याच्या स्त्री-पुरुषांबरोबर नाचले, फुलांबरोबर–काट्यांबरोबर नाचले. ते इतके तल्लीन झाले की कोण मी आणि कोण तू, असा फरक राहिला नाही. त्या क्षणी जो निरहंकार उत्पन्न झाला तो महावीर आणि बुद्धांना अत्यंत तपश्चर्येनंतर मोठ्या यात्रेनंतर, शेवटच्या क्षणी आत्मसात झाला. ते अगदी पळत पळत या अशा जागेवर जाऊन पोहोचतात, जिथून कृष्णाला कधी पळावं लागलंच नाही. त्यांची यात्रा जिथे येऊन संपली, कृष्णाने तिथून यात्रेला प्रारंभ केला.

म्हणून कृष्ण साधक नाहीत. कृष्ण सिद्ध आहेत आणि अशा सिद्धावस्थेत, अशा चित्तावस्थेत जे काही त्यांनी म्हटलं त्यात आम्हाला अहंकार दिसू शकतो. कारण आम्ही 'मी' या शब्दाचा जो काही उपयोग करतो, तसाच तेही करतात; पण आमच्या आणि त्यांच्या 'मी' या अभिव्यक्तीत आणि त्याचा अर्थ यात मोठा

फरक आहे. जेव्हा आम्ही म्हणतो, 'मी' तर त्याचा अर्थ असा होतो की या शरीराच्या आत जो बंदिस्त आहे, तो. आणि जेव्हा कृष्ण म्हणतात 'मी', तेव्हा ते म्हणतात की तो जो सर्वत्र पसरलेला आहे तो! म्हणून बेधडक सांगू शकतात अर्जुनाला की तू सर्व काही सोड आणि मला शरण ये. हेच जर 'मी' जो शरीरात बंदिस्त असता तर कृष्ण असं म्हणू शकले नसते आणि अर्जुनानेही विचारलं असतं की मी तुम्हाला शरण का येऊ? मग तर अर्जुनाच्या अहंकारालाही धक्का बसला असता. कारण जेव्हा एक 'मी' बोलतो, तेव्हा तो 'मी' दुसऱ्या समोरच्या बाजूने प्रतिध्वनित होतो. 'मी'ची भाषा दोघेजण अगदी छानपैकी समजतात आणि क्षणाचाही विलंब न लावता प्रत्युत्तर करतात. पण कृष्ण म्हणू शकले की तू मला शरण ये. कारण या 'शरण'चा अर्थ आहे 'समस्त– हे चराचर– हा निसर्ग– ती शक्ती. तिला शरण ये.'

निरहंकार महावीर आणि बुद्धही होतात; परंतु एका मोठ्या यात्रेनंतर. आणि या दोहोंच्या पाऊलवाटेवरून चालणाऱ्या साधकांना निरहंकारी होता येईल, होता येणार नाही याबद्दल साशंकता आहे कारण ती शेवटची गोष्ट आहे. तोपर्यंत त्यांच्या मनाचा कल, त्यांची सहनशीलता, त्यांचं ध्येय टिकेल – न टिकेल! पण कृष्णप्रवाहामध्ये जो वाहून जाईल, तर तीच गोष्ट सर्वप्रथम येते. नाही करू शकलं कोणी, तर त्या प्रवाहात वाहता येणारच नाही. महावीरांबरोबर या 'मी'चा प्रवास बराच काळ होऊ शकतो. महावीर, बुद्धांसाठी जे शेवटचं आहे ते प्रथम आणि कृष्णासाठी जे प्रथम आहे तोच शेवट. फार फरक आहे, अगदी मूलतः फरक आहे. तो जर समजून घेता आला तर सर्व स्थितीच भिन्न होऊन जाईल.

कृष्णाबरोबर साधना करायची म्हणजे काय? नाचू शकता, गाणं म्हणू शकता, बुडून जाऊ शकता? का यालाच जर साधना म्हणू तर गोष्ट निराळी. म्हणून कृष्ण काहीच अपेक्षा करत नाहीत. जेव्हा पहिलं पाऊलच निरहंकारितेचं आहे तर मग अपेक्षा केली जाऊ शकत नाही. महावीर-बुद्धांना जाऊन जर सांगाल की मी अहंकारी आहे, काय करू? तर ते तुम्हाला मार्ग दाखवू शकतात. आधी हे सोडा, ते सोडा – अहंकाराबद्दल नंतर बघू. कृष्णापाशी मात्र कोणताही मार्ग नाही. कारण अहंकारच गेला पाहिजे, हीच तर सुरुवात आहे. म्हणून कृष्णाला साधकांचा समूह बनवता आला नाही. साधकाने जर असं म्हटलं की पैसा सोडून देईन, पण अहंकार? शक्य नाही. कृष्ण म्हणेल, पैसा सोडून दिलात तरी त्यातून काय हशील होणार? तरीही रोग तर राहणारच.

एका माणसाला कॅन्सर आहे. तो जर म्हणतो की कॅन्सर नाही सोडू शकत. हवं तर केस कापून येतो. कापू देत. त्याने काही फरक पडत नाही. कॅन्सर आपल्या ठिकाणी राहणारच. केस कापून आल्यावर कॅन्सर बरा करावाच लागणार. तो माणूस

म्हणेल मी वस्त्रत्याग करतो. कृष्ण म्हणतील, त्याने काही फरक पडत नाही. महावीर म्हणतील, ठीक आहे. सध्या केस कापून ये. वस्त्रत्याग कर. आत्ता जे काही करू शकतोस ते कर. महावीर, बुद्ध त्याला परत पाठवणार नाहीत. सर्वांना त्यांच्या दाराशी प्रवेश मिळेल. जे करता येतंय ते करा. शेवटची गोष्ट शेवटी बघू. पण कृष्ण म्हणतात, शेवटची गोष्ट करा तरच प्रवेश मिळेल. म्हणून कृष्णाचं घर जवळ-जवळ रिकामं राहिलं. महावीरांबरोबर पन्नास हजार संन्यासी चालत होते. हे शक्य होतं. कृष्णाच्या बाबतीत शक्य नव्हतं. पन्नास हजार निरहंकारी माणसं पहिल्या दिवशी कसे काय शोधायचे?

महावीर आणि बुद्धांबद्दल बोलू तर 'ग्रॅज्युअल एनलाइन्मेंट' आहे. क्रमिक! क्रम म्हणजे काय हे आम्ही समजू शकतो. एका रुपयाचे दोन, तीन, चार रुपये होऊ शकतात हे आम्हाला समजतं. पण गरीब अचानक श्रीमंत होतो हे आम्ही समजू शकत नाही. कृष्ण जे म्हणतात ते 'सडन एनलाइन्मेंट' आहे. ते म्हणतात, विनाकारण इतके कष्ट कशाला? एक रुपया असतानाही तुम्ही गरीब आहात. दोन-तीन-चार रुपये असतानाही तुम्ही गरीबच आहात. कृष्ण म्हणतात, मी तुम्हाला सम्राट बनवतो. तुम्ही रुपयाचा हिशेब सोडून द्या. हा रुपयाचा, कोट्यवधींचा हिशेब सुटू शकतो. मी तुम्हाला सम्राट बनवतो– बनवायचं काय त्यात? तुम्हाला आठवण करून देतो की तुम्ही सम्राट आहात. म्हणून महावीर, बुद्धांची पद्धत साधना आहे आणि कृष्णाची पद्धत 'स्मरण' आहे. आठवा की तुम्ही कोण आहात. बास, इतकं पुरेसं आहे.

मी एक कहाणी ऐकली आहे, ती सांगतो.

मी ऐकलंय असं की एक राजा आपल्या मुलावर नाराज होता म्हणून त्याने मुलाला घराबाहेर घालवलं. एकुलता एक मुलगा. त्या मुलाला काहीच माहीत नव्हतं. राजाचा मुलगा, राजपुत्र, त्याला काय माहीत असणार? ना काही शिकला होता, ना कसलं ज्ञान होतं. आवड म्हणून कधी गायचा, नाचायचा. तर रस्त्यावर नाचू लागला, भीक मागू लागला. पण राजाने त्याला आपला देश सोडून जायची आज्ञा दिली. तो निघून गेला.

राजा म्हातारा झाला. तो मुलगा विसरून गेला की तो राजपुत्र होता. दहा वर्षं जो भीक मागतोय त्याला कसं आठवणार की तो राजा होता? पण तो रोज राजा होत चालला होता; कारण त्याचा बाप रोज म्हातारा होत चालला होता. मुलगा एका घाणेरड्या हॉटेलासमोर जिथे साधारण लोक खायला येतात, तिथे भीक मागत होता की, उन्हाळा आहे, माझे बूट फाटले आहेत, पाय भाजत आहेत, थोडे पैसे द्या, बूट विकत घ्यायला हवेत. वाळवंटी भाग होता. उन्हाचे चटके पायांना सहन होत नव्हते. इथे राजा म्हातारा झाला होता. शेवटी न राहवून त्याने आपल्या वजिराला

मुलाला शोधून आणण्यास सांगितले. शेवटी तोच होता राज्याचा वारसदार. शेवटी राज्य सांभाळणार कोण?

सम्राटाचे – त्या राजाचे वजीर मुलाला शोधू लागले. त्या गावात पोहोचले जिथे तो भीक मागत होता. रथ त्याच्यासमोर येऊन उभा राहिला. रथातून वजीर उतरला. चेहरा ओळखीचा होता; पण अंगावरचे त्याचे कपडे मळके, फाटलेले, तेच जुने. चेहरा काळवंडलेला. वजीर त्याला म्हणाला, 'तुला तुझ्या वडिलांना क्षमा केली आहे. परत बोलावलं आहे.' क्षणात त्याची नजर बदलली. हातातलं कळकट, पोचे आलेलं भिकेचं टीनचं भांडं त्याने फेकून दिलं. आता तो भिकारी नव्हता, राजा होता. त्याने वजिराला सांगितलं, 'जा बूट घेऊन ये. चांगले कपडे आण. माझ्या स्नानाची व्यवस्था कर.' तो रथात बसला. हॉटेलमधली माणसं गोळा झाली. आत्ता क्षणापूर्वी भीक मागणारा माणूस, आता तो माणूस हा नाही. तो बदलला. आता तो आपल्याकडे बघतही नाहीये. त्यांनी विचारलं, 'आता आम्हाला विसरलास?' मुलगा म्हणाला, 'तुम्हाला तोपर्यंतच लक्षात ठेवू शकत होतो, जोपर्यंत स्वत:ला विसरलेलो होतो. आता स्वत:ची आठवण आली. आता तुम्ही त्या माणसाला विसरून जा, जो भीक मागत होता.'

कृष्णाची प्रक्रिया इतकीच आहे की मनुष्याला आठवण करून द्यायची की तो कोण आहे. ही साधण्याची गोष्ट नाहीये, स्मरण करण्याची गोष्ट आहे. आणि ते आठवता क्षणी सर्व काही बदलून जातं. टीनचं भांडं बाहेर फेकून दिलं जातं. ज्याच्या आधारे आम्ही भीक मागत होतो. अचानक हात आखडले जातात, आम्ही स्वत: सम्राट होतो. पण हे सम्राट, राजा होणं अचानक आहे. आणि लक्षात ठेवा की हे अचानकच होतं. भिकारी टप्प्याटप्प्याने होतो. राजा होण्यासाठीही जर शिड्या असतील तर शेवटच्या शिडीवर उभं राहून तुम्ही थोडे चांगल्या प्रतीचे भिकारी व्हाल. याहून जास्त फरक होणार नाही. पैसेवाला भिकारी! पण भीक चालूच राहील, आणि एक दिवस तुम्हाला झेप घ्यावी लागेल जिथे तुम्ही टप्प्याटप्प्याने चढत पोहोचला आहात, तिथून उडी मारावी लागेल. हा क्षण महावीर आणि बुद्ध यांच्या साधनेत शेवटचा येतो. कृष्णाच्या बाबतीत प्रथम हा क्षण येतो. म्हणतात की आधी उडी मारा, मग दुसऱ्या गोष्टी. पण मग दुसरं काही करण्याची आवश्यकताच राहत नाही.

गीतेच्या संपूर्ण काळात कृष्ण अर्जुनाला काही खास समजावत नाहीत, केवळ आठवण देत राहतात की तू कोण आहेस. ते उपदेश देत नाहीत, आघात करत राहतात की तू कोण आहेस. ते कुणाला समजवत नाहीत, कुणाला जागं करत आहेत. उठवत आहेत हलवून की तू बघ स्वत: उठून की तू कोण आहेस. तू किती लहानसहान गोष्टींत अडकला आहेस की हा मरेल, तो मरेल. जागा हो,

बघ कुणीही कधीही मेलेलं नाही. तू केव्हा मेलास? पण तो निद्रेत आहे, स्वप्नात आहे. तो हेच विचारत राहतो की हा माझा भाऊ आहे, हा नातेवाईक आहे, माझे गुरू आहेत, त्यांना कसं मारू? कृष्ण त्याला जागं करत आहेत झोपेतून, स्वप्नातून. सगळेच सर्वांचे आहेत अथवा कोणीच कोणाचे नाहीत. दोन्ही परिस्थितीत अर्थ एकच आहे. सगळीच माणसं मरतात तरी तेव्हा मारलं, नाही मारलं त्याने काही फरक पडत नाही. अथवा मरतच नाहीत, तरीही मारण्याने, न मारण्याने फरक पडत नाही.

कृष्णाचं जीवन-चिंतन म्हणजे स्मरण आहे. म्हणून ती साधना नाही. ते सरळ सिद्ध होण्यात झेप घेतात. आमच्यात तेवढी हिंमत नाही, म्हणून आम्ही म्हणतो की हे काम आमचं नाही. आम्ही एक एक पाऊल टाकत चालतो, पण त्यातही सावधानता असते, म्हणून झेप घेऊ शकत नाही. पण तुम्ही जे वाचवण्याचा प्रयत्न करता, ते शेवटच्या पावलातही बाजूला राहतं. आणि म्हटलं जातं की स्वत:ला वाचवून कसंतरी मोक्षापर्यंत पोहोचू दे. स्वत:ला वाचवून कुणीही मोक्षात प्रवेश करू शकत नाही. स्वत:ला हरवूनच मोक्षात प्रवेश करता येतो. पण शेवटच्या क्षणी हीच अडचण निर्माण होते. आणि माझं असं म्हणणं आहे की जी अडचण शेवटच्या क्षणी येते, ती प्रथमच आली तर चांगलं. कारण इतका काळ वाया का घालवायचा?

शेवटच्या क्षणी महावीर, बुद्धांना जे आठवलं ते स्मरण आहे, साधनेचं फलित नव्हे. पण आम्ही साधना बघितली. एक माणूस गावात वीस चकरा मारतो आणि मग त्याला आठवतं की मी कोण आहे. एक माणूस एकच फेरा मारतो आणि त्याला आठवतं की तो कोण आहे. पण आम्ही म्हणतो, वीस चकरा मारल्यावर त्याला स्मरण प्राप्त झालं, आपणही वीस चकरा मारू म्हणजे स्मरण होईल. त्या चकरांमुळे स्मरण झालं 'कॉज इफेक्ट' असा काहीही संबंध नाहीये.

महावीरांनी काय केलं आणि त्यांना काय झालं. त्यात काहीही कारणात्मक धागा नाहीये. कार्यकारण संबंध नाहीये की महावीरांनी असं केलं म्हणून झालं. तसं असेल तर मग जीझसचं काय? बुद्धांचं काय? जर शंभर डिग्रीवर पाणी उकळवलं तर त्याची वाफ बनत असेल तर ती तिबेट, भारत, चीन, जपान कुठेही व्हायला हवी. शंभर डिग्रीवर वाफ बनणं हे कार्यकारण आहे.

आध्यात्मिक जीवन कार्यकारण नाही. म्हणूनच आध्यात्मिक जीवन मुक्त असतं. कार्यकारण शृंखलेत मुक्ती कधीही असू शकत नाही. कार्यकारणाचा अर्थच मुळी बंधन असा आहे. प्रत्येक गोष्ट मागच्या गोष्टीशी बांधलेली आहे. आणि जी गोष्ट मागच्या गोष्टीशी बांधली गेली आहे ती पुढच्या गोष्टीशीही बांधली जाणार. पाण्याची जर वाफ होते, तर आतापर्यंत पाण्याशी बांधिलकी होती, वाफ झाल्यावर वाफेशी

बांधिलकी निर्माण होणार. बर्फ झाला तर बर्फाशी बांधिलकी निर्माण होणार. मागे, पुढे दोन्ही बाजूंनी बंधन असणार. ज्याला मुक्ती म्हणतात ती कारणरहित असते की अमुक एक कारणाने अमुक एका माणसाला मुक्ती मिळाली. उपवास केले म्हणून मुक्तता मिळाली असं होत नाही. तर मग कुणीही माणूस इतके उपास करेल की मुक्त होईल, पण असं घडत नाही.

पण महावीर उपास करतात तर मुक्त होतात. कोणीही जर नग्न राहिला तर मुक्त होतो का? नाही होत. अनेक जण नग्न आहेत. त्यांच्यापाशी कपडे नाहीत. पण महावीर तसे होतात, राहतात आणि मुक्त होतात. तर नग्नतेचा मुक्तीशी कार्यकारण संबंध नाही. संबंध असेल तर सर्वांनीच तसं व्हायला हवं. नाही, संबंध नाहीये. ही जी कार्यकारणाची शृंखला आहे की असं केलं तर तसं होईल, तसं झालं तर असं होईल, यातून बाहेर पडता येणं यालाच मुक्ती म्हणतात. या शृंखलेत ती सीमा, त्यात जो बांधला गेला आहे त्याचंच नाव पदार्थ आहे आणि या सीमेच्या बाहेर जो आहे त्याचं नाव परमात्मा!

पण कसं जाणार सीमेबाहेर? प्रत्येक क्षण तर आपण जोडून ठेवतो. मी एक कथा सांगत होतो – 'प्रथमच एक माणूस ट्रेनमध्ये बसला. पंचाहत्तर वर्षांचा, वृद्ध. तो ज्या गावात राहतो ते गाव गरीब आहे. त्यांनी त्या म्हाताऱ्याचा वाढदिवस साजरा केला पण त्याला भेट काय देणार? तर त्यांनी विचार केला की आपल्या गावातल्या एकाही माणसाने अद्याप ट्रेनचा प्रवास केलेला नाही. तर आपण पैसे गोळा करू आणि त्याला ट्रेनमध्ये बसवू. एका मित्राबरोबर त्यांनी त्या म्हाताऱ्याला ट्रेनमध्ये बसवलं. प्रथमच गाडीत बसत होते. आनंदात होते. गाडीत वस्तुविक्रेता आला. गाववाल्यांनी प्रवासात खर्चाला पैसे दिले होते. एक सोडा विकणारा आला. म्हातारा म्हणाला, 'आधी काय आहे ते बघू. कुणी घेतलं तरच आपण घेऊ.' एका माणसाने सोडा घेतला, प्यायला. त्यांनी एकच बाटली घेतली. अर्धा-अर्धा पिऊ या असं म्हणून. जशी त्यांनी बाटली घेतली, ट्रेन बोगद्यात गेली. तो पीत राहिला. दुसरा म्हणाला, तू अर्ध्याहून जास्त पीत आहेस. त्याने डोळे उघडले तर सर्वत्र काळोख होता. तो म्हणाला, 'अजिबात पिऊ नकोस. मी आंधळा झालो आहे. तू हातही लावू नकोस. जे माझ्या बाबतीत घडलं ते घडलं. तू ठीक राहा.'

स्वाभाविक आहे की जो अंधार झाला, त्याचं नातं त्याने सोडा पिण्याशी लावलं; त्याच्या अंध होण्याचं कारण सोडा ठरलं. आम्ही आयुष्यभर याच भाषेत विचार करतो. त्याहूनही मोठमोठाले समज तयार होतात. मुक्तीचा जो अनुभव आहे तो कारणाशिवायचा आहे. आमच्या कारणाबाहेरचा आहे. बुद्धांनी जे केलं, त्या कारणाने प्राप्त झालं नाही, महावीरांचंही तसंच आहे. 'इनस्पाइट ऑफ दॅट'. म्हणून

जर कुणी महावीरांची संपूर्ण नक्कल जरी करेल, तरीही त्याला उपलब्ध होणार नाही मुक्ती. काहीही संबंध नाही.

मुक्ती एक विस्फोट आहे, कार्यकारणाच्या शृंखलेबाहेरची.

कृष्ण असं म्हणतात की जर हे समजलं तर आत्ताही मुक्ती मिळेल. पात्र-अपात्रतेचा प्रश्न नाही. सगळे पात्र आहेत. साधनेचाही तितकासा प्रश्न नाही; पण काही लोक जरा प्रदक्षिणा घालतील. त्यांना स्वत:च्या घरी जरी यायचं असेल तरी संपूर्ण वस्तीत फिरल्याशिवाय घरी पोहोचू शकणार नाहीत. संपूर्ण गाव फिरायला लागेल. काही लोकांना स्वत:च्या जवळ जरी यायचं असेल तरी ते दुसऱ्याच्या मदतीशिवाय नाही येऊ शकत. त्यांचा तोच रस्ता आहे. मग आपली-आपापली फेरी आहे. ती फेरी आपण पूर्ण करू. पण कृपा करून स्वत:चीच फेरी पूर्ण करा, तरीही चालेल. दुसऱ्याने जी फेरी पूर्ण केली आहे, ती करायला तुम्ही निघता, तेव्हा कठीण होऊन जातं. ती फेरी तुमची नाहीये. कुणी दुसरा त्या फेरीतून स्वत:पाशी पोहोचला होता. तुम्ही म्हणजे तो नाही आहात. तुम्ही दुसरी व्यक्ती आहात.

सर्वप्रथम जेव्हा उपनिषदं पश्चिम भाषेत अनुवादित झाली, तेव्हा ज्यांनी कुणी ती वाचली, त्यांना आश्चर्य वाटलं की त्यात कोणतीही साधना सांगितली गेली नव्हती. काय करायचं, काय नाही करायचं, काय खायचं, काय नाही, काय घालायचं, काय वाईट, काय चांगलं, काहीच सांगितलेलं नाही. हा कसला धर्मग्रंथ? बायबलमध्ये सगळं स्वच्छ, स्पष्ट लिहिलेलं आहे. रोखठोक – की काय करा आणि काय करू नका. तो धर्मग्रंथ! ही उपनिषदं म्हणजे कसले धर्मग्रंथ! त्यात चर्चा नाही, साधना नाही, आचरणाची पद्धत नाही. कठीण आहे समजणं. बायबलमध्ये जे उपदेश आहेत, त्या धर्माशी याचं काहीही देणं-घेणं नाही. ती नैतिक आहेत. पण नीतीला धर्म समजलं जाता येऊ शकतं. उपनिषद योग्य अर्थाने धर्म आहे. नीतीशी काहीही देणं-घेणं नाही. केवळ 'आठवण', 'स्मरण'च्या गोष्टी आहेत. ते सांगतात तुम्ही स्मरण करा. जे तुम्ही विसरला आहात, जे तुम्ही आहात, जे तुम्ही या क्षणी आहात, ते आठवा. ते मिळवण्यासाठी कुठे जाण्याची आवश्यकता नाही. आता आणि इथेच आहात तुम्ही. केवळ स्मरण करा. ती केवळ विस्मृती आहे..

कृष्णाच्या दृष्टिकोनातून जे आम्हाला मिळवायचं आहे ते केवळ विस्मरणात गेलं आहे, हरवलं नाहीये. ते आम्हाला आठवत नाहीये. म्हणून प्रथमच त्याला आठवा आणि त्यात उडी मारा. म्हणून जी साधनं आणि नैतिकिता, व्यवस्था धर्म देतो, ते कृष्ण देत नाहीत. कृष्णाचा अहंकार पहिल्या क्षणापासूनच नाहीये. जो माणूस डोळसपणाने हे बघेल, त्यालाही अहंकार राहणार नाही. डोळे बंद करून

आम्ही जगतो, म्हणून अहंकारी आहोत. तुम्ही कधी तुमच्या जन्माबद्दल विचार केलात का की कुणी तुम्हाला निर्माण केलं? तुम्ही निर्माण केलं? कमीत कमी हे तर नक्की तुम्ही निर्माण केलं नाहीत. तुम्ही जसे आहात तसं तुम्ही स्वत:ला नाही बनवलंत हे नक्की. पण आम्हालाही असं वाटतं की आम्ही 'सेल्फ-मेड' आहोत. परमेश्वरालाही ते त्रास देत नाहीत, सर्व काही स्वत:वर घेतात. नाही, आम्ही आम्हाला बनवत नाही. आमचं असणं हे आमच्या हातात नाही. माझ्या असण्याला मी कारणीभूत कुठे आहे? साधं-सरळ सत्यही आम्हाला दिसत नाही की आम्ही असण्यात आमचा हात नाही. मी नसतो तर कुणाजवळ तक्रार केली असती? जे नाहीयेत, ते कुठे तक्रार करत आहेत? नाहीये, तर नाही. आहे, तर आहे. मी असा आहे तर ठीक. जर असा नसतो आणि जसा असतो, तर काय केलं असतं?

आम्ही जर जीवनातल्या सत्याकडे डोळे उघडून बघितलं तर दिसेल की ना जन्म आमच्या हातात, ना मरण आमच्या हातात. आमचे हातही आमच्या हातात नाहीत. प्रयत्न करून बघा आपल्याच हातांनी आपलेच हात पकडण्याचा. आमच्या हातात काहीच नाही. जर आमच्या हातात काहीच नाही तर तिथे 'मी' म्हणण्यात काय अर्थ आहे? प्रयोजन काय? जिथे सगळं जुळलेलं आहे, एकत्रित आहे, सर्व काही एकत्रित घडत आहे. बागेत फूल फुलतं आणि मी तिथे असतो. काय संबंध फूल फुलण्याचा आणि मी तिथे असण्याचा? फूल नसतानाही मी बागेत असू शकतो. जरुरी नाहीये. ते जे बागेत फूल फुललं आहे आणि नेमका तेव्हाच मी तिथे आहे. या एकाच घटनेच्या दोन बाजू आहेत.

आता सूर्य शांत होईल तर आम्ही इथे शांत होऊ. सूर्य खूप दूर आहे, कोट्यवधी मैल दूर. त्याच्या असण्यावर आम्ही अवलंबून आहोत आणि सूर्यही कोणत्यातरी महासूर्यावर अवलंबून आहे आणि ते महासूर्यही... सगळे परावलंबी आहेत. इथे जीवन परस्परांवर अवलंबून आहे. ते वेगवेगळं, तुकडे-तुकडे असलेलं नाहीये. आम्ही छोटे छोटे द्वीप नाही आहोत. आम्ही महासागर आहोत. सर्व एकत्रित आहे. याकडे जरा डोळे उघडून बघितलं तर आठवण करून द्यावी लागेल की मी आणि तू मानवी आविष्कार आहोत. आणि अगदी चुकीचे आविष्कार आहोत. ते दिसू शकलं तर स्मरण होईल. तोपर्यंत आम्ही आम्हाला 'मी' मानत राहू. दुसऱ्याला 'तू' मानत राहू. आणि एका कल्पनेत, पुराणकालात जगत राहू.

कृष्ण पहिल्याच चरणावर सांगतात, आठवा – अजून काही करू नका. फक्त स्मरण करा. कोण आहात, काय आहात, कुठे आहात याचं स्मरण करा, मग सर्व प्रकट होईल.

'भगवान श्री, पूर्णतेच्या संदर्भात एक प्रश्न विचारायचा होता. तुम्ही सकाळी म्हणाला होतात की पूर्णतेचं मूळ लक्षण तुम्ही शून्यता मानता. बुद्धसुद्धा तर परमशून्य होते. त्यांना पूर्ण म्हणता येणार नाही का? आणि त्याचबरोबर शून्यता स्वयं बहुआयामी नाहीये?'

'दोन-तीन गोष्टी.'

एकतर बुद्ध शून्यतेपर्यंत पोहोचले. जसं मी आत्ता सांगत होतो. बुद्ध शून्यतेपर्यंत पोहोचले. ते त्यांनी मिळवलं. जी शून्यता मिळवली जाते, ती एकांगी असते. एक दिशा असते त्याची. ते मिळवण्यावर अवलंबून आहे.

असं समजा, मी माझ्यातल्या ज्या गोष्टीला शून्य करेन, कापून टाकेन, वेगळं करेन ती संपेल. माझ्यातून ती नष्ट होईल. एक तऱ्हेचं शून्य उपलब्ध होईल. पण ती शून्यता एखाद्या गोष्टीचा अभाव होऊन मिळेल. एक आणखीन शून्यता आहे, जी आम्ही आणत नाही. जी आमच्या असण्याच्या बोधातच जन्म घेते. आम्ही आहोतच शून्य, आम्ही शून्य होत नाही. शून्यता हा आमचा स्वभाव आहे. असे आम्ही आहोतच. ज्या दिवशी शून्यता आमचा स्वभाव होतो, साधन नाही, अभ्यास नाही, उपलब्धता नाही त्या दिवशी शून्यता बहुआयामी होऊन जाते. आम्ही कुठल्या गोष्टीला रिकामं करून शून्य केलेलं नाही. आम्ही शून्य आहोतच याचं स्मरण केलं आहे.

बुद्धांची जी शून्यता आम्हाला दिसते, ती शून्यता मिळवलेली आहे. जी शून्यता आणवली गेली आहे ती आम्हाला दिसते. कृष्णात आम्हाला शून्यता कधीही दिसत नाही. कृष्णाला सगळे जण म्हणतील की भरलेला माणूस आहे. कृष्णात काही भरलेलं आहे, हे जाणवतं. पण त्याच्यातली रिक्तता नाही जाणवत. समजते, बुद्धातली रिक्तता. कारण आहे त्याचं. जे आमच्यात भरलेलं आहे, त्याला बुद्धाने काढून टाकलं आहे म्हणून ते रिक्त वाटतात. जर आम्ही रागाने भरलेलो आहोत, तर बुद्धाने राग, क्रोध याला काढून टाकलं आहे. आमच्यात हिंसा आहे तर बुद्धाने तिचा त्याग केला आहे. आमच्यात मोह आहे. बुद्धाने मोहही दूर केला आहे. आम्ही ज्याने भरले गेलो आहोत, बुद्ध त्यातून रिकामे झाले आहेत. म्हणून आम्हाला वाटतं की बुद्ध शून्य झाले. प्रत्यक्षात ज्याने आम्ही भरले गेलो आहोत, ते त्यांच्यात नाही. आम्हाला त्यांची शून्यता ओळखता येते. कृष्णाची शून्यता आम्हाला ओळखू येत नाही. कारण या माणसात लोभ नाही तरीही तो माणूस जुगार खेळायला बसू शकतो. त्याच्यात क्रोध नाही, तो माणूस हातात चक्र घेऊन युद्धात कसा काय उतरू शकतो? हिंसा नाही ज्या माणसात, तर तो अर्जुनाला हिंसा करण्यास भाग

कसा काय पाडू शकतो? राग नाही, तर प्रेम कसं काय करू शकतो? ज्याने आम्ही भरलेले आहोत, ते सगळं आम्हाला कृष्णात दिसतं. कृष्णाची शून्यता आम्ही पकडू शकत नाही.

बुद्धाची शून्यता जर नीट समजायला हवी असेल तर तिथे कुठल्यातरी गोष्टीची गैरहजेरी आहे, जी गोष्ट आमच्यात हजर आहे. म्हणून आम्ही ओळखतो. प्रत्यक्षात ज्या ज्या गोष्टींना आम्ही मनुष्याचं आजारपण म्हणतो. बुद्धात त्या त्या गोष्टींचा अभाव आहे. मनुष्याच्या आजारांचा जिथे संबंध आहे, बुद्ध अगदी शून्य आहेत तिथे. माणसांतलं कोणतंही आजारपण तिथे नाही. आम्हाला इथपर्यंतचेच बुद्ध दिसतात. त्यानंतर बुद्ध एक झेप घेतात, जी आम्हाला कधी दिसत नाही. ती झेप जी या शून्यतेनंतर ते घेतात. बुद्ध मरणासन्न झाले आहेत, त्या तशा क्षणी त्यांचे शिष्य त्यांना विचारतात की तुमच्या मृत्यूनंतर तुम्ही कुठे जाणार? कुठेतरी असणार तुम्ही! मोक्ष? निर्वाण? कसे असाल तेव्हा? बुद्ध म्हणतात, 'मी कुठेही असणार नाही.' हे उत्तर शिष्य समजू शकत नाहीत. कारण त्यांचं तसं मानणं आहे की ज्यांनी लोभ, क्रोध, मोह सोडून दिला, त्याने कुठे असायला हवं? जमिनीवर नाही. मोक्षात असायला हवं. कुठे ना कुठे असायला हवं. बुद्ध म्हणतात, 'मी कुठेही असणार नाही. मी तसाच मिटून जाईन जशी पाण्यावर ओढलेली रेष! जेव्हा आपण पाण्यावर रेघ ओढतो, तेव्हा ती दिसते आणि मिटून जाते. ती कुठे जाते? कुठे असते? मी तसाच असेन.' हे त्यांच्या शिष्यांना समजत नाही. कृष्ण या पाण्यावर ओढलेल्या रेषेसारखे आयुष्यभर जगले. म्हणून कुणा शिष्यांनाही ते सापडत नाहीत. म्हणून कुणालाही ते समजता येतही नाहीत.

बुद्ध आणि महावीर शेवटच्या क्षणी ती झेप घेतात; परंतु कृष्ण कायम शून्यातच जगले. ती रेषा कधी मिटेल, नाही असं नाही, ते प्रतिक्षण ओढत जातात आणि ती मिटत जाते. ना केवळ ओढतात आणि ती मिटते, तर त्याच्याविरुद्ध रेषाही ओढतात. रेषाच रेषा होतात, मिटतात. सर्व होत राहतं. बुद्ध शून्याला एका दिवशी उपलब्ध होतात. कृष्ण शून्यच आहेत. म्हणून त्यांची शून्यता पकडता येणं कठीण आहे.

ज्या दिवशी बुद्धांची शून्यता – बुद्ध शून्य होतात, त्या दिवशी बुद्धांच्या आत जी चेतना बंदिस्त होती, अस्तित्व ते मुक्त होऊन विशालतेशी एकरूप होऊन जातं. आणि मग ते बुद्ध राहत नाहीत. तो जो गौतम सिद्धार्थ जन्मला होता, मरण पावला होता, त्याच्याशी काहीही संबंध राहत नाही. ते जे आत शून्याचं अस्तित्व होतं ते विशालतेच्या अस्तित्वाशी एकरूप झालं. म्हणून त्या विराट अस्तित्वाच्या बरोबर एकरूप झालेल्या शून्याची कथा आमच्यापाशी नाही. परंतु कृष्ण पूर्ण जीवन असे जगले की त्या शून्याची एक कथा आमच्यापाशी आहे की जर बुद्धही त्या शून्यानंतर

या जगात जगले तर ते कसे जगतील. ती संधी तर आम्हाला मिळत नाही, ती संधी आम्हाला कृष्ण देतात.

बुद्धांचं शून्य होणं आणि संपणं एकाच वेळी घडतं. कृष्णाचं शून्य होणं आणि असणं एकत्र चालत राहतं. जर बुद्ध महानिर्वाण मिळवून परतून येतात, तर ते कृष्णासारखे होतील. मग ते निवड करणार नाहीत की हे चांगलं, ते वाईट. मग ते काही धरून ठेवणार नाहीत, सोडून देणार नाहीत. मग ते काहीही करणार नाहीत, ते केवळ जगतील. कृष्ण तसेच जगतात. बुद्धांची जी परमउपलब्धता आहे, कृष्णाचं ते सहज-जीवन आहे. आणि म्हणून खूप कठीण आहे. परमउपलब्ध लोक संपत जातात. उपलब्ध होता होता हरवतात, म्हणून आम्हाला त्रासदायक ठरत नाहीत. जोपर्यंत ते असतात, आमची नैतिक धारणा परिपुष्ट होते त्यांच्यामुळे. पण हा माणूस शून्यच आहे म्हणून कोणत्याही नैतिक मान्यतेला पुष्टी मिळत नाही. तो आमचं सर्व काही अस्ताव्यस्त करून टाकतो. तो आम्हाला भ्रमात टाकतो. आम्हाला समजतच नाही की आता काय करावं, काय नाही? बुद्ध आणि महावीरांकडून न करण्याची सूत्रं तयार होतात, कृष्णाकडून होण्याची सूत्रं तयार होतात. बुद्ध आणि महावीर 'करण्यावर' रस्ता आखतात, कृष्ण 'असण्यावर' रस्ता आखतात. कृष्ण केवळ आहे.'

एका झेन फकिराला कुणीतरी विनंती केली की त्याला ध्यान शिकायचं आहे, शिकवा. फकीर म्हणाला, 'तू मला बघ आणि शिकू शकलास तर शिक.' त्या माणसाला काही कळेना कारण फकीर जमिनीत खड्डे खणत होता. तो बराच वेळ ते बघत राहिला. मग म्हणाला, 'मी खड्डे खणले आहेत. आता तुम्हाला खड्डे खणताना बघितलंही. मला कृपा करून ध्यान शिकवा.' तो म्हणाला की 'जर मला बघून तू शिकू शकत नाहीस तर मी कसं काय शिकवणार? मीच ध्यान आहे. मी जे काही करतो, ते ध्यान आहे. माझं खड्डे खणणं नीट बघ.' माणूस म्हणाला, 'मला अनेकांनी सांगितलं की तुला मोठ्या ज्ञानी माणसाकडे पाठवत आहोत. मी तरी कुठे आलो! खड्डा खणणं हेच जर मला बघायचं होतं तर ते मी कुठेही बघितलं असतं.' फकीर म्हणाला, 'दोन-तीन दिवस थांब.'

तो फकीर कधी स्नान करायचा, कधी जेवायचा, कधी झोपायचा, कधी खड्डा खणायचा, कधी बी पेरायचा. दोन दिवसांत तो माणूस घाबरला. म्हणाला, 'मी ध्यान शिकायला आलो आहे. या सर्व गोष्टींशी माझा काहीही संबंध नाही.' फकीर म्हणाला, 'मी करायला शिकवत नाही. मी व्हायला शिकवतो. जर तू मला खड्डा खणताना बघतोस, तर समजून घे की ध्यान लावून खड्डा कसा खणला जातो. जेवताना बघतोस तर बघ की ध्यान लावून कसं जेवायचं. मी ध्यान करत नाही. मी ध्यान आहे.' माणूस म्हणाला, 'मी तरी काय कुठल्या वेड्याकडे आलो!' फकीर

म्हणाला, 'हा तर कठीण प्रश्न आहे की आपल्या दोघांत वेडं कोण आहे? आणि हे आपल्या दोघांत ठरवता येणं कठीण आहे.'

आम्ही सर्वांनी प्रेम केलं आहे. आम्ही प्रेम झालो नाही आहोत. म्हणून जर कुणी माणूस आमच्या मध्ये येतो, जो प्रेम आहे, तर कठीण होऊन बसेल. कारण आम्ही तर प्रेम करतो. आम्ही कधीही प्रेम होत नाही. याला प्रेम करतो, त्याला प्रेम करतो, कधी करतो, कधी करत नाही, तो आमचा व्यवसाय आहे. पण एक माणूस जो प्रेम आहे, तो आम्हाला अडचणीत टाकतो. त्याचं असणं प्रेम आहे. तो जे काही करतो ते प्रेम आहे. त्याला जर आम्ही म्हटलं की, 'बाबा रे, माझ्यावर प्रेम कर' तर तो म्हणेल, 'मी कसं काय प्रेम करणार? मीच प्रेम आहे.' प्रेम तेच करतात, जे प्रेम नाहीत.

कृष्णासाठी हीच अडचण आहे. कृष्णाचं अस्तित्व शून्य आहे, ते शून्य झाले नाहीयेत. त्यांनी काहीही रिकामं केलं नाही, त्यांनी काही गोष्टी काढून टाकून जागा रिकामी केलेली नाही. त्यांनी जे काही आहे ते स्वीकारलं. स्वीकारलं म्हणून शून्य झाले. या शून्यतेत आणि महावीर-बुद्धाच्या शून्यतेत शेवटच्या क्षणाआधीचा एका क्षणापर्यंतचा फरक राहणार. या शून्यतेला जिवंत शून्यता म्हणावं लागेल. बुद्ध आणि महावीरांची शून्यता जिवंत शून्यता नाहीये. म्हणून महावीर आणि बुद्ध म्हणतील की परतून यायचं नाहीये. पण कृष्ण राधेला म्हणू शकतो की आपण याआधीही अनेकदा आलो आहोत, नाचलो आहोत आणि पुढेही अनेकदा येऊ, नाचू.

बुद्ध आणि महावीर यांच्यासाठी शून्यता महामृत्यू आहे. त्यानंतर पुन्हा परतून यायचं नाहीये, ठरवून जायचं आहे. येणं-जाणं बंद! कृष्ण म्हणू शकतात की या येण्या-जाण्याची मला काय भीती? मी शून्यच आहे. मोक्ष म्हणजे अजून काय मिळणार? मी जिथे आहे तिथे मोक्ष आहे. मी येत राहीन. म्हणून ते अगदी अद्‌भुत गोष्ट सांगतात. ते अर्जुनाला म्हणतात, जेव्हा केव्हा संकट असेल तेव्हा मी येणार. जेव्हा धर्म ग्लानीत असेल, मी येईन. असं बुद्ध आणि महावीर नाही म्हणू शकत. असं त्यांचं वक्तव्य नाहीये की जगात जेव्हा अंधार असेल, संकटं असतील, आजारपणं असतील, त्रास असेल, अधर्म असेल तेव्हा मी येईन. कारण ते म्हणतील की मी तर मुक्त झालो आहे, मग येणार कसा? पण कृष्ण म्हणतात, 'तुम्ही काळजी करू नका, काहीही संकट असेल तर मी येईन.' येऊ शकतात, पण याचा अर्थ असा नाही की येतीलच. त्याचा अर्थ इतकाच या व्यक्तीला ये-जा करण्यात काही बाधा नाही. कारण ते शून्य आहेत.

शून्यतेचा हाच फरक आहे.

आणि महावीर, बुद्ध शून्यतेचा अर्थ मुक्ती या अर्थानेच घेतील. कारण त्यांनी

आयुष्यभर मुक्तीची आकांक्षा, तिचीच साधना केली. म्हणून शून्यता आल्यावर ते म्हणतील की 'आम्ही मुक्त झालो. विश्रामात गेलो. आता परतायचं नाही. यापुढे परतून यायचं नाही. तसा प्रश्नच नाही.' कारण त्यांच्यासाठी परतून येण्याचा अर्थ एकच असणार, तोच संसार, तोच क्रोध, मोह, माया, उपद्रव! म्हणून शून्याची अवस्था जेव्हा प्राप्त होईल त्यांच्या चित्ती तेव्हा ते त्यात बुडून जातील. पण कृष्णासाठी तोच राग, क्रोध, प्रेम, सर्व काही तेच आणि ते त्याच रागात, क्रोधात, मायेत, प्रेमात! त्यात काही त्रास नाही. बेचैनी, अस्वस्थता नाही. ये-जा होऊ शकते. त्यांचं शून्य जिवंत आहे.

पण अनुभूतीत काही फरक पडणार नाही. मग तुम्हाला महावीरांचं आणि बुद्धांचं शून्य मिळालं तरी आनंद प्राप्त होईल. कृष्णाचं शून्य मिळालं तरीही आनंद प्राप्त होईल. पण महावीर-बुद्धांचं शून्य विश्रामात घेऊन जाईल. कृष्णाचा आनंद, होऊ शकतं की विराट सक्रियतेत नेईल. जर आम्ही असं निष्क्रिय शून्य बनवू शकलो तर ते महावीर, बुद्धाला लागू होईल. अनुभूती आनंदाचीच असेल, पण एक आनंद सृजनात्मक होईल आणि एक आनंद लीन होईल.

'बुद्ध पूर्णता अर्थात महाशून्यतेनंतरही चाळीस-बेचाळीस वर्षं जगले?'

बुद्ध जगले आहेत, महावीरही! पण बुद्ध म्हणत, त्यांच्या मृत्यूपूर्वी म्हणाले, की जो निर्वाण मला अवगत झाला चाळीस वर्षांपूर्वी, तो निर्वाण होता. आता जे होत आहे, तो महानिर्वाण आहे? पहिल्या निर्वाणात बुद्धांना ते शून्य प्राप्त झालं जे आम्हाला दिसतं. दुसऱ्या महानिर्वाणात बुद्धांना ते शून्य प्राप्त होतं, जे आम्हाला दिसत नाही. जे कृष्णाला दिसू शकतं, तर बुद्ध तीस-चाळीस वर्षं जगले. त्या जगण्यातही परमशून्य नाहीये. एक छोटासा अडथळा आहे. त्यात कष्ट आहेत. अजून 'होणं' चालू आहे. म्हणून बुद्ध गावोगाव भटकतात, करुणावश होऊन, आनंदवश नाहीत. ते जर दुसऱ्यांना समजवत आहेत तर ते करुणेमुळे, की जे मला मिळालं आहे, तुम्हालाही सांगतो. कदाचित त्यामुळे तुम्हालाही मिळेल! पण कृष्ण जर कुणाला सांगत आहेत, ते आनंद कारणाने, करुणेने नाहीत. कृष्णात तुम्हाला करुणा शोधूनही सापडणार नाही.

बुद्ध चाळीस वर्षं करुणावश राहिले, येत आहेत, जात आहेत; पण ते प्रतीक्षा करत आहे त्या शेवटच्या क्षणाची जिथे येणं-जाणं कायमचं संपेल. मुक्त होता येईल. म्हणून बुद्ध म्हणतात, निर्वाण दोन तऱ्हेचे आहेत. एक निर्वाण ते, जे समाधीतून मिळतं आणि एक महानिर्वाण, ज्यात शरीरही नष्ट होतं, केवळ मनच

नव्हे – तर शरीरही. तेच परमनिर्वाण आहे. परमशून्य त्यातूनच मिळेल.

कृष्णासाठी असं नाहीये. कृष्णाकरता निर्वाण आणि महानिर्वाण दोन नाहीत. ते दोन नाहीत, एकच आहेत.

आता प्रश्न उद्या... म्हणून हवाही आनंद देईल!

◆

४

'भगवान श्री, कृष्णाचा जन्म आजपासून किती वर्षं आधीचा? यासंदर्भात काय संशोधन झालं आहे? तुमचं गणित काय आहे? समाधिस्थ व्यक्ती योग्य उत्तर देऊ शकत नाहीत का?'

कृष्ण कधी जन्मले, कधी मृत्यू पावले याचा काही हिशेब ठेवला गेला नाहीये. त्याचं कारण आहे. आम्ही जेव्हा कुणाबद्दल असा विचार करतो की जे कधी जन्मत नाहीत आणि मरत नाहीत, त्यांच्या वयाचा, काळाचा हिशेब ठेवणं योग्य नाही. हिशेब त्यांचा ठेवायचा जे जन्म घेतात आणि मरतात. जन्म न घेणाऱ्या आणि मृत्यू न पावणाऱ्यांचा काय हिशेब ठेवायचा? असं नाही की हिशेब ठेवता येणार नाही. त्यात काही कठीण नाही. पण असा हिशेब कृष्णासारख्या व्यक्तिमत्त्वासाठी योग्य नाही. कोणतीही तिथी, वार नाही.

पूर्वेकडच्या लोकांनी आपल्या महापुरुषांच्या जन्म-मृत्यूच्या नोंदी केलेल्या नाहीत. पश्चिमेकडच्यांनी नोंदी ठेवण्याचा प्रयत्न केला आहे. कारण आणि शिवाय पश्चिमेचा प्रभाव पूर्वेवर पडू लागला. तेव्हापासून नोंदी करण्याचा प्रयत्न सुरू झाला कारण पश्चिमेची एक धारणा आहे, त्या सर्व धर्मांची जे यहुदी परंपरेत जन्मले, धारणा आहे 'जन्म'. एक जन्म आणि एका मृत्यूत सर्व काही संपतं. ना त्यांना काही भूतकाळ, ना भविष्यकाळ, मागे-पुढे जन्म नाहीत.

स्वाभाविकतेने ज्यांची अशी धारणा आहे की जन्म-तिथी आणि मृत्यू-तिथी यामध्ये जीवन पूर्ण होतं. तो एकच जन्म, त्यापुढे जीवनयात्रा नाही, तर त्या तिथींची नोंद ठेवण्याचा मोह झाला तर तो अचानक नाही. पण ज्यांना हे माहीत आहे, जाणलं आहे की अनेकदा जन्म होतो आणि अनेकदा मृत्यू होतो. अनंत वेळा येणं,

स्वधर्मनिष्ठेचे आत्यंतिक प्रतीक : कृष्ण!

अनंत वेळा जाणं तर मग तेही हिशेब ठेवतील किती वेळा? कसा ठेवणार? त्यांचं हिशेब ठेवणं, आपल्याच विचारांना खोटं ठरवल्यासारखं होईल. म्हणून हिशेब ठेवला नाही.

जाणूनबुजून असं झालं आहे. विचारपूर्वक. हिशेब ठेवू शकले नसते असं नाही. संवत्सर नव्हते आपल्यापाशी असं नाही. जगात सर्वांत जुना संवत्सर आपणच निर्माण केलेला आहे.

असं विचारलं आहे आणखी की समाधिस्थ व्यक्ती हे सांगू शकली नसती का की योग्य तारीख कोणती – जेव्हा कृष्ण जन्मले?

गैरसमाधिस्थ एक वेळ सांगेलही, समाधिस्थ अजिबात सांगू शकत नाही. कारण समाधीचा काळाशी काहीही संबंध नाही. जिथे समाधी सुरू होते तिथे काळ संपतो. समाधीची आणि काळाची सांगड घालता येत नाही. ती कालातीत आहे. समाधीचा अर्थच मुळी 'काळाबाहेर जाणं' असा आहे. जिथे तास, क्षण मिटून जातात, जिथे परिवर्तन हरवून जातं. तिथे तोच उरतो, जो कायमच होता, आहे. जिथे भूतकाळ नाही, भविष्य नाही, केवळ वर्तमान असतो. समाधी क्षणात घडत नाही, क्षणांबाहेर घडते.

तर समाधिस्थ तर अजिबातच सांगू शकत नाही. समाधिस्थ तर स्वत: कधी जन्मला आणि मृत पावला हेही सांगू शकत नाही. समाधिस्थ इतकंच सांगू शकतो की कसं जन्मावं आणि कसं मृत पावावं. ना मी कधी जन्मलो, ना मी कधी मरण पावलो. जर आपण समाधिस्थला विचारलं की हे जे क्षण येतात, काळाचा प्रवाह वाहतो आहे, काही भूतकाळ होतो, काही भविष्य आहे, यासंबंधी त्याचं काय मत आहे? समाधिस्थ सांगेल की ना काही येतं, ना काही जातं. जे जिथे आहे, ते तिथेच आहे. सर्व काही थांबलेलं. ये-जा, काळाचं भान, जे समाधिस्थ नाहीत त्यांची ही

धारणा आहे. वेळ-काळ ही मनाची उत्पत्ती आहे. जसे आम्ही मनाच्या बाहेर गेलो, तिथे काळ नाही. यावरून दोन-तीन गोष्टी समजून घेऊ.

काळ ही मनाची उत्पत्ती आहे असं जेव्हा आम्ही म्हणतो, तेव्हा त्याला बरीच कारणं आहेत. पहिलं कारण की जेव्हा आपण सुखात असतो तेव्हा काळ आकुंचित होतो. जेव्हा दु:खात असतो तेव्हा काळ मोठा होतो. प्रसरण पावतो. कुणा प्रिय व्यक्तीला भेटता तर वेळ भरकन निघून जातो. कधी संकटात, कुणा शत्रूसमोर असता तर वेळ जाता जात नाही. घड्याळ आपल्या पद्धतीनेच चालत असतं. पण मन? कुणी मरणासन्न आहे, रात्रीची वेळ आहे तर रात्र संपता संपत नाही. वाटतं की ही रात्र कधी सरणारच नाही. पण कुणी आवडती व्यक्ती येते तर बोलण्यात, गप्पांत, रात्र कधी संपली हे कळतच नाही. घड्याळ उशिरा अथवा जलद चालत नसतं. हे सर्व आपल्या मन:स्थितीवर अवलंबून असतं.

आइन्स्टाईनना लोक सापेक्षतेबद्दल विचारत. ते म्हणत, 'कठीण आहे. कदाचित पृथ्वीवर दहा-बाराच माणसं अशी असतील ज्यांच्याशी मी सापेक्षतेबद्दल बोलू शकेन. सर्वांशी नाही. पण तरीही तुम्हाला समजवण्याचा प्रयत्न करतो. उदाहरणार्थ, समजा कुणा माणसाला गरम स्टोव्हजवळ बसवलं तर काळ वेगळ्या तऱ्हेने व्यतीत होतो. पण त्यालाच जर आपल्या प्रेयसीबरोबर बसवलं तर काळ दुसऱ्या तऱ्हेने व्यतीत होतो. आमचं सुख, आमचं दु:ख आमच्या काळाची लांबी ठरवतं.

समाधी सुख-दु:खाच्या बाहेर आहे. समाधी आनंदाची अवस्था आहे. तिथे लांबी राहत नाही. तिथे काळ उरत नाही. समाधी क्षणात कुणीही सांगू शकत नाही की कृष्ण कधी जन्मले, कधी मृत पावले, त्या क्षणी प्रत्येक जण म्हणेल की कृष्ण आहे. त्यांचं असणं शाश्वत आहे. आणि केवळ कृष्णाचं असणं शाश्वत नाहीये, आमचं असणंही शाश्वत आहे. सर्व होणं शाश्वत आहे.

आपण स्वप्नं बघतो. एखाद्याने क्षणासाठी डुलकी घेतली, त्या क्षणातही इतकं मोठं स्वप्न बघितलं जातं, की जे बघायला वर्ष लागावं. त्याचं त्या क्षणात लग्न होतं. मुलं होतात, ती मोठी होऊन त्यांची लग्नं होतात... वर्षं लागतील हे घडायला जे क्षणात घडून जातं स्वप्नात.

स्वप्नात मन बदलतं म्हणून काळाची धारणाही बदलते. गहिऱ्या निद्रेत काळ राहत नाही. तुम्ही जेव्हा म्हणता की रात्री गाढ झोप लागली, तेव्हा काळाचं भान राहत नसतं. तुमची झोप गाढ होती हे तुम्हाला तुम्ही कधी झोपलात, कधी उठलात या दोन वेळा, दोन टोकं त्यावरून समजतं. पण जर त्या वेळाच समजल्या नाहीत, तर तुम्ही किती काळ झोपलात हे कळणं शक्य नाही. मी एका बाईला बघितलं आहे जी गेले नऊ महिने बेशुद्धावस्थेत आहे. ती तशीच राहील, तशाच अवस्थेत मरूही

शकते असं डॉक्टर म्हणतात. पण समजा, ती शुद्धीत आलीच तर ती सांगू शकेल का की ती किती काळ बेशुद्ध होती? हजारो वेळा घड्याळाचे काटे फिरलेत, कॅलेंडरची पानं उलटली आहेत. पण तिला ते माहीत नाही.

सुषुप्तीत चित्त निद्रिस्त असतं. म्हणून तिथे काळाचा बोध होत नाही. समाधीत चित्त हरवतं, संपतं. समाधी म्हणजे अ-मन अवस्था!

समाधीत कधीही कळणार नाही की कृष्ण कधी जन्मले, कधी मृत पावले.

रिंझाई नावाचा एक झेन फकीर होता. त्याने एकदा असं म्हटलं की वेड्यांनो, कोण म्हणतं बुद्ध होते म्हणून? हे ज्यांनी ऐकलं ते म्हणाले, 'तुम्ही काहीही सांगताय! बुद्धाच्याच मंदिरात राहता. त्याच्याच मूर्तीवर फुलं वाहता. त्यांच्याच समोर नाचता. बुद्धाचे प्रेमी आहात. आणि एका सकाळी उठून म्हणता की बुद्ध होते का? वेड तर नाही ना लागलं?' रिंझाई म्हणाला, 'मी वेडा होतो. कारण असू तर तोच शकतो तो एके दिवशी नसणारा असतो. पण जो नेहमीच आहे, त्याच्या असण्याचा अर्थ काय? मी आज तुम्हाला सांगतो की बुद्ध कधीही नव्हते, सगळ्या खोट्या गोष्टी, कथा आहेत.' लोक म्हणाले, 'प्रत्यक्ष त्यांना बघितलंय अशी माणसं आहेत. पुरावे आहेत, शास्त्रही हेच सांगतं, ते या पृथ्वीवर चालले, उठले, बसले, बोलले.' रिंझाई म्हणाला, 'सावली चालली असेल, उठली-बसली असेल, बोलली असेल. बुद्ध कधी उठले, बसले, चालले? सावली!'

जो जन्मतो, तो मरतो. तो आमच्या सावलीव्यतिरिक्त अन्य काहीही नाही. म्हणून जाणून काही हिशेब ठेवला गेला नाही. धर्म इतिहास नाहीये. इतिहास त्याचा असतो तो येतो, जातो. इतिवृत्त सुरू होतं, संपतं. आदी असतो, अंत होतो. धर्म सनातन आहे. सनातनचा अर्थ जो नेहमीच आहे. तिथे तिथींचा हिशेब नाही. म्हणून कुणी समाधिस्थ हे सांगू शकत नाही. सांगण्याचं कारणही नाही, अर्थही नाही. आम्हीही कधी असू, कधी नसू! नेहमीच आहोत. शाश्वत!

पण आम्ही काळाचा हिशेब ठेवतो. काळाप्रमाणेच मोजत जातो. सकाळ होते, संध्याकाळ होते, तास उलटत जातात, आम्हाला काळाचं भान आहे. आमचं काळाचं मोजमाप करणं स्वाभाविक आहे. सत्य नाही. जशी आमची समज तसं आमचं माप. आमचं माप तसंच आहे जसा विहिरीतला बेडूक. समुद्रातून आलेल्या बेडकाला विचारतो की समुद्र किती मोठा आहे? अर्ध्या विहिरीत उडी मारून विचारतो की इतका? इतका मोठा? समुद्रातून आलेला बेडूक म्हणतो, माफ कर, विहिरीतल्या तुझ्या या पाण्याची तुलना होऊ शकत नाही समुद्राशी. त्याने पूर्ण उडी मारली, विहिरीच्या एका टोकापासून दुसऱ्या टोकापर्यंत! म्हणाला, 'इतका मोठा?' पण समुद्रातून आलेल्या बेडकाच्या डोळ्यांत तरीही साशंकता दिसल्यावर विहिरीतला बेडूक म्हणाला, 'तुझं डोकं

फिरलंय. विहिरीपेक्षा मोठी दुसरी जागा आहे का? आणखी एकदा दाखवतो.' आणि त्या बेडकाने विहिरीला गोल फेरी मारली. 'इतका मोठा?' समुद्रातला बेडूक म्हणाला, 'विहिरीशी जर समुद्राची बरोबरी अथवा माप घेऊ लागलास तर कठीण होईल. तुलनाच नाही.' विहिरीतला बेडूक म्हणाला, 'विहिरीतून बाहेर जा. विहिरीपेक्षा मोठी गोष्ट कधी बघितली आहेस? आकाशही दिसतं विहिरीत.' जेव्हा बेडकाने वर बघितलं तेव्हा आकाशही विहिरीइतकंच दिसत होतं. विहिरीतला बेडूक म्हणाला, 'आकाश, जे सर्वांत मोठं आहे तेही विहिरीपेक्षा मोठं नाहीये. तुझा समुद्र आकाशापेक्षाही मोठा आहे काय?'

आम्ही काळाच्या विहिरीत जगत आहोत. सर्व गोष्टी येतात-जातात. काही गोष्टी ज्या भूतकाळ झाल्या आहेत, काही ज्या भविष्य आहेत आणि अगदी छोटासा क्षण जो वर्तमान आहे. जो येई-येईपर्यंत निघून जातो. आम्ही विचारतो की कोणत्या क्षणी कोण झालं? आम्ही एखाद्या क्षणी स्वत:ला अनुभवतो. कुठल्याशा विहिरीत बंदिस्त म्हणून आम्ही विचारतो की ते कोणत्या विहिरीत होते?

नाही. ना बुद्ध, ना जीझस, ना महावीर, ना कृष्ण – कोणत्याही काळाच्या सीमारेषेत यांना बांधता येणार नाही. आम्ही बांधतो, तो आमच्या सीमेचा आग्रह आहे. ज्या दिवशी पश्चिमेतली समज अजून थोडी वाढेल, त्या दिवशी ते जीझसचा जन्म-मृत्यू दिन विसरून जातील, सोडून देतील. पूर्वेतली समज या बाबतीतली खूप गहिरी आहे. कारण अनेक अजब घटना घडल्या. म्हणून आमची विचारांची पद्धत, बोलण्याची पद्धत जगाला समजत नाही.

जर आम्ही तीर्थंकरांच्या वयाबद्दल विचारतो तर ते अनेक वर्षं लाखो-करोडो वर्षं जगले आहेत. आता हे कोण कसं मानेल? हे होऊ शकत नाही. हजारो फूट उंच आहेत. कुणाचं डोकं आकाशाला स्पर्श करतं. हे कसं? कोणी मान्य करणार नाही. मान्य करण्यासारखी ही गोष्टही नाही. समजून घेण्याची गोष्ट आहे. जर विहिरीतल्या बेडकाने मोठी हिंमत केली तर तो काय करेल, म्हणेल? तो म्हणेल, हजार विहिरी इतका समुद्र असेल. लाखो-करोडो विहिरींइतका! काही संख्या तर असायला हवी. विहिरीचंच मोजमाप धरलं जाणार प्रमाण! तर जो अनादी आहे, जो सनातन आहे, त्याला आम्ही म्हणू 'करोडो वर्षं!' पण वर्ष तर असणारच. त्यानेच मोजमाप घेतलं जाणार. ज्याची काही टोकंच नाहीत, तर आम्ही म्हणू आकाशापर्यंत! जमिनीवर पाय आणि आकाशाला स्पर्श करेल इतकी उंची. पण तरीही फुटपट्टी लावली जाणार. जे जाणकार आहेत त्यांनी ही फुटपट्टी तोडून टाकली. त्यांनी हा हिशेबच सोडून दिला. कृष्ण बेहिशेबी आहे. समाधिस्थ यासंबंधी इतकंच म्हणेल – ते नेहमीच आहेत.

'भगवान श्री, जीझसचा हिशेब ठेवला जाऊ शकला. ते १९७०च्या आधीचे. तर मग कृष्णाचा हिशेब नसता ठेवता आला?'

ठेवता येऊ शकला असता. त्यांच्या जवळपास जी माणसं होती, त्यांच्यावर अवलंबून आहे ही गोष्ट. जीझसच्या आजूबाजूच्या लोकांनी हिशेब ठेवला. जीझसने नाही. कारण जर जीझसची वचनं बघितली तर ते समजेल. एक पैगंबर होते अब्राहम. जीझसच्या आधी कोट्यवधी वर्षे – जीझसना कुणी विचारलं की अब्राहम तुमच्या आधी होऊन गेले. जीझस म्हणाले, 'अब्राहम होण्याआधी मी होतो.' याचा अर्थ काय? जीझसने तर वेळेला तोडून टाकलं. पण जी माणसं होती त्यांच्याकडे वेळेचं कोष्टक होतं. त्यांनी समुद्र बघितला नव्हता. विहीर बघितली होती. त्यांना ही गोष्ट मोठी रहस्यमय वाटली. म्हणाले, 'ठीक आहे. काही असेल रहस्य!' पण त्यांना हे समजलं नाही की वेळ-काळाचं कोष्टक मोडून काढलं होतं त्यांनी.

जीझसना कुणी विचारलं की तुझ्या प्रभूच्या राज्यात कोणती विशेष गोष्ट असेल? तर जीझस म्हणतात, 'तिथे वेळ काळ नसेल.' वेळ-काळाचं गणित जीझस, कृष्ण तयार करतात का? ते तर जवळपासचे लोक मांडतात. कृष्णाच्या जवळपास जी, जशी माणसं होती, तशी जीझसला नाही मिळाली. या बाबतीत या जमिनीवर जी माणसं जन्मली त्यांचं सौभाग्य वेगळंच आहे. जीझसच्या आजूबाजूला क-ख-ग कक्षेतली माणसं होती. म्हणून तर त्यांनी जीझसला क्रूसावर चढवलं. कारण तो माणूस इतका डोईजड झाला होता की, त्याला मारणे हा एकच उपाय शिल्लक राहिला. आम्ही कृष्ण, महावीर, बुद्ध यांना क्रूसावर चढवलं नाही. याचा अर्थ असा नाही की ते जीझसपेक्षा कमी डोईजड झाले होते. याचं सर्व कारण इतकंच आहे की एक मोठी यात्रा आहे या देशाची, जिथे अनेक खतरनाक, डोईजड लोकांना सहन केलं गेलं. धोकादायक, अलौकिक, अद्‌भुत! आम्ही हळूहळू मान्य करू लागलो आणि तशी समज निर्माण झाली, ज्याचा आम्ही उपयोग करू शकू. याचा उपयोग जीझसच्या काळात होऊ शकला नाही. मोहम्मदच्या काळातही नाही. म्हणून फरक पडला. यापेक्षा वेगळं कारण काहीही नाही.

हे नीट समजून घेतलं पाहिजे की ना कृष्णाने काही लिहून ठेवलं, ना जीझसनी. ज्यांनी त्यांचं बोलणं ऐकलं त्यांनी लिहिलं.

जीझस एका गावात थांबले होते. गर्दी झाली आहे रस्त्यावर त्यांना बघायला आणि तेवढ्यात एक आवाज येतो, 'वाट द्या करून. जीझसची आई त्यांना भेटायला आली आहे.' तर जीझस हसतात, म्हणतात, 'माझी कुठली आई? कारण मी जन्मलो कधी?' पण हिशेब ठेवणाऱ्यांनी तारीख नक्की केली आहे. त्यांनी तसं

लिहून ठेवलं आहे तारखेवर, जीझसचा जन्म!

कृष्णाला जे हिशेब ठेवणारे भेटले, ते जास्त समजूतदार आहेत. त्यांनी म्हटलं, 'जो माणूस सांगतो की मी नेहमीच आहे, जो अर्जुनाला सांगतो की मी तुला समजवत नाहीये, या अगोदर मी अमुक एका माणसाला समजावलं होतं, त्याला समजावलं होतं... याला समजावलं होतं आणि असं नाहीये की तुला समजावलं की सर्व संपलं. मी येत राहणार, समजावत राहणार आणि ही जी माणसं समोर उभी आहेत, तुला वाटतं की ती मरतील? तू वेडा आहेस, असमंजस आहेस. ही माणसं आधीही होती आणि मरण पावली आणि त्याअगोदरही होती. आता मरतील तर पुन्हा येतीलच.' या माणसाची जन्म-मृत्यूची तिथी नोंद करून ठेवणं हे अयोग्य होतं. अन्यायपूर्ण होतं. नाही नोंदली गेली तारीख.

इतिहास संशोधन करू लागेल तर कठीण पडेल. कारण आम्ही जाणूनही नोंदी हरवल्या. उपनिषिदं कुणी लिहिली, वेद कुणी लिहिले, लेखकाचं नाव पुसून टाकलं. कारण लेखकानेच म्हटलं की हे जे काही मी लिहिलं आहे ते मी नाही लिहिलेलं, परमात्म्याने लिहिलं आहे. मी जे बोलतो तेही मी बोलत नाही, परमात्मा बोलतो. जीझसही हेच सांगत होते. 'आकाशातल्या वडिलांनी लिहिलं, सांगितलंय, मी नव्हे.' पण लोक आजही म्हणतात, 'जीझसची वचनं आहेत ही!'

म्हणून ही या देशाची कमतरता नाहीये की नोंदी नाहीत. असंही नाही की इतिहासाचा बोध आम्हाला नाही. इतिहासाला आम्ही जाणूनबुजून हरवलं. कारण आमच्यापाशी विहिरीइतका इतिहासाचा बोध नाही तर शाश्वताचा बोध आहे. आम्हाला घटनांचं महत्त्व नाही तर घटनांमधून जी मूल्यं मिळाली त्याचं महत्त्व आहे. आम्हाला याची तमा नाही की कृष्णाने काय खाल्लं, काय प्यायलं. आम्ही याची फिकीर केली की तो कोण होता कृष्णाच्या आत जो खाणं-पिणंही बघत होता. आम्ही याची तमा बाळगली नाही की कृष्ण कधी जन्मले, कधी मृत पावले. आम्ही बघितलं की तो कोण होता तो जन्मातून आला आणि मृत्यूमधून त्याने निरोप घेतला. तो कोण आहे जो आत होता. आम्ही त्या अंतर्गत आल्याची चिंता केली. त्याच्यासाठी कोणतीही तारीख अर्थपूर्ण नाहीये.

'भगवान श्री, हे तर मान्य आहे की कृष्ण, जीझससारख्या व्यक्तीचं आत्मिक व्यक्तित्व आहे; परंतु वर्णित शरीर तर येतं-जातं. आम्हाला कृष्णाच्या वर्णित शरीराची कालगणना जाणून घ्यावयाची आहे. कृष्णलीला कधी झाल्या, महाभारत केव्हा घडलं? या स्थूल घटना तर जाणून घेता येतील?'

शरीराचं ज्यांच्यासाठी मूल्य आहे, त्यांच्यासाठी स्थूल घटनांनाही महत्त्व आहे. जे शरीराला सावली समजतात, त्यांच्यासाठी या गोष्टीचं काहीही महत्त्व नाही. कृष्ण असं म्हणतच नाहीत की हे जे शरीर दिसत आहे ते म्हणजे मी! जीझसही असं म्हणत नाहीत. ते स्वत:च हे नाकारतात. तसा विचार तुम्ही कुणीही करू नये असं सांगतात. ते म्हणतात, 'हा मी नाहीच आहे. याचा जर हिशेब ठेवलात तर तो माझा नाही.' बुद्ध मृत पावल्यावर पाचशे वर्षांपर्यंत त्यांची प्रतिमा बनवली गेली नाही, कारण त्यांनीच सांगितलं होतं की माझी प्रतिमा बनवा, या शरीराची प्रतिमा बनवू नका. पण आम्ही बुद्धाची प्रतिमा कशी बनवणार? तर पाचशे वर्षं बुद्ध ज्या वृक्षाखाली बसले होते, बोधिवृक्ष. जिथे त्यांना साक्षात्कार झाला, ते बुद्ध झाले. त्या वृक्षाचं चित्रं बनवून त्यांची जागा रिकामी ठेवली गेली.

स्थूलदेह – चित्रापेक्षा जास्त काहीही नाही, सावली! त्याचा हिशेब ठेवण्याचं काही प्रयोजनही नाही ज्यांना सूक्ष्म म्हणजे काय हे माहीत नाही. त्यांनी हिशेब ठेवला. जे 'सूक्ष्म' जाणतात, त्यांच्यासाठी स्थूल व्यर्थ आहे. तुम्ही तुमच्या स्वप्नांचा हिशेब ठेवता? कुठली स्वप्नं बघितलीस? कधी बघितलीत? स्वप्न बघतो आणि विसरून जातो. कृष्णाचं आयुष्य एका स्वप्नापेक्षा जास्त काही नाही. जीझस कोणती स्वप्नं बघत, याचा हिशेब आहे का आमच्यापाशी? नाही. पुढे कदाचित असा जमाना येऊ शकतो की लोकं विचारतील की तुमचे जे कृष्ण होते, त्यांनी काही स्वप्नं बघितली होती की नाही? ते जर होते तर स्वप्नं नक्कीच बघितली असतील. त्यांचा हिशेबही महत्त्वपूर्ण होऊन जाईल. आणि ज्या माणसाच्या स्वप्नांची नोंद आमच्याकडे नसेल, तो माणूस होता की नव्हता असा संदेह निर्माण होईल. जे जीवन आम्ही स्थूल समजतो, कृष्ण, जीझस, महावीर, बुद्ध या जीवनाला एक स्वप्न समजतात. आणि त्यांच्या जवळपासच्या लोकांना हे जर समजतं तर ते त्यांची नोंद ठेवणार नाहीत. नोंदी न ठेवणं हे फार सूचक आहे. नोंद ठेवली असती तर समजलं गेलं असतं की लोकांना कृष्ण समजलेच नाहीत.

मी सांगत होतो की पाचशे वर्षं बुद्धाची प्रतिमा नव्हती, कोणतंही चित्र नव्हतं. बनवलं ते केवळ बोधिवृक्षाचं आणि बुद्ध जिथे वृक्षाखाली बसायचे ती जागा रिकामी ठेवली गेली. रिकामी! बुद्ध एक रिकामी जागाच होते. पाचशे वर्षांनंतर पुतळा, चित्र बनवलं गेलं कारण त्या पाचशे वर्षांत ती माणसं हरवून गेली, ज्यांना समजलं होतं की बुद्धाचं स्थूल जीवन केवळ आपलं आहे, आपल्यासाठी आहे. आणि पाचशे वर्षांत अशी माणसं प्रमुख झाली, जी म्हणू लागली की नोंद तर ठेवायलाच हवी. त्यांचा चेहरा कसा होता? त्यांचं शरीर कसं होतं? तो हिशेब लक्षात ठेवला गेला. ज्ञानींनी हिशेब नाही ठेवला. जेव्हा ज्ञानी हरवले, तेव्हा अज्ञानांनी हिशेब ठेवला. स्थूल शरीराचा हिशेब अज्ञानीच जन्माला घालतात.

आणि काय फरक पडतो की कृष्ण नव्हतेच अशा विचाराने? काहीही फरक पडत नाही. कृष्णाच्या असण्याने तुम्हाला काय फरक पडतो? काहीही फरक पडत नाही. कृष्ण होते की नव्हते काय फरक पडतो? कृष्ण असण्याची जी आंतरिक संभाव्यता आहे, ती आहे की नाही, याने फरक पडतो. खरा प्रश्न असा आहे की कृष्णासारखी व्यक्ती असू शकते की नाही! असो अथवा नसो. त्याने काहीच फरक पडत नाही. समाधिस्थ चित्ताला यामुळे काहीही फरक पडत नाही. पण असा मनुष्य असणं संभव आहे का? जर तुमच्या मनाने मान्य केलं की अशी व्यक्ती असू शकते, तर तुमचं आयुष्य बदलू शकतं. पण मन मान्य करत नाही तर कोणताही पुरावा मिळाला असण्याचा, जसा एखादा लिखित दगड, संपूर्ण कथा तरीही मन म्हणेल या सगळ्या काल्पनिक कथा आहेत. अशी व्यक्ती असणं प्रत्यक्षात शक्य नाही.

कृष्ण असण्याची शक्यता आहे. म्हणून ते होते, असू शकतात, म्हणून ते आहेतही. पण आंतरिक व्यक्तित्वाला हे लक्षात घेण्याची आवश्यकता आहे.

आम्हाला तर शरीर दिसतं, तो जो आंतरिक आहे, तो दिसू शकत नाही. म्हणून आमची फार उत्सुकता आहे शरीराबद्दल. बुद्धांना ते मरत असताना कुणी विचारलं की मेल्यानंतर तुम्ही कुठे असाल? बुद्ध म्हणाले, 'कुठेही नाही. कारण मी आधीही कुठेही नव्हतो. जो तुम्हाला दिसतो तो मी नाहीये, जो मला दिसतो तो मी आहे.' तर केवळ बाहेरचं जीवन बघितलं गेलं. जी एक कहाणी, एक नाटक बनतं. त्याला काही मूल्य नाही.

त्याला काही मूल्य नाही, ही गोष्ट ठसवण्यासाठी आम्ही कोणत्याही नोंदी ठेवल्या नाहीत आणि पुढेही ठेवणार नाही.

पण या देशाचं मन कमकुवत झालं आहे आणि घाबरटही. भीती वाटते की जीझस ऐतिहासिक वाटतात आणि कृष्ण म्हणजे एक कथा. जीझससाठी तर प्रमाण आहे. देशाचं मन कमकुवत झालेलं आहे. आमचं चित्तसुद्धा त्याच धारणांनी प्रभावित झालेलं आहे, ज्या धारणांनी जीझसचं जीवन वाचवण्याचा प्रयत्न केला जात आहे. तर मग आम्हीही तेच, तसंच विचारतो. चांगलं होईल जर आमचा कमकुवतपणा नष्ट होऊन आम्ही त्यांना सांगू की हा तुमचा वेडेपणा आहे. जीझससारखी व्यक्ती झाली आणि तुम्ही त्याच्या जन्म-मरणाच्या नोंदी ठेवत आहात. तुम्ही वेळ फुकट घालवलात. इतक्या अमूल्य माणसाबाबत इतकी कवडीमोल माहिती ठेवण्याची काही गरज नव्हती.

म्हणून मी म्हणतो, अशा गोष्टींची काळजीच करू नका. ही चिंताच आपल्या मनाची स्थिती सांगते की तुमच्यासाठी महत्त्वाचं काय आहे. जन्म-मृत्यू? शरीराचं असणं? घटना? हे बाहेरच्या परिघातलं जीवन आहे. का हे महत्त्वाचं आहे जो आत,

मध्यभागी उभा आहे. अलिप्त, असंग? तो जो साक्षी म्हणून उभा आहे, तो महत्त्वाचा? जर तुम्हीसुद्धा मरताना पाठीमागे वळून बघता, तर जे जीवन तुम्ही जगलात, स्वप्नात आणि त्या जीवनात काय फरक दिसणार? आजही जरी मागे वळून बघितलंत तुमचे आयुष्य जे जगत इथपर्यंत पोहोचलात, ते खरंच जगला होतात की स्वप्न बघितलं होतंत? या दोहोंत फरक कसा करणार?

च्वांग्त्सेने एक गंभीर विनोद केला आहे. तो एकदा सकाळचा उठला आणि म्हणाला, मला जरा संभ्रम वाटतो आहे, सगळे या आणि माझं हे कोडं सोडवा. त्याच्या आश्रमातले सगळे गोळा झाले. त्यांना आश्चर्य वाटू लागलं कारण त्यांचे प्रश्न च्वांग्त्से सोडवायचा. तो प्रश्नांत अडकला? 'तुम्ही आणि कोड्यात? आम्हाला तर वाटत होतं की तुम्ही सगळी कोडी सोडवून पार गेलात.' तो म्हणाला, 'तेच कोडं आहे. ज्याला पार केल्यानंतरचं कोडं म्हणता येईल. रात्री मी एक स्वप्न बघितलं की मी फुलपाखरू झालो आहे आणि फुलाफुलांवरून उडतो आहे.' 'त्यात काय? स्वप्न सगळेच बघतात.' 'पण इथेच संपत नाही. सकाळी उठून बघितलं तर मी पुन्हा च्वांग्त्से झालो आहे. प्रश्न असा आहे की असं तर नाही की फुलपाखरू झोपलं होतं, त्याला स्वप्न पडलं की ते त्स्वांग्त्से झालं आहे? जर माणूस स्वप्नात फुलपाखरू होऊ शकतो, तर फुलपाखरू स्वप्नात माणूस होऊ शकणार नाही? तर होऊ शकतं. मग प्रश्न असा आहे की खरं काय आहे? रात्री मी जे स्वप्न बघितलं फुलपाखरू झाल्याचं, तो च्वांग्त्से बघत होता? की आता फुलपाखरू स्वप्न बघत आहे? मी कोड्यात पडलो आहे.'

त्या आश्रमातले लोक म्हणाले की, हे कोडं आम्हाला सुटणार नाही. तुम्ही तर आम्हालाही संकटात टाकलंत. आतापर्यंत आम्ही तर असंच समजत होतो की रात्री जे बघतो, ते स्वप्न असतं आणि दिवसा जे बघतो ते सत्य असतं. पण च्वांग्त्से म्हणाला, 'वेड्यांनो, दिवसा तुम्ही जे बघता ते रात्री विसरून जाता, तसंच रात्री जे बघता ते दिवसा जागं झाल्यावर विसरता जे स्वप्न होतं. आणि आणखी एक मजेशीर गोष्ट आहे. दिवसा जाग आल्यावर रात्रीचं स्वप्न निदान थोडंतरी आठवतं. पण रात्री स्वप्नात झोपल्यावर दिवसा जे काही झालं ते अजिबात आठवत नाही. जर स्मरणशक्ती निर्णायक आहे, तर रात्रीचं स्वप्न दिवसाच्या स्वप्नापेक्षा जास्त सत्य होईल. आणि जर एखादा माणूस सतत झोपलेलाच राहिला, तर कसं सिद्ध करू शकणार की तो जे बघतो आहे ते स्वप्न आहे? स्वप्नात स्वप्न खरंच वाटतं. तेव्हा ते स्वप्न वाटत नाही.'

खरं तर ज्याला आम्ही जीवन म्हणतो, स्थूल म्हणतो, ते कृष्णासारख्या व्यक्तीसाठी एका स्वप्नापेक्षा जास्त काही नाही. जे त्यांच्या जवळ होते तेही समजले की ते स्वप्न आहे. म्हणून काही नोंद केली गेली नाही. या न ठेवलेल्या नोंदीत सूचना

आहे. इंगित आहे की या हिशेबात तुम्ही पडू नका. जर पडलात तर कदाचित त्याचा पत्ता लागणार नाही, जो या हिशेबाच्या बाहेर उभं राहून हसतो आहे.

> *'भगवान श्री, आम्ही पूर्णपणे सहमत आहोत की कृष्णाच्या संबंधी आम्हाला काही जाणून घ्यायची आवश्यकता नाही की ते कधी जन्मले, मृत्यू पावले. आमचा संबंध याच्याशी आहे की कृष्ण कसे जगले, त्यांनी काय सांगितले, त्यांच्या जीवनाच्या कथेचं रहस्य काय? आताच तुम्ही म्हणालात की इतिहास धर्म नाही, धर्म सनातन आहे. तर मग कृष्ण गीतेच्या तिसऱ्या अध्यायात, पस्तिसाव्या श्लोकात सांगतात की दुसऱ्याच्या धर्मापेक्षा आपला गुणरहित धर्मसुद्धा अतिउत्तम आहे. आपल्या धर्मात मरणंही कल्याणकारक आहे. दुसऱ्याचा धर्म भयावह आहे. तर कृष्णाचा आशय कोणत्या धर्माबाबत आहे? तो धर्म जो रूढीगत आहे, जो व्यक्तिगत आहे अथवा तो धर्म जो शाश्वत आहे, सनातन आहे, सर्वांचा एकच आहे! धर्माला चांगला-वाईट आणि परका म्हणण्याची काय गरज होती?'*

खूप गरज होती. कृष्ण जेव्हा म्हणतात की स्वधर्मामधला मृत्यू श्रेयस्कर आहे. स्वधर्मे निधनम् श्रेय: आणि परधर्मात मृत्यू भयावह आहे, तर काही समजून घेऊ या.

एक तर इथे धर्म याचा अर्थ हिंदू, मुसलमान, जैन असा नाहीये. इथे धर्मातला फरक करत आहेत तो 'स्व' आणि 'पर' असा आहे. तो 'स्व' कोण आहे – हिंदू, मुसलमान, जैन आहे? याचं काहीही प्रयोजन नाही. इथे प्रश्न 'निजता' आणि 'परता' याचा आहे. इथे ते असं सांगत आहेत की तुम्ही नक्कल करू नका. तुम्ही कुणा दुसऱ्याच्या मार्गावर चालू नका. कुणा दुसऱ्याचं अनुकरण करू नका. अनुयायी होऊ नका. कुणाला गुरू करू नका. तुम्हीच तुमचे गुरू व्हा. कारण कोणी कुठे जातं तर तो त्याचा 'स्व' रस्ता आहे, जो तुमच्यासाठी 'पारतंत्र्य' ठरू शकतो आणि तसं होणारच.

याला कारण आहे.

आम्ही कुठेही जाऊ, तर स्वयं होऊनच जाऊ शकतो. पोहोचल्यावर 'स्व' हरवेल; पण आत्ता तो आहे. आणि ज्या दिवशी हरवेल, त्या दिवशी 'पर'ही हरवेल. त्या दिवशी जो धर्म उपलब्ध होईल तो शाश्वत, सनातन धर्म असेल. पण आता

आपण समुद्रासारखे नाही आहोत, नदीसारखे आहोत. प्रत्येक नदीला स्वत:च्या मार्गाने समुद्रापर्यंत जावं लागणार. समुद्रात पोहोचल्यावर नदी हरवणार, मार्गही हरवणार. हे अर्जुनाशी बोललं जातंय, नदीशी बोललं जातंय. कृष्ण सांगतोय नदीला की आपला मार्ग सोडून दुसऱ्या नदीच्या मार्गात जाऊ नकोस. त्या नदीचा आपला मार्ग आहे, आपली गती आहे, आपली दिशा आहे, समुद्रापर्यंत पोहोचण्याची. आणि तूही नदी आहेस. तू स्वत:चा मार्ग, स्वत:ची गती बनव, दिशा बनव आणि समुद्रापर्यंत पोहोच. नदी आहे तर समुद्रापर्यंत पोहोचणारच. कोणतीही नदी बांधलेल्या रस्त्यांवरून जात नाही. कोणतंही जीवन बांधलेल्या मार्गाने जाऊ शकत नाही. आणि जेव्हा केव्हा आम्ही अनुकरण करू, तेव्हा आमच्यासाठी बांधलेला तयार रस्ता असतो, तेव्हा आमचा आत्मघात सुरू होतो. तेव्हा आम्ही स्वत:ला मारू लागतो आणि दुसऱ्याला ओढू लागतो. जर कुणी माझ्या मागे चालतं, तर तो स्वत:ला मारेल. त्याचं लक्ष माझ्याकडेच राहील. मी कसा जगतो, उठतो, बसतो, बोलतो तो स्वत:ला मारेल आणि मला ओढेल. त्याने कितीही मला ओढलं तरी मी एका वस्त्रापेक्षा जास्त नाही. मी वस्त्रच आहे. वस्त्रच राहीन. आतून तो तोच राहील, जो तो आहे. तोच राहील ज्याने ओढलं. तो, तो असू शकत नाही ज्याने ओढलं. ओढणारा तर आत वेगळाच आहे उभा!

तर जेव्हा कृष्ण म्हणतात, 'स्वधर्मे निधनम् श्रेय:' तर ते असं सांगतात की स्वत:च्या पद्धतीने जगण्याचा अर्थच मुळी जिवंत मरण आहे. आपल्या पद्धतीने मरण्याचा अर्थच असा की नव्या जीवनाचा शोध घेणं. जर मी माझ्या पद्धतीने मरू शकतो आणि मरण्यातही निजता राखू शकतो, तर माझं मरणही प्रामाणिक होईल. माझं मरण आहे. मी मरतो आहे; पण आम्ही आमचं जीवनच उधार केलं आहे. तर कृष्ण म्हणतात, जीवनात तरी प्रामाणिक राहा. आणि प्रामाणिक होण्याचा एकच अर्थ आहे. 'स्व'चं रक्षण करणं. चहुदिशांनी माणसं येतील, जी सांगतील की ये माझ्या पाठोपाठ. खरं तर असं आहे की कुणी माझ्या मागून येतं, तर माझ्या अहंकाराला तृप्तता मिळते. एक, दोन, लाख माणसं. माझा अहंकार तृप्त होतो. तेव्हा मला असं वाटतं की मी कुणी असा आहे ज्याच्यामागून लोकांना यावं लागतं. मी कुणीतरी आहे. जो माझ्या मागून येईल त्याला मी गुलाम करेन. माझी आज्ञा, माझं अनुशासन लादेन. त्याचं स्वातंत्र्य जराही ठेवणार नाही. कारण त्याचं स्वातंत्र्य माझ्या अहंकाराला आव्हान देईल. तर माझी इच्छा त्याला संपवून टाकण्याची. सगळे गुरू हेच करतील.

आणि कृष्ण सांगतो आहे तर अद्भुत गोष्ट सांगतो आहे. जो गुरू म्हणवून घेण्याची हिंमत करत नाही, केवळ मित्र करू शकतो. म्हणून लक्षात ठेवा, कृष्ण अर्जुनाचे गुरू नाहीत, सखा आहेत. आणि कायम मित्राच्या जागी उभे राहतात,

गुरूच्या नाहीत. गुरू सारथी होऊ शकत नाही. गुरू म्हणेल मी रथात बसणार, तू सारथ्य कर. कृष्ण सारथी होऊ शकले, ही अतिशय अद्‌भुत घटना आहे. ही घटनाच सांगते की नातं मैत्रीचं आहे. मैत्रीत कुणी मोठं आणि लहान नसतं. जेव्हा कृष्ण अर्जुनाला सांगतो आहे की तू 'स्व'चा शोध घे, ते तुझं होणं आहे, त्याला प्रामाणिकतेने ओळख आणि तू तोच बन. त्याहून भिन्न काही करू नकोस. कोणत्या निमित्ताने त्यांना असं सांगावं लागलं?

अर्जुनाचा संपूर्ण अंतरात्मा क्षत्रियाचा आहे. तो एक लढवय्या आहे. तो सैनिक आहे. गोष्टी संन्याशाचा करतो आहे. पळपुट्याच्या गोष्टी करतो आहे, योद्ध्याच्या नाहीत. जरी तो संन्यास घेऊन जंगलात गेला आणि त्याला जर सिंह दिसला, तर तो भजन करणार नाही. लढेल, भिडेल त्याला. तो ना ब्राह्मण आहे, ना वैश्य, ना शूद्र. ना तो श्रम करून आनंदी होईल, ना चर्चा, ज्ञानाची चर्चा करून आनंद मिळवेल, ना तो पैसा कमवून आनंद मिळवू शकेल. त्याचा आनंद आव्हानात आहे. त्याचा आनंद लढण्यात, भिडण्यात आहे. पण तो गोष्टी करतो आहे दुसऱ्याच. तो स्वधर्मापासून पळतोय. तर कृष्ण सांगतात, 'तू काही वेगळंच बोलतो आहेस. मी तर समजत होतो की तू क्षत्रिय आहेस. पण नाही, हा तुझा पलायनवाद आहे. तू त्यांच्या, तुझ्या मरणाबद्दल चिंतित आहेस. तू ऐकीव गोष्टींच्या आहारी तर जात नाहीयेस ना? तू जो आहेस त्याचा शोध घे. जर तू ब्राह्मण आहेस, तर हा कृष्ण तुला सांगणार नाही की तू लढ.'

तो अर्जुनही असं म्हणू शकला नाही की तो ब्राह्मण आहे. तो ब्राह्मण नाहीच. त्याचं संपूर्ण व्यक्तिमत्त्व जे आहे, ते जी त्या व्यक्तिमत्त्वाची धार आहे ती तलवारीची आहे. त्याच्या हातात तलवार असेल तरच तो चमकेल. युद्धाच्या गहिऱ्या क्षणीही तो आपला आत्मा शोधू शकेल. त्याला आपला आत्मा इतरत्र कुठे मिळणार नाही. म्हणून कृष्ण म्हणतात की आपल्या धर्मात मरणं हेच उत्तम. तू क्षत्रिय होऊन मर. जर तुला मारणं मान्य नाही, तर तुला मरणं तर मान्य असेल. तू लढ आणि मर, पण पळून जाऊ नकोस. तू पळून जाऊ शकतोस पण मग ते उर्वरित आयुष्य मेलेलं जीवन असेल. आणि मेलेलं जीवन जगण्यापेक्षा जिवंत मरण जास्त चांगलं.

इथे धर्म म्हणजे हिंदू, मुसलमान अशा अर्थाने नाही. इथे धर्म 'स्व' 'निजता' असा आहे आणि या देशात निजतेला चार मोठ्या भागांत भागलं गेलं आहे. ज्याला आम्ही वर्ण म्हणतो. याचा अर्थ असा नाही की दोन ब्राह्मण एकसारखे असतात अथवा दोन क्षत्रिय एकसारखे असतात. नाही, दोन क्षत्रिय दोनासारखे असतात. पण तरीही क्षत्रिय असण्याची एक समानता त्यांच्यात असते. आणि हे चार वर्ण अभ्यासपूर्वक तयार झाले आहेत. कुणी असे आहेत ज्यांना सेवा करण्यात आनंद

असतो. त्याचा अर्थ असा नाही की ते नीच आहेत. इथे चूक झाली. कमी प्रतीचे समजले गेले, इथे चूक झाली. आता जर कुणी स्त्री माझ्याकडे येते, मला म्हणते की दोन क्षण मला तुमचे पाय चेपायचे आहेत. हे मी सांगितलं नाही, हा तिचा आनंद आहे. माझ्याकडून तिला काही मिळणार नाही, तिला आपला आत्मा मिळेल.

कोणी अशी माणसं आहेत जी ज्ञानासाठी सर्व धन सोडून देतील. उपाशी राहतील, भीक मागतील. आम्हाला आश्चर्य वाटेल. एक वैज्ञानिक आहे, जो जिभेवर विष ठेवतो आणि शोध लावतो की याने माणूस मरेल. तो मरतो, पण आपला आत्मा मिळवतो. काही विष तर असे आहेत की माणूस मरेल या विषाने हे सांगण्याइतकाही वेळ मिळणार नाही; पण त्याचे मरण ते सांगेल. त्यानेही त्याला तृप्तता मिळेल. आम्ही म्हणू की किती वेडा होता तो! हजारो सुखं आहेत जगात, ती सोडून हा विषाची परीक्षा घ्यायला गेला. अन्य काही मार्ग नव्हता का? आता काय झालं? त्याचं चित्त, त्याच्या मनाची धारणा आहे ती जाणून घ्यायची धारणा आहे. त्याला सेवेतून आनंद मिळणार नाही. ते त्याच्या समजुतीच्या बाहेरचं आहे.

कोणीतरी आहे जो एका युद्धाच्या क्षणी – ते युद्ध मग कसलंही असो, त्या युद्धाच्या क्षणी तो आपली पूर्ण चमक मिळवतो. ती चमक युद्धाच्या क्षणी चमकते, उजळते. त्या एका क्षणी तो आपलं सर्वस्व पणाला लावतो. तो जुगारी आहे. तो पणाला लावल्याशिवाय जगू शकत नाही. छोट्या छोट्या पणांनी त्याला काही फरक पडत नाही. पैसा पणाला लावण्यात काही हशील नाही. तो जोपर्यंत आपलं आयुष्य पणाला लावत नाही, जिथे क्षणाक्षणाला ठरतं की जीवन आहे मरण – अशा क्षणीच त्याच्या आत जो लपला आहे तो प्रकट होईल आणि फूल बनेल. तो क्षत्रिय आहे.

एक मजेशीर घटना आहे, एक मार्गन – मार्गनला कुणीतरी म्हणालं की 'जोपर्यंत मी तुला ओळखत नव्हतो, तोपर्यंत मलाही वाटायचं की मी मार्गन व्हावं; पण जेव्हा तुझा सेक्रेटरी बनलो आणि तुला इतक्या जवळून बघितलं, आता मला मार्गन कधीच बनायचं नाही. मार्गनपेक्षा त्याचा सेक्रेटरीच बरा.' मार्गनने विचारलं की 'तुला माझ्यात असा कोणता त्रास जाणवला?' तो म्हणाला, 'मला मोठं आश्चर्य वाटतं. तुझ्या ऑफिसातला शिपाई साडेनऊ वाजता येतो, दहा वाजता क्लार्क पोहोचतात, साडेदहाला सेक्रेटरी येतो, बारा वाजता डायरेक्टर्स येतात, तीन वाजता डायरेक्टर्स निघून जातात. चार वाजता सेक्रेटरी जातो, पाच वाजता क्लार्क निघून जातात, साडेपाचला शिपाई जातात. तुम्ही ऑफिसात सकाळी सात वाजता येता आणि जाता संध्याकाळी सात वाजता. तर मी तुमचा शिपाई जरी झालो, तरी ठीक. तुम्ही हे काय करत आहात?'

तो माणूस मार्गनला समजू शकत नाही. त्याच्याकडे वैश्य चित्त आहे. तो तृप्त होत आहे. आपला आत्मा शोधत आहे. तो हसतो, म्हणतो की 'शिपाई होऊन

साडेनऊ वाजता येण्यात कुठला आनंद, जो मालक होऊन सात वाजता येण्यात आहे? डायरेक्टरही तीन वाजता जातात – डायरेक्टरच ते! पण मी मालक आहे.'

या देशात हजारो-लाखो व्यक्तींचा हजारो वर्षं अभ्यास केल्यानंतर चार वर्ण तयार केले गेले. या विभाजनात कुणीही श्रेष्ठ-कनिष्ठ नव्हतं. पण लवकरच जे अजाण होते त्यांनी श्रेष्ठ-कनिष्ठ असं विभाजन केलं. त्यातूनच कष्ट, त्रास सुरू झाला. वर्णाची तर स्वत:ची वैज्ञानिकता आहे. पण वर्णव्यवस्थेचा आपला दंश आहे. वर्णाला 'व्यवस्था' म्हणण्याची आवश्यकता नाही. वर्ण म्हणजे मनुष्याच्या व्यक्तिमत्त्वांची अंतर्दृष्टी!

तर कृष्ण अर्जुनाला सांगतो आहे की तू नीट ओळख स्वत:ला आणि तू जो आहेस त्यातच मर. आणि तू जो नाहीस त्यात जगण्याचा वेडेपणा करू नकोस. 'स्व' होण्यासाठी वर्णच पुरेसा नाहीये; कारण वर्ण हे फार मोठं विभाजन आहे. खरं तर परमात्मा कुणी यंत्रविद नाहीये. एक स्रष्टा आहे. जर रवीन्द्रनाथांना कुणी सांगितलं की तुम्ही एक कविता जी लिहिली आहे तशीच दुसरी लिहा, तर ते म्हणतील, तुम्हाला काय वाटतं की मी संपलो? जी कविता मी एकदा लिहिली – लिहिली. संपलं. जर पुन्हा मी लिहू तसंच तर याचा अर्थ माझ्यातला कवी मेला. कुणी चित्रकारही पुन्हा तसंच चित्र काढू शकणार नाही.

एकदा एक मजेशीर घटना घडली. पिकासोचं एक चित्र तीन का चार लाखांना विकलं गेलं. ज्याने ते विकत घेतलं तो ते चित्र पिकासोला दाखवायला घेऊन गेला. त्याने विचारलं, 'हे चित्र खरं आहे ना? तुम्ही बनवलेलंच आहे ना? कुणी नक्कल तर केलेली नाही?' पिकासो म्हणाला, 'नक्कल आहे. तू विनाकारण पैसे घालवलेस.' तो म्हणाला, 'काय सांगता? पण तुमची बायको तर म्हणाली की तुम्हीच काढलं आहे म्हणून?' पत्नी आली, म्हणाली, 'कशाला उगीचच नाकारता? मी बघितलंय तुम्हाला हे चित्र काढताना. ही सही पण तुमचीच आहे.' पिकासो म्हणाला, 'मी कधी म्हणालो की मी नाही काढलं म्हणून? पण ही माझ्या जुन्या चित्राची प्रतिकृती आहे. मी ते पुन्हा काढलं आहे. हे चित्र दुसऱ्याच कुणी काढलं असतं. हे काढताना त्याचा निर्माता मी नव्हतो. मी केवळ नकलाकार होतो. म्हणून मी म्हणालो की हे खरं नसू शकेल. पिकासोने बनवलं असं नाही म्हणू शकत, पिकासोने उतरवलं असं म्हणा! कुठल्या आधीच्या पिकासोची ही नक्कल आहे. ते जे पहिलं चित्र होतं ते खरं होतं.'

परमात्मा सृजन करतो आहे. तो एका पानासारखं दुसरं पान निर्माण करत नाही. फुलंही वेगवेगळी असतात, दगडही एकासारखा दुसरा नसतो. एकासारखा दुसरा माणूस निर्मित होत नाही. आणि ज्या दिवशी तो हे विसरेल त्या दिवशी तो 'रिपिट' करू लागेल. तो नॉन-ऑथेंटिक माणसं बनवू लागेल. एकदा तो महावीर बनवतो, तर एकदा कृष्ण, एकदा बुद्ध, तुम्हालाही एकदाच बनवतो. तुम्हालाही पुन्हा बनवू

शकत नाही. ही गौरवाची गोष्ट आहे. तुम्ही एकदाच बनला आहात. ना आधी, ना नंतर, ना मागे. आता तुम्ही पुन्हा बनवले जाणार नाही.

तर तुम्ही जे आहात, ते कुणाची नक्कल करून हरवून जाऊ नका. कारण परमात्म्यानेही नक्कल केली नाही. त्याने तुम्हाला वेगळं बनवलं. आणि तुम्ही त्याची नक्कल करू नका. म्हणून कृष्ण म्हणतात, 'स्वधर्मे निधनम् श्रेय:' आपल्याच धर्मात मरणं हे श्रेष्ठतम! 'परधर्मो भयावह'. दुसऱ्याचा धर्म भयावह आहे. त्यातून स्वत:ला वाचवा. सावधान राहा. घाबरू नका. चुकूनही दुसऱ्याच्या पंथाला लागू नका, चुकूनही दुसरं होण्याचा प्रयत्न करू नका. स्वत: बनण्याचा प्रयत्नच धर्म आहे, नदीसाठी! समुद्रासाठी तर ना कुणी स्वयं आहे, ना कोणी पर! पण ती सिद्धीची गोष्ट झाली. ती शेवटची जागा, शेवटचा टप्पा जिथे तुम्ही पोहोचता. जिथून आम्ही निघतो, ती ती जागा नव्हे. जिथून आम्ही सुरुवात करतो ती सुरुवात एका व्यक्तीची – तसंच चालावं लागेल. जिथे तुम्ही पोहोचता तिथे अव्यक्त व्हावं लागेल. ना कोणी स्व आहे तिथे, ना कुणी पर आहे तिथे. पण तिथपर्यंत पोहोचाल ते मात्र स्वप्रमाणे. हे लक्षात ठेवूनच या गोष्टी बोलल्या गेल्या आहेत.

'भगवान श्री, मला वाटतं 'स्वधर्मे निधनम श्रेय:' असं समजवताना कृष्णाने अर्जुनाला दबावाखाली आणलं. तो कदाचित आपलं क्षत्रियत्व सोडून ब्राह्मण होऊ इच्छित होता. जेव्हा त्याला विषाद वाटला, कारुण्य दाटून आलं तेव्हा तो स्वधर्मात जाऊ इच्छित होता. कृष्णाने त्याला थांबवून पुन्हा क्षत्रियतेत आणण्याचा प्रयत्न केला.

आणि दुसरी गोष्ट अशीही आहे की कृष्ण अर्जुनाला स्वतंत्र करत आहेत, दबावाखाली आणत नाहीयेत असं तुम्ही म्हणालात. परंतु गीतेचा जेव्हा प्रारंभ होतो तेव्हा अर्जुन शिष्य होऊन कृष्णाला म्हणतो 'शिष्यस्तेऽहं शाधि मां त्वां प्रपन्नम्!' त्यानंतर गीतेचा सर्व प्रवाह सुरू होतो आणि तिच्या पूर्णाहुतीवर अर्जुनाचं असं वचन मिळतं की 'करिष्ये वचनं तव?' यावरून अशी शंका उत्पन्न होत नाही का की कृष्णाने अर्जुनावर गारुड केलं म्हणून त्याला असं म्हणावं लागलं की 'करिष्ये वचनं तव?'

दोन गोष्टी आहेत.

एक, अर्जुनाचं व्यक्तिमत्त्व थोडं तरी समजून घेतलं तर असं म्हणता येणार

नाही की क्षत्रिय होणं हा त्याचा 'स्व' नाही. तो क्षत्रियच आहे. आणि जेव्हा विषाद उत्पन्न होतो तेव्हा ती क्षणभराची घटना आहे. अर्जुनाचा विषाद यासाठी नाहीये की कोणी मरेल, त्याच्या विषादाचं कारण आपली माणसं मरतील हे आहे. जर अर्जुनासमोर युद्धात त्याच्या नात्यातली माणसं नसती तर अर्जुनाने नक्कीच लढा दिला असता, मारलं असतं.

हा विषाद 'हिंसे'साठी नाही. ममत्वामुळे आला आहे. त्याला मारणं म्हणजे वाईट असं वाटतच नाहीये. मूळ कारण विषादाचं हे आहे की ते सगळे प्रियजन आहेत. नातेवाईक, गुरू! 'गुरू, ज्यांच्याकडून सर्व शिकलो. ते द्रोण आहेत. पितामह भीष्म, कौरव – सगळे भाऊ, ज्यांच्याबरोबर लहानपणी खेळलो. मोठे होता होता कधी विचारच नव्हता केला की त्यांना एके दिवशी मारावं लागेल.' हे कारण होतं. कुणाला तरी मारणं ही काही पहिली वेळ नव्हती. त्याने अनेकांना मारलं होतं. तो घाबरट नव्हता. भीती वाटत होती ती आपल्या माणसांना, प्रियजनांना मारण्याची. म्हणून ब्राह्मण होण्याची गोष्टच नाहीये. कारण ब्राह्मण होण्याचा अर्थच असा की ममत्व संपलं.

खरं तर असं आहे की कृष्ण जे काही सांगतो आहे ते ममत्व सोडण्यासाठी सांगत आहे. जर अर्जुन असं म्हणाला असता की, मला मनातून मारावं असं वाटत नाहीये,' तर कृष्णाने या गोष्टी सांगितल्या नसत्या ज्या सांगितल्या. कृष्ण महावीरांना समजवू शकले नसते. तसे महावीरही क्षत्रियाच्या घरात जन्मले होते. ते क्षत्रिय होते. जैनांचे चोवीस तीर्थंकर क्षत्रियच आहेत. बुद्धही क्षत्रियच आहेत. आश्चर्याची गोष्ट आहे की जगात अहिंसेचा विचार क्षत्रियांनी मांडला. त्याला कारण आहे. जिथे हिंसा सघन असते तिथेच अहिंसेचा विचार निर्माण होतो, जन्म घेतो. जिथे चोवीस तास हिंसाच हिंसा होती, तिथेच अहिंसा जन्म घेते. महावीरांना कृष्ण समजवू शकत नव्हता. कारण महावीर असं म्हणत नव्हते की ते माझे आहेत. त्यांचा विषाद असा नव्हता की माझ्यांना मी कसं मारू? त्यांनी तर 'माझ्यां'ना विनाविषाद सोडून दिलं होतं. नाही, त्यांचा प्रश्न वेगळाच होता. तो असा की 'मारायचंच का? कशाला? प्रयोजन काय माणण्यात? अर्थ काय? मारण्यात धर्म नाहीये.' जर कृष्ण त्यांना म्हणाले असते की 'स्वधर्मे निधनम् श्रेय:' तर ते म्हणाले असते की, माझा स्वधर्म हा आहे की मी मारू नये आणि मरू.' ते म्हणाले असते कृष्णाला की तू तुझ्या गोष्टी मला सांगू नकोस, तो माझ्यासाठी परधर्म; आहे.

जर हीच गीता महावीरांना सांगितली असती, तर महावीर रथातून उतरून जंगलात निघून गेले असते. त्यांना काहीही फरक पडला नसता. अर्जुनाला गीता पटली. पटली याचं कारण कृष्णाने पटवून दिली हे नाही. पटली कारण तो क्षत्रिय होता. काही क्षण असे आले की अर्जुन लढायला नाकारू लागला; पण ते काही

काळापुरतंच होतं म्हणून कृष्ण पटवून देऊ शकले. हे अर्जुनाच्या मनाचं आकाश नव्हतं. काही काळे ढग जमा झाले, जे बाजूला सारता आले असते. जर त्याच्या मनाचं आकाश तसं असतं तर कृष्णाने बाजूला सारण्याचा प्रश्नच नव्हता आणि त्याने तसा प्रयत्नही केला नसता. गीता घडलीच नसती. पण आकाश अचानक येत नाही. त्याचं संपूर्ण आयुष्य हेच सांगतं की त्याचं आकाश क्षत्रियाचं होतं.

म्हणून कृष्ण जे बाजूला करतात ते तात्पुरतं उद्‌भवलेलं मोहोळ होतं. आणि माझं असं मानणं आहे की तो जर स्वधर्म होता तर अर्जुनाला तो बाजूला सारण्याची आवश्यकताच काय होती? कृष्ण हेच तर सांगत आहेत की आपल्या स्वधर्मात मेलेलं चांगलं. अर्जुन म्हणतो की मी मरून जाऊ हा माझा स्वधर्म आहे, तुम्ही मला क्षमा करा, मी जातो. कारण कृष्ण हेच तर सांगत आहेत की तू तुझा स्वधर्म ओळख. संपूर्ण प्रयत्न, संपूर्ण गीता, अर्जुनाचा जो स्वधर्म आहे त्याने तो ओळखावा यासाठी आहे. अर्जुनावर कोणती गोष्ट लादण्यासाठी नाहीये.

दुसरी गोष्ट, जी तुम्ही सांगता तीही विचार करण्याजोगी आहे.

मी असं म्हटलं आहे की कृष्ण गुरू नाही. सखा आहे. मी असं नाही म्हणालो की अर्जुन शिष्य नाही. अर्जुन शिष्य असू शकतो. हा संबंध कृष्णाकडून नाहीये आणि अर्जुन शिष्य आहे. तो शिकू इच्छितो. म्हणून प्रश्न विचारतो. प्रश्न तर शिष्य विचारतात. हे अर्जुनाचं अनुशासन आहे. विचारायचं तर खाली बसावं लागतं. तो विचारण्याचा भाग आहे. हात पसरावे लागतात. समजून घेण्याची उत्सुकता दाखवावी लागते. विनम्रतेने समजून घ्यावं लागतं. यात कृष्ण सांगत नाहीयेत की पार्थ, तू विनम्र हो. खाली बस. तो गुरू नाहीये. कृष्ण त्याच्या बाजूने मित्र आहेत. मित्र आहे म्हणून समजावू इच्छितो. त्यांच्याकडून मित्रत्वाचंच नातं आहे. म्हणून इतकं जास्त समजावू शकले. गुरू असते तर लवकरच नाराज झाले असते. म्हणाले असते की 'बास, खूप झालं. मी सांगतोय तसं कर. शंका घेऊ नकोस. श्रद्धा ठेव गुरूवर! लढ सांगतोय तर लढ. समजवण्याची काय गरज?' नाही. इतकी मोठी गीता म्हणजे कृष्णाकडून या गोष्टीची सूचना आहे की समजवण्यासाठी ते निरंतर तत्पर आहेत. पुन:पुन्हा अर्जुनाचा एकच प्रश्न. गीतेत सर्व प्रश्न फिरून फिरून एकाच मुद्द्यावर येतात. पण कृष्ण एकदाही म्हरत नाहीत की तू पुन्हा तेच तेच विचारतो आहेस.

नाही, तुम्ही पुन:पुन्हा विचारता याचा अर्थ एकच की तुम्हाला समजत नाहीये. म्हणून समजवण्याचा प्रयत्न चालू राहतो. म्हणून इतकी मोठी गीता संभव झाली. ही गीता म्हणजे कृष्णाचं दान नाही, तर अर्जुनाची कृपा आहे. अर्जुन विचारत जातो, विचारतच राहतो म्हणून कृष्णाला सांगत राहावं लागतं. आणि मग आम्हाला जे वाटतं की कृष्णाने करवून घेतलं, अर्जुन पळून जात होता, इतकं समजावून कृष्णाने अर्जुनाला युद्ध करण्यास भाग पाडलं, असं आम्हाला वाटू शकतं. पण कृष्ण

अर्जुनाला संपूर्ण काळ मुक्तच करत आहेत. आणि जर संपूर्ण गीता ऐकूनही अर्जुनाने युद्धाकडे पाठ फिरवली असती तर कृष्णाने त्याला थांबवलं नसतं. कोणीच थांबवलं नसतं.

मजेशीर गोष्ट आहे की कृष्णाने युद्धात सहभागी न होण्याचा निर्णय घेतला होता. युद्धात न लढणारा माणूस अर्जुनाला समजावतो आहे की युद्ध लढ! आणि अर्जुनही अशा माणसाकडून युद्धात लढण्यासाठी ऐकून घेतो आहे जो माणूस स्वत: युद्धाबाहेर, युद्धात न लढण्याच्या विचारात, युद्ध न लढणारा आहे. नक्कीच ही महत्त्वाची गोष्ट आहे. अर्जुनाला जर असं वाटलं असतं की कृष्ण युद्ध त्याच्यावर लादत आहे... तर योग्य हेच असतं की कृष्ण म्हणाला असता की पळून जा कारण मीच स्वत: युद्ध लढणार नाहीये. कृष्णाचं एक नाव तुम्हाला माहीत आहे?... ते आहे रणछोडदास... जो युद्धातून पलायन करतो. हा रणछोडदास समजावतो आहे की लढ! जर कृष्णाला स्वत:ला अर्जुनावर लादायचंच असतं, तर तो म्हणाला असता की एकदम योग्य. तू माझा शिष्य. चल, आपण दोघंही पळून जाऊ. नाही, असं अजिबात नाहीये. कारण कृष्ण इतकंच सांगतो आहे की 'मी असं समजतो की तू क्षत्रिय आहेस. जितकं तू तुला ओळखत नाहीस, तितकं मी तुला ओळखतो की तू क्षत्रिय आहेस. तुला हेच सांगायचं आहे. जेव्हा तुला हे पटेल, तेव्हा तुला जे योग्य वाटेल ते तू कर.' होतं तेच जे कृष्ण समजावतो आहे. म्हणून आम्हाला असं वाटतं की युद्ध कृष्णाने करवून घेतलं त्याच्या इच्छेप्रमाणे.

कृष्ण काही करू इच्छित नव्हते. हे न इच्छिणं याला अनेक अद्‌भुत कारणं आहेत. कृष्ण एकटे लढत आहेत अर्जुनाच्या बाजूने. त्यांची संपूर्ण सेना दुसऱ्या बाजूला आहे. लढणाऱ्यांची ही पद्धत नाहीये, की स्वत:ची सेना शत्रूच्या बाजूने लढेल. कृष्ण पांडवांच्या बाजूने आणि त्यांची सेना कौरवांच्या बाजूने. जर ही अशी पद्धत आहे लढाई लढण्याची तर ती – जर लढणाऱ्यांची अशी पद्धत आहे, तर ते लढणारे सर्वजण चूक आहेत. हिटलर कधी मान्य करेल का, की त्याची फौज शत्रूच्या बाजूने लढेल? नाही. सेना याच कारणासाठी असतात की त्या आपल्या बाजूने लढतील. लढणाऱ्यांचं चित्त लढण्याची पूर्ण तयारी करतं. ही अगदी अजब लढाई चालू आहे. हा मनुष्य लढाईत स्वारस्य घेणारा नाहीये. त्याचं काही प्रयोजनही नाही. पण स्थिती लढाईची आहे. म्हणून त्याने स्वत:लाही दोन भागांत विभागलं. म्हणजे नंतर कुणी त्याच्यावर दोषारोप करणार नाहीत.

कृष्णाची स्थिती अद्‌भुत आहे. त्याचं व्यक्तिमत्त्व अद्‌भुत आहे. आणि ही लढाईसुद्धा मजेशीर आहे. संध्याकाळ झाली की युद्ध बंद होतं आणि सगळे एक-दुसऱ्याच्या तंबूत जाऊन गप्पा मारतात. विचारतात की आज कोण मेलं? कुणाला किती लागलं? कोण काय झालं? ही लढाई अजब आहे. लढाई वाटत नाही. हा

शत्रुत्वाचा खेळ वाटतो. एक असा खेळ जो अपरिहार्य आहे; पण कोणी शत्रू वाटत नाही. दुःख, संवेदना आहेत. एकट्या कृष्णाचं असं नाहीये, पण अनेकांचं असं आहे की कुणी या बाजूने लढतंय, कुणी त्या बाजूने लढतंय, जे एकमेकांचे सगेसोयरे आहेत. आणि गंमत आहे, युद्ध थांबतं आणि कृष्ण अर्जुनाला सांगतो की जा, भीष्मांकडून शांतीचा पाठ वाचून घे.' भीष्म! जे विरुद्ध बाजूला अग्रणी आहेत. सेनापती आहेत. अशा शत्रूच्या सेनापतीकडे जाऊन शिष्यासारखा शांतिपाठ लोक घेतात. भीष्मांचा जो संदेश आहे तो 'शांतिपर्व' असा आहे. अजब आहे. शत्रूकडे कधी कुणी शांतिपाठ घ्यायला गेलं आहे?

मृत्युशय्येवर असलेल्या भीष्मांकडून शांतिपाठ घेतला जात आहे. धर्माचं मर्म समजावून घेतलं जात आहे. हे साधारण युद्ध नाहीये. आणि या युद्धात रणांगणावरचे योद्धे साधारण नाहीयेत. म्हणून याला गीता 'धर्मयुद्ध' म्हणू शकते. या युद्धाला धर्मयुद्ध असं म्हणण्याचं कारण आहे.

कृष्ण समजावून सांगून युद्ध करवत नाहीत. कृष्ण समजावून सांगून अर्जुनाचं क्षत्रियत्व प्रकट करतात. मला एका मूर्तिकाराची आठवण येते. एक मूर्तिकार दगडात मूर्ती बनवत आहे. कुणी एक माणूस ते बघायला गेला. छिन्नी दगड फोडत जात आहे, मूर्ती आकार घेत आहे. मग पूर्ण मूर्ती उघड होत आहे. तो माणूस ते बघून म्हणतो की 'तू अद्‌भुत कलाकार आहेस. तू जशी मूर्ती बनवशील, मी कधीही कुणाला असं बनवताना बघितलेलं नाही.' मूर्तिकार म्हणतो, 'क्षमा करा. तुमचा गैरसमज होतोय. मी मूर्तीला बनवणारा नाहीये. केवळ उघडणारा आहे. इथून जात होतो. या दगडात मला मूर्ती दिसली. तर जो अनावश्यक दगड होता, तो केवळ मी बाजूला केला. जी मूर्ती त्यात लपलेली होती ती दिसू लागली. मी बनवणारा नाहीये. मी बाजूला सारणारा, उघडणारा आहे.'

कृष्ण अर्जुनाला केवळ उघडतो, बनवत नाही. त्यांची छिन्नी नको असलेला दगड बाजूला काढते. नंतर जो अर्जुन होतो, तो अर्जुनाचं असणं आहे. 'स्व' आहे. असा होता तो माणूस– कृष्ण! पण आम्हाला वाटतं की मूर्ती बनवली. आणि किती तऱ्हेने हा माणूस सांगतो आहे की नाही बनवली. पण आम्ही म्हणतो की आम्ही बघितलंय, छिन्नीने दगड बाजूला करताना – दगड फोडताना. पण एका मूर्तिकाराचं हे म्हणणं नाहीये. अनेक मूर्तिकार हेच सांगतात की मूर्ती दगडात आधीपासूनच होत्या, लपलेल्या. सगळ्याच दगडांत त्या नसतात. सर्वच दगड उपयोगी पडत नाहीत. म्हणून जिथे, ज्या दगडात मूर्ती लपली आहे तिलाच उघडं केलं जातं. म्हणून संपूर्ण गीता एक उघडण्याची प्रक्रिया आहे. त्यातून अर्जुन जसा असणार होता, तसा प्रकट झाला.

'तुम्ही एका शब्दाचा खूप वारंवार वापर करता आणि तो शब्द आहे 'अद्‌भुत'! तोच शब्द मी तुमच्यासाठी... तुम्ही अद्‌भुत नाही आहात? आणि मला नेहमी वाटतं की मीसुद्धा अद्‌भुत आहे.'

'याबद्दल नंतर बोलू.'

'तुम्ही म्हणालात की कृष्ण अर्जुनाचे गुरू नाहीत, मित्र आहेत आणि म्हणून त्यांनी अर्जुनाच्या लांबलचक शंकांचं धैर्याने स्वागत केलं. पण गीतेत, अन्यत्र ते अर्जुनाला म्हणतात की, 'संशयात्मा विनश्यति?' परंतु ते हे अर्जुनाच्या वारंवार उपस्थित होणाऱ्या संशयाला बघूनच म्हणतात. पण संशयात्मा काही नष्ट होत नाही. उलट कौरव नष्ट झाले. कृपया हे समजवा.'

संशयात्मा नष्ट होतो, हे मोठं सत्य आहे. पण संशयाचा अर्थ समजून घेण्यात चूक होते. संशय म्हणजे संदेह नाही. संशय याचा अर्थ अनिर्णित स्थिती. संदेह तर निर्णायक स्थिती आहे. संदेह निर्णय आहे, श्रद्धाही निर्णय आहे. संदेह नकारात्मक निर्णय, तर श्रद्धा सकारात्मक निर्णय आहे. एक माणूस म्हणतो ईश्वर आहे, अशी माझी श्रद्धा आहे. हा एक निर्णय आहे. एक म्हणतो ईश्वर नाही, असा मला संदेह आहे. हे नकारात्मक निर्णयाचं रूप होय. एक म्हणतो, माहीत नाही ईश्वर आहे की नाही, हे संशयाचं रूप. संशय विनाश करतो. कारण तो अनिर्णित राहतो.

कृष्ण जेव्हा अर्जुनाला सांगतात की संशयात पडू नकोस. निर्णायक हो. निश्चयात्मक हो, तशी बुद्धी होवो, तू निश्चय कर की तू कोण आहेस. संशयात राहू नकोस की तू ब्राह्मण आहेस की क्षत्रिय. स्पष्ट निर्णयासाठी उपलब्ध हो, अन्यथा नष्ट होशील. विनाश होईल तुझा, भरकटत जाशील. स्वत:मध्येच विभागला जाशील आणि तिथेच लढत राहशील, तुटत राहशील, नष्ट होशील.

संशयाला नेहमीच संदेह समजलं गेलं आहे आणि चुकत गेलं आहे. मीसुद्धा संदेहाचा पक्षपाती आहे आणि संशयाचा पक्षपाती नाहीये. मीसुद्धा म्हणतो की संदेह खूप योग्य आहे आणि संदेहासाठी कृष्ण जराही नाकारत नाहीत. ते सांगतात की तू विचार. अजून विचार. विचार – याचाच अर्थ संदेह! पण तू संभ्रमित होऊ नकोस. पण आतून संशयाने भरून जाऊ नकोस. असं नको व्हायला की तुला ठरवताच

येणार नाही की काय करायला हवं नि काय करायला नको.

सोरेन कीर्कगार्द नावाचा एक विचारवंत होता. त्याने एक पुस्तक लिहिलं 'इदर ऑर' हे का ते? केवळ पुस्तक लिहिलं असं नाही, तर त्याचं व्यक्तिमत्त्व तसं होतं. तो रस्त्यात, चौकात उभा राही आणि विचार करे की इथे जाऊ का तिथे जाऊ? रोजीना नावाच्या एका स्त्रीवर त्याचं प्रेम होतं. तिने लग्नासाठी विचारलं त्याला, तर आयुष्यभर तो उत्तर देऊ शकला नाही. लग्न करू की नको?

जो संशयग्रस्त होतो, तो नष्ट होतो. कारण संशय खंडित करतो. अर्जुनाला हेच सांगतात कृष्ण की संशयामुळे तू खंडित होशील. निर्णयामुळे माणूस अखंड होतो. 'तुम्ही कधी आयुष्यात निर्णय घेतला आहे – तर त्या निर्णायक क्षणी तुम्ही तत्काळ अखंड होता. जितका मोठा निर्णय, तितकी मोठी अखंडता.

तर कृष्णाचे सर्व प्रयत्न संशय मिटवून टाकण्यासाठीचे आहेत. संदेह जरूर करावा. संदेहचा अर्थ असा आहे की छिन्नीचा वापर तोपर्यंत करा जोपर्यंत श्रद्धेची मूर्ती प्रकट होत नाही. तोडत जा, तोडत जा, शेवटपर्यंत लढा – तोडत राहा, तोडत राहा आणि मग एक दिवस असा क्षण येईल की मूर्ती प्रकट होईल. तोडण्यासारखं काही उरणार नाही. मूर्ती पूर्ण प्रकट झाली, व्यर्थ दगड वेगळा झाला. आता श्रद्धा उत्पन्न होईल.

संदेहची अंतिम उपलब्धी श्रद्धा आहे आणि संशयाची अंतिम उपलब्धी विक्षिप्तता आहे. माणूस वेडा होऊन जाईल, अस्ताव्यस्त होईल. सर्व काही हरवेल. अशा अर्थाने समजून घेतलंत तर गोष्ट लक्षात येईल...

◆

५

‘भगवान श्री, श्रीकृष्णाच्या जन्मावेळी सामाजिक, राजनैतिक आणि धार्मिक स्थिती कशा होत्या? ज्यामुळे कृष्णासारख्या आत्म्याला अवतार घ्यावा लागला? कृपया यावर प्रकाश टाका.’

‘कृष्ण’सारख्या चेतनेला जन्म घेण्यासाठी सर्व काळ, सर्व परिस्थिती उपयोगी असू शकतात. कोणताही काळ, परिस्थिती ‘कृष्ण’सारख्या चेतनेला जन्म घ्यावयास कारणीभूत नाही. काही विशिष्ट परिस्थितीत अशा चेतनेला विशेष व्यवहार करावा लागतो, हा भाग वेगळा. पण अशा चेतना काळावर अवलंबून नसतात. फक्त निद्रिस्त व्यक्तींशिवाय काळावर कोणी अवलंबून नसतं. जागृत व्यक्ती, मग ती कुणीही असो, आपल्या काळानुसार जन्म घेत नाही. अगदी उलट आहे, जागृत व्यक्ती काळाला आपल्या अनुरूप करून घेतात. निद्रिस्त व्यक्ती काळानुसार जन्म घेतात.

पण आम्ही नेहमी असा विचार करतो की वाईट काळ होता, म्हणून त्यांनी जन्म घेतला. या समजुतीत मूलतः चूक आहे. याचा अर्थ असा होतो की कृष्णासारखी व्यक्ती कार्य-कारण शृंखलेत जन्मली. म्हणजेच त्यांचा जन्म आम्ही ‘उपयोगिते’त टाकला. याचाच अर्थ कृष्णासारख्या व्यक्तीकडून आम्ही सेवा करून घेतली असाच अर्थ होतो याचा.

रस्त्याच्या कडेला फूल फुललं आहे, तर रस्त्यावरून जाणारा म्हणेल की ते माझ्यासाठी फुललं आहे. हा सुगंध माझ्याचसाठी आहे. तो असंही म्हणू शकतो की मी ज्या रस्त्यावरून जातो, तिथे माझ्यामुळे फुलं फुलतात. पण फुलं निर्जन रस्त्यावरही फुलतात. फुलं कुणासाठी फुलत नाहीत, ती स्वत:साठी फुलतात.

'अकारण' याचं आत्यंतिक प्रतीक : कृष्ण!

कुणा दुसऱ्यांना सुगंध मिळतो, ही गोष्ट निराळी.

कृष्णासारखी व्यक्ती कुणासाठी तरी जन्मत नाही. स्वत:च्या आनंदासाठी जन्मते. दुसऱ्यांना सुगंध मिळतो ही गोष्ट वेगळी आणि असं कुठलं युग आहे की कृष्णासारखी व्यक्ती जन्मल्यावर आम्ही त्याचा उपयोग करून घेणार नाही? सर्व युगात घेऊ. सर्व युगात गरज आहे. सर्व युगं पीडित, दु:खी आहेत. तर कृष्णासारखी व्यक्ती कोणत्याही क्षणी उपयोगी पडू शकते. सुगंधाचा मोह कोणाला नाही? म्हणून तसा विचार करणं चुकीचंच आहे.

पण आमचा नाइलाज आहे. आम्ही प्रत्येक गोष्टीची उपयोगिता तपासतो. निरुपयोगी गोष्टींना आमच्यात महत्त्व नाही. अर्थ नाही. ढग जमले आकाशात तर विचार करतो की ते आमच्या शेतीसाठी आहेत. तिथे पाऊस पाडण्यासाठी जमलेत. हातावरच्या घड्याळ्यांना विचार करण्याची संधी मिळाली तर घड्याळं म्हणतील की आम्ही बांधले जावोत म्हणून हे हात निर्माण झाले. चश्मा म्हणेल, आम्ही लागावं म्हणून हे डोळे तयार झाले. पण ते विचार करू शकत नाहीत हा त्यांचा नाइलाज आहे. माणूस विचार करू शकतो म्हणून तो प्रत्येक गोष्ट आपल्या अहंकारापाशी केंद्रित करतो. सगळं माझ्यासाठी आहे. कृष्ण जन्मतात – माझ्यासाठी. बुद्ध जन्मतात – माझ्यासाठी. फुलं, चंद्र, तारे – सगळे माझ्यासाठी. सगळं माणसांसाठीच. सूर्य... अर्थात सूर्यामुळे आम्हाला प्रकाश मिळतो; पण आम्हाला प्रकाश देण्यासाठी सूर्योदय होत नाही रोज!

आयुष्याचा प्रवाह उपयोगितेचा प्रवाह नाहीये. उपयोगितेच्या भाषेत विचार करणंच चुकीचं आहे. आयुष्यात सगळं काही होतं ते कुणासाठी तरी नाही. होण्यासाठी होतं. फुलं फुलतात – तो त्यांचा आनंद. नदी वाहते – तिच्या आनंदासाठी. ढग प्रवास करतात – त्यांच्या आनंदासाठी. तुम्ही कुणासाठी जन्म

घेतलात? तुम्ही तुमच्या आनंदातच जगत आहात. आणि कृष्णासारखी व्यक्ती पूर्णत: स्वत:च्या आनंदात जगत आहे. अशी व्यक्ती कधीही जन्मली तरी आम्ही तिचा उपयोग करून घेऊ. सूर्य कधीही उगवला तरी त्याचा प्रकाश आम्ही आमच्या घरात आणू. पाऊस कधीही पडला तरी अन्नधान्य पिकवेल. आणि फुलं कधीही फुलली तरी आम्ही त्याचा हार बनवू. पण हे यासाठी नाही घडत आहे.

पण निरंतर, अव्याहत आम्ही याच भाषेत विचार करतो. महावीर का जन्मले? बुद्ध का जन्मले? अशी कोणती राजनैतिक आणि सामाजिक परिस्थिती होती? यात एक धोकादायक गोष्ट आहे ती ही की व्यक्तीची चेतना सामाजिक परिस्थितीमुळे जन्म घेते असा मार्क्सवाद आहे. तो म्हरत असे की चेतना परिस्थिती बनत नाही, तर परिस्थितीमुळे चेतना जन्म घेते. पण जे कम्युनिस्ट नाहीत, तेही असाच विचार करतात. नाही, समाजाच्या परिस्थितीमुळे किंवा समाजातली परिस्थिती हे त्यांच्या जन्म घेण्याचं कारण नाही. आणि समाजात अशी परिस्थिती नाही जी कृष्णासारख्या व्यक्तीला जन्म देईल. समाज तर फार मागे आहे, होता, जेव्हा कृष्णाने जन्म घेतला. समाजाची तेवढी क्षमता नाही की तो कृष्णाला जन्म देईल. उलट कृष्णच जन्म घेतात आणि त्या समाजाला नवी दिशा देतात, अगदी नकळत. नवीन मार्ग, नवा चेहरा, नवी रूपरेखा देऊन जातात.

मी परिस्थितीला फार महत्त्व देत नाही. मी चेतनेला किंमत, महत्त्व देतो. आणि तुम्हाला हे सांगू इच्छितो की जीवन उपयोगितेनुसार नाहीये, जीवन खेळासारखं आहे. लीला आहे. एका माणसाला कामानिमित्त कुठेतरी पोहोचायचं आहे म्हणून तो रस्त्यावरून चालतोय. एका माणसाला काहीही काम नाही. तो निरुद्देश रस्त्यावरून फिरतोय. कधी विचार केलात? तोच रस्ता जेव्हा तुम्ही कामासाठी निघता तेव्हा जड-बोजड वाटतो आणि तोच रस्ता जेव्हा तुम्ही निरुद्देश फिरण्यासाठी निघता तेव्हा आनंदपूर्ण होऊन जातो. तेच पाय, जेव्हा कामासाठी निघतात – जड होतात, तेच पाय जेव्हा फिरण्यासाठी निघतात, तर जणू पायांना पंख लागलेले असतात.

कृष्णासारखी व्यक्ती कुठल्या कामासाठी जगत नाही. त्यांचं आयुष्य फिरायला निघाल्यासारखं आहे. एक खेळ! निश्चितच ज्या रस्त्यावरून ते जातात, त्यावर जर काटे पसरलेले असतील तर ते काटे ते बाजूला करतात, ही वेगळी गोष्ट! तोही त्यांच्या आनंदाचा भाग आहे. पण कृष्ण काट्यांना बाजूला करण्यासाठी निघाले नव्हते. निघाले होते आणि काटे दिसले म्हणून बाजूला केले. हे अगदी सहज घडणारं आहे. विनाकारण! कार्य-कारणाची साखळी नाही ही. म्हणून मी बुद्ध, महावीर, जीझस, कृष्ण यांना आमच्या साखळीत जमेस धरत नाही. ते अकारण

घडतात. अथवा असं म्हणू की त्यांची कारणं आंतरिक आहेत, आमच्या सामाजिक आणि बाह्य कारणासारखी नाहीत.

व्यक्तीचा आत्मा आणि चेतनेचा हाच अर्थ आहे की व्यक्तीची चेतना आतून परम स्वतंत्र आहे. त्याला कुणी बांधत नाही. कोणी बांधू शकतही नाही.

एका मोठ्या ज्योतिषाबद्दल मी ऐकलं आहे की त्याच्या गावातली माणसं त्याच्यामुळे वैतागली होती. तो जे काही सांगायचा ते खरं व्हायचं. तर त्या गावातल्या दोन तरुणांनी विचार केला की एकदा तरी त्याला खोटं ठरवायचं. थंडीचे दिवस होते. त्यांनी एका मोठ्या ओव्हरकोटाआड एका कबुतराला लपवलं आणि ज्योतिषाला विचारलं की हा जिवंत आहे की मेलेला? त्यांनी ठरवलं होहतं की जर तो म्हणतो की जिवंत आहे तर कबुतराची मान मुरगळायची. जर तो म्हणाला की मेलेला आहे तर दाखवायचं की जिवंत आहे. एकदा तरी ज्योतिष खोटा ठरलाच पाहिजे. त्या वयस्कर ज्योतिषाने त्यांना वरपासून खालपर्यंत बघितलं आणि तो जे बोलला ते अगदी अद्‌भुत आहे. तो म्हणाला की कबुतर ना जिवंत आहे, ना मेलेलं आहे. ते तुमच्या हातात आहे. तुमची जशी मर्जी.' तरुण म्हणाले, तुम्ही आम्हाला फसवलंत.

जीवन आमच्या हातात आहे आणि कृष्णासारखी माणसं तर नक्कीच हातात आहेत. त्यांना जसं जगायचं असेल, ते तसेच जगतात. ना कुठला समाज, ना कुठली परिस्थिती, ना कुठला दबाव. काहीही फरक पडत नाही. त्यांचं असणं हे त्यांचं असतं. निश्चित काही फरक आम्हाला दिसतात. कारण ते आमच्यातच जगतात. अनेक घटना घडतात. अशा घटना की ज्या घडल्या नसत्या जर ते कुठल्या वेगळ्या काळात असते. पण ते गौण आहे. असंगत आहे. त्यांचा कृष्णाच्या आंतरिक जीवनाशी काहीही देणं-घेणं नाही.

म्हणून कृष्ण ना कुठल्या समाजासाठी, ना राजनैतिक परिस्थितीसाठी जन्म घेतात. ना कुणाला वाचवण्यासाठी. हां, आता अनेक माणसं वाचतात, ती वेगळी बाब झाली. अनेकांना वाट मिळते, ही दुसरी गोष्ट. कृष्ण तर आपल्या आनंदात फुलतात. आणि हे फुलणं तितकंच विनाकारण आहे, जसे आभाळात ढग असतात, जमिनीवर फुलं असतात, हवा वाहते. पण आम्ही तितके विनाकारण नाही आहोत म्हणून समजायला कठीण जातं. आम्ही कारणानेच जगतो. आम्ही तर कुणावर प्रेम जरी करतो त्यातही कारण असतं. प्रेमाचं फूलही विनाकारण नाही फुलत. लक्षात ठेवा, जोपर्यंत तुमच्या जीवनात विनाकारण काही करण्याचा जन्म होत नाही तोपर्यंत धर्माचाही जन्म होणार नाही. ज्या दिवशी काही विनाकारण घडू लागेल, तुम्ही कराल – करण्याचं एकमात्र कारण आनंद असेल.

'तुम्ही म्हणालात की कृष्णाचा जन्म अकारण आहे. पण गीतेत कृष्ण असं म्हणतात की जेव्हा जेव्हा धर्माची हानी होईल तेव्हा तेव्हा मी येईन. कृपया हे स्पष्ट करा.'

'हो, कृष्ण असं म्हणतात की जेव्हा जेव्हा धर्माची हानी होते, तेव्हा तेव्हा मला यावं लागतं. याचा अर्थ काय मग? हे तीच व्यक्ती म्हणू शकते, जी परम स्वतंत्र आहे. तुम्ही तर असं म्हणू शकत नाही जेव्हा असं होईल, तेव्हा मी येईन? आमचं येणं हे बांधील आहे. लांबलचक कर्मांचं बंधन आहे. आम्ही असं वचन देऊ शकत नाही. आमची तशी हिंमतही होऊ शकत नाही. कृष्ण अशी हिंमत करतात. त्याचं कारणही तेच आहे की ती त्यांची गंमत आहे. या गमतीतून काहीही निघू शकतं. असं वचन स्वतंत्र चेतनेमुळेच संभव आहे. जर ते म्हणतात की अशी परिस्थिती निर्माण झाली तर मी येईन. तर ते तशा परिस्थितीमुळे नाही तर स्वतःच्या स्वतंत्रतेमुळे येतील. ती त्यांची मजबूरी. तो त्यांचा नाइलाज नाहीये. हे वचन – पण असं वचन कोण देऊ शकतं?

एक अद्‌भुत घटना आहे महाभारतात. एका सकाळी भीम आणि युधिष्ठिर आपल्या घराबाहेर बसले आहेत आणि एक भिकारी भीक मागायला आला आहे आणि युधिष्ठिर त्याला म्हणाला की 'तू उद्या ये. आत्ता मी जरा कामात आहे.'

भिकारी निघून गेला. भीम हे ऐकत होता. त्याने त्याच्या जवळ पडलेला ढोल उचलला आणि तो, तो वाजवत गावाच्या दिशेने पळू लागला. युधिष्ठिर म्हणाला, 'तू हे काय करतोयस?' भीम म्हणाला, 'वेळ निघून जाण्याआधी मी गावात सांगून येतो की माझा भाऊ वेळेचा मालक झाला आहे, त्याने कुणाला तरी उद्याचं एक वचन दिलं आहे. तू उद्या जिवंत असशील, हे नक्की ना? तो भिकारीही उद्या असेल जिवंत, हेही नक्की? उद्या तुम्ही दोघं एकमेकांना भेटणार, हे पक्कं? तू वेळेला, तू काळाला जिंकलंस, हे मी गावात सगळ्यांना सांगून येतो. कारण मला माहीत नाही की हा क्षण जर मी हरवला तर हे सांगायला मी जिवंत असेन की नाही. म्हणून मी जातो.' युधिष्ठिर म्हणाला, 'मी चुकलो, थांब. हे असं वचन तेच देऊ शकतात जे परम स्वतंत्र आहेत. जा, त्या भिकाऱ्याला बोलावून आण. मला जे काही द्यायचं आहे ते मी आत्ताच देतो. उद्याची शाश्वती नाही.'

पण कृष्ण उद्याचं वचन देत नाहीत. फार दूरपर्यंतचं वचन देतात. वचन असं आहे की जेव्हा केव्हा तेव्हा मी येईन. कुणी कैदी असं वचन देऊ शकत नाही. ज्याच्या हातात साखळदंड बांधलेले आहेत, तो असं वचन देऊ शकत नाही. असं वचन परम स्वतंत्रताच देऊ शकते. पण लक्षात ठेवा, परिस्थितीमुळे हे येणं नसेल, स्वतंत्र चेतनेमुळे हे वचन आहे.

हा फरक नीट समजावून घ्या.

या वचनातही कृष्ण सूचित करतात की, माझं आणि परिस्थितीचं काहीही नातं नाही. ही स्वातंत्र्याची घोषणा आहे. पण अनेकदा अर्थ वेगळा घेतला जातो आणि आम्ही विचार करतो की कृष्णालाही यावं लागेल.

नाही, कोणा कृष्णासारख्या माणसाला तुमच्यासाठी किंवा कुणी कृष्ण तुमच्यामुळे येत नाही, तो स्वत:मुळे येतो. आम्ही सगळे बंधनात कालक्रमणा करतो.

'भगवान श्री, त्यांना एक अट ठेवली आहे 'परित्राणाय साधुनाम् विनाशाय च दुष्कृताम्' याचा अर्थ काय?

साधूंच्या रक्षणाकरता आणि दुष्टांना नष्ट करण्याकरता मी येईन. ठीक आहे. दोन्हीचा अर्थ एकच आहे. दुष्टांचा अंत केव्हा होतो हे जरा समजून घेण्यासारखं आहे.

दुष्टांचा अंत केव्हा होतो? मारून टाकल्यावर? मारून दुष्टांचा अंत होत नाही. कारण कृष्णाला नक्की माहीत आहे की मारून काहीही मरत नाही. दुष्टांचा अंत तेव्हाच होतो जेव्हा त्याला साधू बनवलं जातं. वेगळा काही मार्ग नाही. मारण्याने केवळ शरीर बदलेल, वेगळं काही होणार नाही. दुष्टाचा अंत एकाच स्थितीत होतो, जेव्हा तो साधू होतो. आणि मजेशीर गोष्ट अशी की ते म्हणतात साधूंच्या रक्षणार्थ! साधूंच्या रक्षणाची गरज तेव्हाच भासते जेव्हा ते साधू केवळ दिसण्यापुरते असतात. अन्यथा त्यांच्या रक्षणाची आवश्यकता नाही. एका साधूची रक्षा करण्याची काय गरज? साधूंची रक्षा करण्याची वेळ जर आली तर स्थिती कठीण होऊन जाईल. ज्या वेळी खोटे साधू असतील, त्या वेळी मी येईन. आणि कृष्ण आले तरी साधूच म्हणतील की 'तुम्ही विनाकारण श्रम घेऊ नका. आम्ही आमच्या असुरक्षिततेतही सुरक्षित आहोत.' तेच खरे साधू. साधूचा अर्थच मुळी असा की ज्याच्यासाठी आता असुरक्षितता राहिलेलीच नाही. मग काय गरज आहे कृष्णाला त्यांना वाचवण्याची?

हे वचन मजेशीर आहे की कृष्ण म्हणतात, मला साधूंची रक्षा करण्यासाठी यावं लागेल. ज्या दिवशी साधू साधू नसतील, त्या दिवशी त्यांना वाचवण्यासाठी यावं लागेल. आणि त्याच दिवशी दुष्टांनाही बदलण्याची आवश्यकता निर्माण होईल. नाही तर हे काम साधूही करू शकतात. त्यासाठी कृष्णाची काय गरज? दुष्टाला मारण्याचं काम कुणीही करू शकतं. आपणही करू शकतो. आम्ही सगळे करतो. न्यायालय आहे, दंड करतो, शिक्षा ठोठावतो, फाशी देतो. हे सगळं दुष्टांना मारण्याचं काम आहे. दुष्टांना बदलण्याचं काम नाहीये. दुष्टाला साधू बनवता यायला

हवं. पण जेव्हा जगात साधूच असाधू होतील, तर तेव्हा दुष्टांची स्थिती काय होईल?

पण या वाक्यालाही अजबच समजलं गेलं आहे. साधूंना वाटतं, आमच्या रक्षणार्थ तो येईल. आणि ज्यांना रक्षणाची गरज आहे, ते साधू नाहीयेत. आणि दुष्टांना वाटतं, आमचा नाश करण्यासाठी तो येईल. दुष्टांचं समजू शकतो, कारण ते इतरांना मारण्यासाठी उत्सुक, आतुर असतात. त्यामुळे त्यांना असंच वाटणार की आम्हाला मारण्यासाठीच...! पण कुणाला मारता तर येऊ शकत नाही. तो परतून येतोच. हा वेडेपणा कृष्ण करू शकत नाहीत.

'दुष्टांचा विनाश करण्यासाठी!' दुष्टांचा विनाश होतो साधूंमुळे. 'साधूंच्या रक्षणार्थ!' साधूंचं रक्षण करण्याची आवश्यकता भासते जेव्हा ते ढोंगी साधू असतात. हे वचन अद्‌भुत आहे.

पण मठात बसून साधू असाच विचार करत राहतात, की मोठी कृपा आहे आपल्यावर. जेव्हा संकट येईल तेव्हा नक्की येईल. आणि साधूंनी असाही समज करू घेतलेला आहे की जे जे त्यांना त्रास देतात ते दुष्ट असतात. हीच त्यांची परिभाषा. जेव्हा साधूंची आंतरिक अवस्था अशी असायला हवी की जे कुणी त्रास देतात, तेही मित्रच आहेत असं वाटणं, असा विश्वास असणं. जर त्रास देणारा शत्रू वाटू लागला, दुष्ट वाटू लागला तर सामान्य माणसात आणि साधू यांच्यात फरक काय राहिला? साधूचा अर्थच असा की त्याला शत्रू – दुष्ट असं कुणी भासत नाही, दिसत नाही, जरी त्रास दिला तरी. पण ते वाट बघतात, कृष्ण येऊन आमची रक्षा करतील. दुष्टांचा नाश करतील. म्हणून गीतेतल्या या वचनावर लोकांचा मोठा विश्वास आहे. शुभ विचार-भावनेने या वचनावर ते विश्वास ठेवून आहेत.

पण त्यांना माहीत नाही की वचनात साधूंची मस्करी केली आहे. मोठं व्यंग आहे, जे वरवर दिसत नाही; पण खोलवर जाल, तर दिसेल. कृष्णासारखं व्यक्तिमत्त्व जर मस्करी करतं तर ती मस्करी गहिरी असते. युगानुयुगं जावी लागतात तो विनोद समजण्यासाठी. असं म्हणतात की जर कुणी विनोद सुनावतं तर ऐकणारे जे असतात ते तीन पातळ्यांवर हसतात. एक पातळी अशी की ज्यांना तो विनोद ऐकता क्षणी समजतो. दुसरे, जे या हसणाऱ्या लोकांना बघून हसतात की काहीतरी घडलं. तिसरे, ज्यांना काहीच समजत नाही. त्यांना असं वाटतं की जर हसलो नाही तर इतरांना समजेल की आपण बावळट आहोत, तर सगळे हसत आहेत म्हणून आपणही हसलं पाहिजे. विनोद समजायलाही वेळ लागतो. आणि कृष्ण – तशी माणसं जेव्हा विनोद करतात तेव्हा फारच वेळ लागतो. आणि तो विनोद असा आहे की एक वेळ येईल जेव्हा साधूंचेही संरक्षण

करावे लागेल.

'भगवान श्री, पुराणकथांच्या आधारे असं समजतं की कृष्णच रामाचं रूप घेऊन येतात आणि रामच कृष्णाचं रूप घेऊन येतात. या दोन्ही व्यक्ती एकच आहेत का?'

'जगाच्या सृजनतेची जी प्रक्रिया आहे, याबद्दल ज्यांनी शोध केला आहे, त्यांना असं समजलं आहे की या प्रक्रिया तीन गोष्टींवर अवलंबून आहेत. आता शास्त्र जे शोधलं गेलं, अणू – तर अणू तोडल्यावर तो तीन भागांत तुटतो असं संशोधन झालं. विज्ञानातलं अंतिम ज्ञान. ते सांगतं, 'इलेक्ट्रॉन', 'प्रोटॉन' आणि 'न्यूट्रॉन' असा अणू तुटतो. ज्यांनी धर्म-जगतात मोठी खोल अंतर्दृष्टी मिळवली त्यांनीही जगाचे तीन भाग तोडून दाखवले. विष्णू हे त्या तिघांपैकी एक भाग आहेत.

ब्रह्मा, विष्णू, महेश हे तीन शब्द धर्माच्या द्वारे जगातल्या सृजन-प्रक्रियेचे तीन भाग – तीन नावं आहेत. या तिघांचे तीन अर्थ आहेत – ब्रह्मा म्हणजे जन्मदाता, स्त्रष्टा. शंकर – शीव – महेश म्हणजे विध्वंस, प्रलय, विनाश, अंतची शक्ती. आणि विष्णू या दोघांचा मध्य, संस्थापक, चालवणारा. मृत्यू आहे, जन्म आहे आणि या दोहोंमध्ये पसरलेलं जीवन. ज्याची सुरुवात होते, त्याचा अंत होतो. आणि या दोघांच्यामधे यात्रा होते. विष्णू – ब्रह्मा आणि महेश या दोहोंमधली यात्रा आहेत. ब्रह्माची गरज सृजनतेसाठी आणि महेशची आवश्यकता विनाशासाठी, अंतासाठी. त्या क्षणी. आणि विष्णूची गरज – दोन बिंदूंचा मध्य यासाठी.

ही जी तीन नावं आहेत ब्रह्मा, विष्णू, महेश ही व्यक्तींची नावं नाहीयेत. या व्यक्ती नाहीयेत, या शक्ती आहेत. जसं मी सांगितलं की सृजनाची एक दिवस गरज भासते, मग एक दिवस विध्वंसाची गरज भासते, पण मध्ये जीवनाची गरज आहे, ते जीवन, जी ऊर्जा आहे तो विष्णू आहे. म्हणून या देशातले सगळे अवतार विष्णूचे अवतार आहेत. कारण जीवनाचं नाव विष्णू आहे. असं समजू नका की जी व्यक्ती राम होती तीच नंतर कृष्ण म्हणून अवतरली. नाही, जी ऊर्जा रामात प्रकट झाली तीच ऊर्जा कृष्णातही प्रकट झाली आणि तीच तुमच्यातही प्रकट होत आहे. आणि असं नाहीये की जो राम मध्ये प्रकट झाला तो रावणात प्रकट होत नव्हता. प्रकट तर तोच होत आहे. ते जरा भरकटलेले विष्णू आहेत. रस्त्यावरून उतरलेली जीवनऊर्जा आहे इतकंच. दुसरं-तिसरं काहीही नाही.

समस्त जीवनाचं नाव विष्णू आहे. समस्त अवतार विष्णूचे आहेत. पण चूक होत आहे की आम्ही विष्णूलाच व्यक्ती बनवलं. राम एक व्यक्ती आहे, विष्णू

व्यक्ती नाहीये. कृष्ण एक व्यक्ती आहे, विष्णू एक व्यक्ती नाहीये. विष्णू हे केवळ एका शक्तीचं नाव आहे.

पण जुन्या सर्व अंतर्दृष्टी काव्यातून प्रकट झाल्या. म्हणून स्वाभाविकपणे काव्य प्रत्येक शक्तीला व्यक्ती बनवत गेलं. बनवणारच, नाही तर काव्य निर्माण झालं नसतं. आणि आणखी कोडी निर्माण झाली असती.

एक ख्रिश्चन मरणासन्न झाला आहे. आणि चर्चचा फादर त्याला शेवटचं प्रायश्चित्त करवून घ्यायला आला आहे. त्याने विचारलं, 'डू यू बिलिव्ह इन गॉड दि फादर?' तो माणूस गप्प राहिला. फादरने विचारलं, 'डू यू बिलिव्ह इन गॉड दि सन?' तरीही तो गप्प राहिला. मग त्याने विचारलं, 'डू यू बिलिव्ह इन गॉड दि होली घोस्ट?' ही ख्रिश्चनांची तीन नावं आहेत. गॉड, सन, होली घोस्ट. परमात्मा, पुत्र आणि पवित्र आत्मा. म्हणजे 'तू पितारूपी परमात्म्यावर विश्वास ठेवतोस का? तू पुत्ररूपी परमात्म्यावर विश्वास ठेवतोस का? तू पवित्र आत्मारूपी परमात्म्यावर विश्वास ठेवतोस का?' तो माणूस म्हणाला, 'मी मरतोय आणि हा माणूस मला अशा वेळेला कोडी घालतोय.' त्या माणसासाठी ती कोडी होती. मरणाऱ्या माणसासाठीच केवळ ही कोडी नाहीयेत, आम्हा जिवंत माणसांसाठीही मोठ्यात मोठं कोडं जीवनाचं आहे.

काय आहे हे जीवन? कसं जन्म घेतं, कसं चालतं, कसं संपतं? ऊर्जा काय आहे ही? जी पसरवते, चालते, आकुंचित होते, निरोप घेते. वैज्ञानिक शास्त्रीय ढंगातली नावं देतात – इलेक्ट्रॉन, प्रोटॉन, न्यूट्रॉन. हे तीनही मजेशीर शब्द आहेत. त्यातल्या विधायक शक्तीचं नाव आहे प्रोटॉन. विधायक विद्युत म्हणावं लागेल – ब्रह्मा! इलेक्ट्रॉन – निषेधात्मक विद्युत म्हणावं लागेल – महेश. आणि न्यूट्रॉन जो दोघांमधे डोलतो, जोडतो म्हणावं लागेल – विष्णू! ती एक विज्ञानाची भाषा आहे – एक धर्माची भाषा आहे – याव्यतिरिक्त काही नाही. सर्व जीवन विष्णूचा अवतार आहे. फुलं फुलतात, वारा वाहतो, नदी वाहते, झाडं मोठी होतात – विष्णू फुलतो, विष्णू वाहतो, विष्णू मोठा होतो. माणूस जन्मतो, वाढतो, जगतो – तो विष्णू! मृत्यूचे सर्व क्षण शंकराचे. माणूस मरतो तर विष्णू लगेचच 'चार्ज' सोपवतो. शंकराच्या हातात जातो मामला. म्हणूनच तर शंकराला कुणी आपली मुलगी द्यायला तयार नव्हतं. मृत्यूच्या हातात मुलीला कोण देणार? कारण स्त्री म्हणजे सृजन!

विष्णूचा अवतार याचा अर्थ असा नाही की विष्णू नावाची व्यक्ती रामात आली, मग कृष्णात, मग आणखीन कुणात. नाही, विष्णू नावाची ऊर्जा रामात उतरली, कृष्णात उतरली, सर्वांत उतरते, उतरत राहील. शंकर नावाची ऊर्जा त्या ऊर्जेचा अंत करत राहील. असं समजून घेतलंत तर गोष्टी स्पष्ट आहेत, समजून

येतील. मग कोडं राहत नाही.

जीवनात कोणतीही गोष्ट जर निर्माण करायची असेल तर न्यूनतम संख्या तीन ही आहे. एक-दोन यांनी काम भागणार नाही. नाही तर सगळं एकरस होईल, वैविध्य हरवेल. दोनही नाही. दोनाला जोडण्यासाठी तिसऱ्याची आवश्यकता आहे. नाहीतर ते वेगवेगळे राहतील. न्यूनतम जी संभाव्यता आहे जगाची, विकासाची ती 'तीन' इथून सुरू होते. पण हे 'तीन' हे एकाचीच मुद्रा, चेहरा आहे. म्हणून आम्ही 'त्रिमूर्ती' बनवली. म्हणून आम्ही या देवांना वेगवेगळं ठेवलं नाही. जर या तीन देवता भिन्न भिन्न झाल्या तर हिशेब ठेवता येणार नाही की कुठे थांबायचं. अंतहीन होऊन जाईल सर्व. म्हणून हे तीन चेहरे एकाच ऊर्जेचे, एकाच जीवनशक्तीचे. तोच जन्म घेतो, तोच जीवन चालवतो. तोच अंत करतो. कारण आपण तिनात विभागणी करतो. ही विभागणी कामाची आहे. जीवनऊर्जा तीन भागांत विभागून संपूर्ण जगाचा विस्तार करते.

'श्रीकृष्णाच्या लीला अनुकरणीय आहेत की चिंतनीय? जो अनुकरण करू बघेल तो पतित नाही होणार?'

घाबरणाऱ्या माणसाने कृष्णापासून जरा लांबच राहिलं पाहिजे. योग्य प्रश्न विचारलात. अनुकरणीय कृष्ण तर काय, कुणीच नाही. आणि असंही नाही की कृष्णाचं अनुकरण करायला जावं तर पतित होऊ. कुणाचंही अनुकरण करायला जाऊ तर पतित होऊ. अनुकरणच पतित आहे. कृष्णाच्या संदर्भात मात्र आपण विशेषकरून विचारतो. महावीर, बुद्ध, राम यांच्या संदर्भात असं आपण विचारत नाही. फक्त कृष्णासंदर्भात असे प्रश्न का उपस्थित होतात? लहान मुलांना आपण सांगू की रामाचं अनुकरण करा. कृष्णाच्या संदर्भात सांगू की जरा जागरूक राहा. कारण आमचं घाबरट मन!

म्हणून मी म्हणतो की अनुकरण पतन आहे. कारण अनुकरण केलं की तुम्ही संपलात. ना कृष्ण अनुकरणीय आहे, ना कुणी अन्य. ते सगळे चिंतनीय आहेत. विचार करण्यायोग्य. बुद्धसुद्धा, महावीरसुद्धा, जीझससुद्धा, कृष्णसुद्धा! बुद्ध, जीझस यांच्यावर विचार करणं अवघड नाही. पण कृष्णाबद्दल विचार करायचा तर कठीण. कारण बुद्ध, महावीर, जीझस यांच्या जीवन 'विचारांच्या पद्धतीमध्ये' समजता येऊ शकतं. त्यांच्या जीवनाचा ढंग मर्यादित आहे. सीमित आहे. कृष्णाच्या जीवन विचारांना सीमा नाही. ते पूर्ण सामावून जात नाहीत, ते अमर्याद, असीम आहेत.

पण कृष्ण चिंतनीय होतात. माझ्या दृष्टिकोनातून तेच चिंतनीय आहेत जे

अंततः चिंतनापलीकडे घेऊन जातात. चिंतन ही शेवटची गोष्ट नाही. चिंतन प्रथम पाऊल आहे. असा एक क्षण यायला हवा जो चिंतनापेक्षा वरचढ असेल. पण चिंतनापलीकडे तोच जाऊ शकतो जो चिंतनाला डगमगून टाकेल. जो चिंतनात सामावणार नाही.

सगळे चिंतनीय आहेत. सगळे विचार करण्यायोग्य आहेत. अनुकरणीय फक्त तुम्हीच आहात तुमच्यासाठी, इतर कुणीही नाही. स्वतःचं अनुकरण करा, समजून घ्या सगळ्यांना, स्वतःच्या मागे जा, इतर कुणाच्या मागे नाही. समजून घ्या सगळ्यांना, पण जा मात्र स्वतःच्या मागे.

पण भीती काय आहे? कृष्णाबद्दल प्रश्न का उद्भवतात? भीती आहे. आणि भीती हीच आहे की आम्ही आमचं जीवन सप्रेशन-दमनाचं जीवन बनवून ठेवलं आहे. आमचं जीवन, जीवन कमी आणि दबाव जास्त आहे. ते फुलणारं जीवन नाही, कुंठित जीवन आहे. म्हणून भीती वाटते की कृष्णाला आम्ही मनात ठेवलं तर असं नको व्हायला की जे आम्ही दाबून ठेवलं आहे, ते फुटून वाहू लागेल. जे आम्ही थांबवून ठेवले आहेत तर्क ते खोटे ठरतील. अनेक वृत्तींना मनातल्या तुरुंगात डांबून ठेवलं आहे त्या बाहेर पडतील. भीती आत आहे, पण त्यासाठी कृष्ण जबाबदार नाहीत; आम्ही आहोत. आम्ही आमच्याशीच हा गैरव्यवहार केला आहे. अनाचार केला आहे. आम्ही आमच्या संपूर्ण व्यक्तिमत्त्वाला ना जाणलं, ना स्वीकारलं, ना जगलो. खूप काही साठवून ठेवलं आहे आणि थोडाफार जगण्याचा प्रयत्न केला आहे.

आम्ही अशी माणसं आहोत, जशी सर्वसाधारणपणे सगळी असतात. जर कुणाच्या घरी जावं तर हॉल सजवून ठेवलेला असतो. ही ड्रॉइंगरूमची जागा – ते जग वेगळं आहे. कुठली ड्रॉइंगरूम बघून असं समजू नका की ते त्यांचं घर आहे. ते त्यांचं घर नाही. ना ते तिथे जेवतात, ना झोपतात, केवळ पाहुण्यांचं स्वागत होतं तिथे. हा निव्वळ दिखाऊ चेहरा आहे. ड्रॉइंगरूम हा घराचा भाग नाहीये. घरातला भाग तर तो आहे जिथे ते जेवतात, झोपतात, भांडणं करतात. ड्रॉइंगरूम हा मुखवटा आहे. म्हणून तो आयुष्यातला भाग नाहीये. असंच आम्ही जीवनाबाबत केलं आहे. जीवनाचा आम्ही एक मुखवटा तयार केला आहे, जो इतरांना दाखवण्यासाठी आहे. ते आमचं सत्य नाहीये, आमचं खरं घर आत आहे, अंधारलेलं, अचेतनेत बुडालेलं. त्याचा आत्म्याला पत्ता नाही. आम्ही पण त्याचा शोध घेण्याचं सोडून दिलं आहे. आम्ही स्वतः घाबरलेले आहोत. आम्ही अशी माणसं आहोत जी स्वतः स्वतःच्याच घराला घाबरलेली आहेत आणि ड्रॉइंगरूममधे राहू लागली आहेत.

म्हणून कृष्णाला घाबरतो कारण कृष्ण संपूर्ण घरात राहतो. त्यांनी संपूर्ण घराची

बैठकीची खोली केली आहे. आणि प्रत्येक कोनाड्यातून, कोपऱ्यातून पाहुण्याचं स्वागत तो करतो. कुठूनही जा, तो म्हणतो, बसू इथेच. संपूर्ण आयुष्यच खुलं आहे. जे काही आहे – ते आहे. विरोध नाही, नाकारणं नाही. त्यांना सर्व स्वीकार आहे. आम्ही घाबरू, दाबून ठेवू. आम्ही आमच्या जीवनातले नव्व्याण्णव टक्के अंधारात ढकलले आहेत. आणि एक टक्का मात्र जगत आहोत. तो नव्व्याण्णव टक्के भाग प्रत्येक क्षणी धक्का देत आहे की मला जगण्याची संधी द्या. तो लढतोय, संघर्ष करतोय. स्वप्नात छिन्नभिन्न होत आहे. जागेपणातही तुटून पडतो. पण आम्ही त्याला पुन्हा ढकलून देतो. संपूर्ण आयुष्य यातच व्यतीत होतं. स्वत:शीच लढण्यात माणूस हरतो, संपतो. म्हणून भीती आहे की जर कृष्णाला समजून घेतलं तर हा बैठकीची खोली नसलेला माणूस, याच्या आयुष्याची सर्व दारं उघडी, अंधाराचा स्वीकार, उजेडाचाही स्वीकार, याला बघून आमचा आत्मा बंड करू लागला तर? आम्हीच आमच्याशी बंड करू लागलो तर?

पण ही भीती कृष्णामुळे नाहीये, आम्ही ज्या पद्धतीने जगतो, त्यामुळे आहे. जर साधा-सरळ मनुष्य आहे. जीवन सरळतेने जगतोय, तर त्याला कृष्णाची भीती वाटणार नाही. घाबरण्याचं कारणच नाही. आम्ही का घाबरतो हे आम्ही समजून घेतलं पाहिजे. जर आम्ही घाबरतो तर ती आमची रुग्णावस्था आहे, आजार आहे. हे विक्षिप्त आहे आणि आम्ही ही स्थिती बदलण्याचा प्रयत्न करायला हवा. आम्ही म्हणतो की आम्ही चांगल्या चांगल्या गोष्टींचा विचार करतो. पण चांगले विचार आम्हाला स्वत:ला दाबून टाकण्यासाठी उपयोगी येतात. आम्ही बुद्धाचं वचन वाचतो की क्रोध करू नका. जीझसचं – की शत्रूवरही प्रेम करा. पण आम्ही कृष्णाला घाबरतो. या भीतीचा बाण कुठल्या दिशेला आहे? कृष्णाकडे की आपल्याकडे?

आणि कृष्णाला घाबरताय तर ते उत्तम आहे. ते तुम्हाला उपयोगी पडू शकतात. तुम्हाला उघडण्यासाठी, नग्न करण्यासाठी, स्पष्ट-सरळ करण्यासाठी. त्यांचा उपयोग करून घ्या. त्यांना येऊ दे, त्यांचे विचार – पळून जाऊ नका, स्वत:ला वाचवू नका. त्यांच्या समोर उभे राहा. ही गळाभेट चांगली असेल. त्यांचं अनुकरण करू नका. यात त्यांना समजूनच घ्यायचं आहे. त्यांना समजून घेता घेता तुम्ही स्वत:ला समजून घेण्यात यशस्वी व्हाल. आणि तुम्हाला साक्षात्कार होईल की असा मीसुद्धा आहे.

एका मित्राने मला विचारलं की कृष्णाच्या सोळा हजार स्त्रिया होत्या यावर मी विश्वास ठेवतो का?' मी म्हणालो, 'ते राहू दे. तुम्ही मला सांगा की तुमच्या मनात सोळा हजार स्त्रियांहून कमी स्त्रिया तुम्हाला तृप्त करू शकतात?' 'काय बोलताय तुम्ही?' 'कृष्णाच्या सोळा हजार स्त्रिया होत्या की नव्हत्या हा प्रश्न नाहीये. कुणी

पुरुष सोळा हजार स्त्रियांहून कमीवर राजी नाहींये. जर असं पक्कं झालं की कृष्णाच्या इतक्या स्त्रिया होत्या, तर जो आमच्या आतला पुरुष आहे तो घोषणा करेल की मग वाट कसली बघतो आहेस? त्याची आम्हाला भीती आहे. तो आतला पुरुष आम्हाला घाबरवतो. पण त्याच्यापासून दूर कुठे पळणार? त्याने काहीही होत नाही. त्याचा सामना करावा लागेल.

◆

६

‘श्रीकृष्णाचे गर्भाधान आणि जन्माच्या विशेष गोष्टींवर व रहस्यावर प्रकाश पाडण्याची कृपा करा आणि ख्राइस्टच्या जन्मस्थितीशी साम्य असेल तर तेही स्पष्ट करा.’

जन्म कृष्णाचा असो अथवा आणखीन कुणाचा, जन्मस्थितीत फार फरक नाहीये. हे थोडे समजून घ्यायला हवं. पण आम्ही नेहमीच भेद बघत आलो आहोत, ते काही प्रतीकं न समजल्यामुळे.

कृष्णाचा जन्म होतो अमावस्येच्या रात्री. सर्वांचाच जन्म अमावस्येच्या रात्री अंधारात होतो. खरं तर जगातली कोणतीच गोष्ट उजेडात जन्म घेत नाही. सगळ्याचा जन्म अंधारातच होतो. बी फुटतं तेही जमिनीत, अंधारात. फूल फुलतं प्रकाशात, पण जन्म घेतं अंधारात.

खरं तर जन्माची प्रक्रिया इतकी रहस्यपूर्ण आहे की, ती अंधारातच होऊ शकते. तुमच्या आतही ज्या गोष्टींचा जन्म होतो, त्या सर्व गहिऱ्या अंधारातच. एका कवितेचा जन्म होतो तो मनाच्या अचेतन अंधारात. चित्राचा जन्म होतो तोही अतिगहिऱ्या – जिथे प्रकाशाचा किरणही पोहोचू शकत नाही, तिथे. समाधी, ध्यानाचा जन्म होतो, तर सर्व काही अंधारातच जन्मतं. गहन अंधाराचा अर्थ असा आहे, जिथे बुद्धीचा प्रकाश जराही पोहोचत नाही. जिथे समजून काहीही होत नाही. हाताला हात लागत नाही.

कृष्णाचा जन्म ज्या रात्री झाला, कथा असं सांगते की हाताला हात लागत नव्हता इतका अंधार होता. यात विशेष असं शोधण्याची गरज नाही. ही जन्माची सामान्य प्रक्रिया आहे.

कृष्णाच्या जन्माशी जोडली गेलेली दुसरी गोष्ट म्हणजे त्याचा जन्म तुरुंगात

जीवनाच्या बृहत् जोडाचे प्रतीक : कृष्ण!

झाला, बंधनात! कुणाचा जन्म असा आहे जो बंधनात, तुरुंगात होत नाही? आम्ही सगळेच तुरुंगात जन्म घेतो. असं होऊ शकतं की मरण येईपर्यंत आम्ही तुरुंगातून मुक्त होऊ! असंही होऊ शकतं की आम्ही तुरुंगातच मरू. जन्म एक बंधन, सीमा घेऊन येतो. शरीरात येणं हेच मोठ्या बंधनात येणं आहे. मोठ्या तुरुंगात येणं आहे. जेव्हा कुणी आत्मा जन्म घेतो, तुरुंगात जन्म घेतो.

पण हे प्रतीक नीट समजून घेतलं गेलं नाही. या अतिकाव्यात्मक गोष्टीला ऐतिहासिक घटना समजून मोठी चूक झाली आहे. सर्व जन्म तुरुंगात होतात. सर्व मृत्यू तुरुंगात होत नाहीत. काही मृत्यूत मुक्ती असते. काही अधिक तुरुंगात होतात. जन्म तर बंधनात होतो, मरेपर्यंतच्या क्षणापर्यंत जर आम्ही बंधनातून मोकळे होतो, सर्व तुरुंग तुटून जातात, तर जीवनाची यात्रा सफल झाली.

कृष्णाच्या जन्माबरोबर आणखी एक तिसरी गोष्ट जोडली गेली आहे, ती ही की जन्माबरोबर त्यांच्या मृत्यूची भीती आहे. त्यांना मारून टाकलं जाण्याची धमकी आहे. कुणाला नाहीये? जन्माबरोबरच मृत्यूची घटना उद्भवते. जन्म झाल्यानंतरच्या दुसऱ्याच क्षणीही मृत्यू येऊ शकतो. मृत्यूकरता एकच अट गरजेची आहे आणि ती म्हणजे जन्म! जन्म झाल्याबरोबर एक क्षण जगलेला बालकही मरण्यासाठी तितकाच योग्य होतो, जितका सत्तर वर्षं जगलेला माणूस. मरण्यासाठी जन्माव्यतिरिक्त कोणतीही पात्रता नको. जन्म झाल्यानंतर आम्ही मरणाव्यतिरिक्त वेगळे करतो तरी काय? जन्मानंतर आम्ही रोज रोज मरतो, ज्याला आम्ही जीवन म्हणतो, ते मृत्यूची लांबच लांब दीर्घ यात्राच आहे. जन्मापासून सुरू होते ती मृत्यूनंतर पूर्ण होते.

पण कृष्णाच्या जन्माबरोबर चौथी गोष्टही जोडली गेली आहे की, मृत्यूच्या अनेक घटना घडतात, पण त्यातून ते वाचतात. जो कोणी त्यांना मारायला येतो, तोच मरतो. असं म्हणू की मृत्यूच त्यांच्यासाठी मरून जातो. मृत्यू सगळे उपाय

करतो पण ते वाया जातात. यालाही अर्थ आहे. आमच्याबरोबर असं होत नाही. मृत्यू पहिल्या आघातातच आम्हाला घेऊन जाईल. आम्ही वाचू शकणार नाही. कारण आम्ही जवळ-जवळ मेलेलेच आहोत. जरासा धक्का आणि मृत्यू! जीवनाचं आम्हाला काहीच ज्ञान नसतं; ज्याच्या दरवाजावर मृत्यू नेहमी हरतो.

कृष्ण असं जीवन आहेत, ज्यांच्या दरवाजावर मरण अनेक रूपांनी येतं आणि पराभूत होतं, परतून जातं. या सर्व रूपांच्या कथा आम्हाला माहीत आहेत. पण आम्ही या कथांना गांभीर्यानं, खोलवर समजून घेण्याचा प्रयत्न केलेला नाही. त्या कथांमधलं सत्य एकच आहे की कृष्ण जीवनाच्या दिशेने रोज जिंकत जातात आणि मृत्यू रोज हरत, पराभूत होत जातो. मृत्यूची धमकी एक दिवस संपते. ज्यांनी ज्यांनी, ज्या ज्या प्रकारे त्यांच्या मृत्यूचा प्रयत्न केला ते सगळे पराभूत झाले. कृष्ण जीवनाकडे वाटचाल करत राहिले. याला अर्थ आहे. मृत्यूवर जीवनाचा विजय! पण ही गोष्ट जशी मी सांगतो आहे, इतक्या साधेपणाने सांगितली गेली नाही. त्या जुन्या माणसांकडे इतकं साधेपणाने सांगण्याचा उपायच नव्हता.

आपण जितके जुन्या जगात परतून जाऊ, तितकाच चिंतनाचा जो ढंग आहे तो चित्रात्मक होत जातो, शब्दात्मक नाही. तुम्ही रात्री स्वप्न बघता, त्यातही चित्रांचा उपयोग जास्त होतो की शब्दांचा? विचार करा. स्वप्नात शब्द नसतात, चित्रं असतात. कारण स्वप्न ही आमची आदिम भाषा आहे. स्वप्नांच्या बाबतीत आमच्यात आणि दहा हजार वर्षांपूर्वीच्या माणसांत काहीही फरक नाही. अजूनही स्वप्न आधुनिक होऊ शकलेलं नाही. गुहेत माणसाने जी स्वप्नं बघितली असतील, आज वातानुकूलित खोलीतली माणसंही तशीच स्वप्नं बघतात. स्वप्नांचे हे वैशिष्ट्य आहे की त्याच्या सर्व अभिव्यक्ती चित्रांत आहेत.

एखादा माणूस खूप महत्त्वाकांक्षी आहे. स्वप्नात कदाचित त्याला पंख लागतील, तो आकाशात उडेल. उडणं म्हणजे सर्वांपेक्षा वर जाणं, सीमा नाही राहत, जितकं हवं तितकं उंच जाऊ शकता. महत्त्वाकांक्षा या शब्दाचा उपयोग स्वप्नात होणार नाही. उडणाऱ्या चित्राचा उपयोग होईल. म्हणूनच तर आम्हाला आमच्या स्वप्नांचा अर्थ लागत नाही. कारण दिवसभरात आम्ही बोलतो ती भाषा शब्दांची असते. स्वप्नातली भाषा चित्रांची असते. दिवसाची भाषा विसाव्या शतकातली आहे. स्वप्नाची भाषा आदिम आहे. या दोहोंत लाखो वर्षांचं अंतर आहे. म्हणून स्वप्नाची भाषा समजत नाही.

जितकं आम्ही भूतकाळात जाऊ – आणि कृष्ण खूप जुने आहेत. अशा अर्थाने की माणसाने जेव्हा चिंतन सुरू केलं, विचार करतो आहे जगाचा, जीवनाचा, अजून शब्दाची उत्पत्ती झालेली नाही, प्रतीकात्मक चित्रांतून सर्व काही सांगितलं जातंय, समजलं जातंय, तेव्हा कृष्णाच्या जीवनाच्या सर्व घटना लिहिल्या गेल्या. त्या

घटनांना चित्रांतून तोडून शब्दांत आणावं लागतं आहे. म्हणून लक्षात ठेवा की जीझसचं जीवन जवळ-जवळ कृष्णासारखंच सुरू होतं. त्यात फार काही फरक नाहीये. म्हणून अनेकांचा असा समज होता, आत्ताही काही जणांना तसं वाटतं की जीझस नव्हतेच, ही कृष्णाचीच कथा आहे जी फिरत फिरत जेरूसलेमपर्यंत पोहोचली. कारण जन्मकथेत खूप साम्य आहे. अंधाऱ्या रात्री, मृत्यूच्या सावलीत जीझसचा जन्म होतो. इथे कंस कृष्णाला मारण्याची धमकी देतो. तिथे सम्राट हिरोद जीझसला मारण्याची धमकी देतो. इथे कंसाने लहानांना, मुलांना मारून टाकलंय, तिथे हिरोदने मुलं मारली की त्याला मारणारा जन्म घेऊच नये. घेतला तरी जगूच नये.

नाही, कृष्णाची कथा जीझसची कथा नाहीये. जीझस वेगळी व्यक्ती आहे, तिची यात्राही वेगळी आहे. पण दोघांचं प्रतीक समान आहे. कारण दोघांचे 'प्रिमिटिव्ह माइंड' (पुराणमत) समान आहेत. हे सांगायला हवं की स्वप्न कुणीही बघो, मग बघणारा इंग्रज असेल, चिनी असेल– कुणीही; पण स्वप्नांची भाषा ही एकच असते. बोलीभाषा वेगवेगळी असते. पौराणिक भाषा आहे. तर जे प्रतीक जुन्या मनात कृष्णाच्या जन्माच्या वेळेस उमटले होते ते त्याच्या जन्माबरोबर जोडले गेले. तीच प्रतीकं जीझसच्या जन्माबरोबर जोडली गेली. आणि आणखी एक कारण आहे भ्रम निर्माण होण्याचं की, जीझसचं नाव तर जीझस होतं, पण नंतर त्याबरोबर जोडलं गेलं ख्राइस्ट. ख्राइस्ट या शब्दाला कृष्ण शब्दाचं रूपांतर मानलं जाऊ शकतं. मला एक क्रिस्टो बाबू नावाचे गृहस्थ माहीत आहेत. मी त्यांना विचारलं, 'हे असं कसं नाव?' ते म्हणाले, 'माझं नाव तर कृष्ण आहे; पण इंग्रजीत लिहिता लिहिता क्रिष्टो झालं.' ही कमाल झाली. मी विचारलं त्यांना की तुम्हाला माहीत आहे का, काही लोकांना वाटतं की कृष्ण शब्दच ख्राइस्ट झाला म्हणून? हे शक्य आहे.

जीझस तर वेगळी व्यक्ती आहे. पण अशी शक्यता आहे की कृष्ण शब्द प्रवास करत करत ख्राइस्ट झाला कारण ख्राइस्ट ही पदवी आहे जीझसची. जसं महावीरांचं! त्यांचं नाव वर्धमान आहे. वर्धमान हे घरातलं नाव आहे. जेव्हा नंतर त्यांना ज्ञान प्राप्त झालं तेव्हा ते महावीर झाले. बुद्ध हे घरचं नाव नाहीये. गौतम सिद्धार्थ हे नाव आहे. ज्ञान प्राप्त झाल्यानंतर ते बुद्ध झाले. ख्राइस्ट नाव झालंही असेल कृष्णापासून, पण व्यक्तिमत्त्व वेगळं आहे जीझसचं. जन्मघटनेशी ताळमेळ जरूर आहे, पण त्या दोन भिन्न व्यक्ती आहेत. जन्मघटनांचा ताळमेळ एकाच व्यक्तीच्या जन्मकारणाने नाहीये, तर तो ताळमेळ आहे एकाच तऱ्हेच्या अचेतन मनातून निर्माण झालेल्या प्रतीकांमुळे.

कार्ल गुस्ताव जुंगने मनुष्याच्या मनाच्या संदर्भात एक अद्‌भुत शोध लावला आहे, ज्याला ने 'आर्च टाइप' म्हणतात. ते म्हणतात की मनुष्याच्या गहिऱ्या मनात मूलत: प्रतीक आहे, जे सर्व जगात समान आहे. ते हेच सांगत राहतात. जीझस

आणि कृष्णाच्या जन्मकथेमध्ये तेच प्रतीक आहे. आणि मी जसं म्हणालो, या जन्माच्या घटनांबाबत, नीट समजून घेतलं तर ही सर्वांच्या जन्माची घटना आहे.

आणि कृष्णालाही जरा समजून घेणं गरजेचं आहे.

'कृष्ण' शब्दाचा अर्थ आहे केंद्र! कृष्ण शब्दाचा अर्थ, जो आकृष्ट करतो, जो आकर्षित करतो, जे केंद्रचुंबकत्वाचं काम करतं. प्रत्येक व्यक्तीचा जन्म एका अर्थी कृष्णाचा जन्म आहे. कारण आमच्या आत जो आत्मा आहे, तो मनोवृत्तीचं केंद्र आहे. शरीर तिथे त्याच्या जवळपास ओढलं जाऊन निर्माण होतं. कुटुंब, समाज, जग खेचलं जातं त्याच्या जवळपास आणि निर्मिती होते. आत्मा म्हणजे आपल्या आत कृष्णकेंद्र आहे. जो आकर्षणाचा बिंदू आहे, त्याच्या आसपास सर्व काही घडतं. म्हणून जेव्हा एखादी व्यक्ती जन्म घेते – तो कृष्णाचाच जन्म असतो. तो जो बिंदू आहे आकर्षणाचा, तो जन्म घेतो आणि एक व्यक्तिमत्त्व निर्माण होतं. म्हणून कृष्णाचा जन्म एक व्यक्तिविशेष जन्म नाही, तर व्यक्तिमात्राचा जन्म आहे.

अंधाराचा, तुरुंगाचा असा अर्थ आहे की मृत्यूचं भय. पण आम्ही त्याला कृष्णाशी का जोडलं आहे? मी असं म्हणत नाहीये की कृष्णाच्या जीवनात तुरुंगात जी घटना घडली, ती घडलेली नाही. मी असंही म्हणत नाहीये की ते बंधनात जन्मले, तसे जन्मले नाहीत. मी इतकंच म्हणत आहे त्यांचा जन्म बंधनात झालेला असो वा नसो, ते तुरुंगात जन्मले असोत वा नसोत, पण कृष्णासारखी व्यक्ती जेव्हा आम्हाला अवगत होते, तर आम्ही कृष्णाच्या व्यक्तित्वाशी ते सर्व जोडलं जे प्रत्येक आत्म्याच्या जन्माशी निगडित आहे.

लक्षात ठेवा, महापुरुषांच्या जन्माच्या कथा आमच्या उलट असतात. साधारण माणसाच्या जीवनाची कथा जन्मापासून सुरू होते आणि मृत्यूत पूर्ण होते. त्याच्या, कथेत क्रम असतो जन्मापासून मृत्यूपर्यंत. महापुरुषांच्या कथा नंतर लिहिल्या जातात. कृष्णासारखा माणूस जेव्हा आम्हाला दिसू लागतो तो त्याच्या जन्मानंतर बऱ्याच काळाने. अनेक वर्षं गेलेली असतात त्याच्या जन्मानंतर. चाळीस-पन्नास वर्षांचा प्रवास झाल्यानंतर. मग या महिमाकार, अद्‌भुत व्यक्तीच्या आसपास कथा निर्मिती होते. मग नंतर आम्ही त्याच्या गतजीवनाच्या कथा शोधू लागतो. घटनांना अर्थ देतो. म्हणून मी तुम्हाला सांगतो की महापुरुषांचं जीवन कधीही ऐतिहासिक होऊ शकत नाही, नेहमी काव्यात्मक होतं. मागे जाऊन, परतून निर्मित होतं.

मागे वळून जेव्हा आम्ही बघतो, तेव्हा प्रत्येक गोष्ट प्रतीक होऊन जाते आणि दुसरा अर्थ घेते. जे अर्थ घटना घडत असताना कधीही नसतील. आणि शिवाय कृष्णासारख्या व्यक्तींचं जीवन एकदा लिहिलं जात नाही. पुन:पुन्हा लिहिलं जातं. हजारो लोक लिहितात आणि मग तितक्या व्याख्या तयार होतात. मग कृष्णाचं जीवन कुणा एका व्यक्तीचं जीवन राहत नाही. कृष्ण एक संस्था बनते. मग समस्त

जीवनाचं सारभूत होतात. मग मनुष्यमात्राच्या जन्माची कथा त्यांच्या जन्माची कथा बनते. म्हणून व्यक्तित्वाची अर्थाने मी काही मूल्य मानत नाही. कृष्णासारखी व्यक्ती, व्यक्ती राहतच नाही. ते आमच्या मनाचे, चित्ताचे प्रतीक होतात आणि आमच्या चित्ताने जितके जन्म बघितले ते सर्व जन्म सामावले जातात त्यांच्यात.

याला असं समजा–

एका मोठ्या चित्रकाराने एका स्त्रीचं चित्रं काढलं. अतिशय सुंदर स्त्री! लोकांनी विचारलं की ही कोण आहे, जिच्या आधारे तुम्ही हे चित्र काढलंत? चित्रकार म्हणाला, 'हे कुणा स्त्रीचं चित्र नाहीये. लाखो स्त्रिया ज्या मी बघितल्या, त्यांचं सार आहे. डोळे कुणाचे तरी, नाक कुणाचं तरी... अशी स्त्री शोधून सापडणार नाही. अशी स्त्री केवळ चित्रकाराला दिसते. म्हणून चित्रकाराच्या स्त्रीवर मोठा विश्वास ठेवू नका, तिचा शोध घेऊ नका. कारण ती मिळणारच नाही. मिळाली तर साधारण स्त्री मिळेल.' म्हणून जगाला कोडं पडतं कारण ज्या स्त्रीचा शोध ते घेत राहतात ती कुठेच नाहीये. ती चित्रकाराची स्त्री आहे, कवीची स्त्री आहे. हजारो स्त्रियांचा अर्क, सार आहे. हजारो स्त्रियांमधून शोधलेली लय आहे.

तर कृष्णासारखी व्यक्ती जन्म घेते, तर लाखो जन्मातून जे मिळवलं गेलं, त्या सर्वांचं सार त्याच्यात सामावलं जातं. म्हणून त्याला व्यक्तित्वाची मानू नका. तसा तो नाहीच. म्हणूनच कुणी त्याचा शोध इतिहासात घेत असेल, तर कदाचित कधीच सापडणार नाही. कृष्ण मनुष्यमात्र जन्माचं प्रतीक होऊन जातात, विशेष मनुष्यता, जी या देशात जन्मली, या देशातल्या मनुष्यतेने जे अनुभवलं ते त्याच्यात समाविष्ट झालेलं आहे. जीझसमधे सामावते कोणत्या दुसऱ्या देशाची मनुष्यता, अनुभव. आम्ही आमच्या जन्माबरोबर जन्म घेतो आणि आमच्या मृत्यूबरोबर मरतो. कृष्ण मात्र प्रतीकाशी जोडला जात राहतो. अनंतकाळ जोडला जात आहे. प्रत्येक युगात, काळात समृद्ध – कारण अजून अनुभव मिळत गेले.

पण माझ्यासाठी जो अर्थ मला दिसतो, तो मी सांगितला. या घटना घडूही शकतात, घडू शकत नाहीतही. माझ्यासाठी घटनांना महत्त्व नाही. माझ्यासाठी कृष्ण समजून घेण्यात मूल्य आहे की आम्ही या माणसात त्या घटना कशा बघितल्या. आणि जर नीट बघू शकलो तर या घटना आमच्या जन्मातही दिसू शकतात. आणि ज्या व्यक्तीला आपल्या जन्मात, कृष्णाच्या जन्माशी साम्य दिसतं, शक्यता आहे की आपल्या मरणापर्यंत पोहोचेतो आपल्या मृत्यूत कृष्णाच्या मृत्यूशीही साम्य दिसू शकेल.

'भगवान, काल तुम्ही म्हणालात की 'सर्वधर्मान् परित्यज्य मामेकं शरणं व्रज' आणि 'मी धर्माची स्थापना करण्यासाठी

युगायुगात जन्म घेतो, साधूंच्या रक्षणार्थ आणि दुष्टांचा विनाश करण्यासाठी'– कृष्णाने एक मस्करी केली आहे. 'मला असं वाटतं की गीतेतला कृष्ण मस्करी करत नव्हता. भागवतातला कृष्ण कदाचित मस्करी करत असेल. आणि आम्ही एक अजब तऱ्हेचा 'अनक्रिटिकल ॲटीट्यूड' स्वीकारून गीतेतला कृष्ण आणि भागवतातला कृष्ण एकत्रित करतो आणि त्यांना आम्ही एकच व्यक्ती मानतो – की गीतेतल्या कृष्णानेही मस्करी केली. तर विचार करायला हवा की गीतेतल्या कृष्णासंबंधी आम्ही जर काही बोलू, तर ती व्यक्ती एक आहे, जी हजार-दोन हजार वर्षांपूर्वीच्या एका व्यक्तीची कल्पना – कृष्ण अशी आहे? भागवतातला कृष्ण कुणी वेगळाच आहे. आणि या दोन्ही व्यक्तींना जर आम्ही एकत्र करतो तर जे काही सांगितलं गेलं आहे, त्यात तफावत दिसते. गीता स्वयं अशी आहे की त्यात शंकर काही वेगळं बघतात. लोकमान्य काही वेगळं बघतात आणि तुम्ही काही वेगळा अर्थ बघता. तर विचार करायला हवा की गीता कृष्णाच्या जीवनदर्शनाचं प्रामाणिक संकलन आहे अथवा नाही?'

पहिली गोष्ट तर अशी की काल मी म्हणालो, साधूंचं रक्षण आणि दुष्टांचा विनाश करण्यासाठी मी येत राहीन – यात कृष्णाने गूढ मस्करी केली आहे. पण मी असं म्हणालो नाही की 'सर्वधर्मान् परित्यज्य मामेकं शरणं व्रज'– यात कृष्णाने मस्करी केली आहे, तर याबद्दल आधी थोडं समूजन घेऊ, मग प्रश्न पुढे नेऊ.'

कृष्ण जेव्हा सांगतात, 'सर्व धर्म सोडून दे आणि तू केवळ मला शरण ये.' सर्व धर्म सोडून! जगात धर्म तर एकच असू शकतो. पण जो अनेक धर्म बघतो, तो संभ्रमात पडतो. सर्व धर्म याचा अर्थ हाच आहे की विशेषणवाची जे काही धर्म आहेत, त्यांना सोडून. अनेकांना सोडून तू मला एकट्याला शरण ये. कृष्ण असंही म्हणू शकले असते की तू मला शरण ये. पण जे शब्द आहेत ते अद्‌भुत आहेत. ते म्हणजे 'मामेकं शरणं व्रज'. मला एकट्याला शरण ये! माम् एकम्! इथे कृष्ण एका व्यक्तीच्या संदर्भात बोलत नाहीत, इथे तर धर्माच्या योग्यतेनुसार बोलत आहेत. इथे तर तेच धर्म आहेत. सर्व धर्मांना सोडून धर्माला शरण ये; हे एक.

आणि दुसरं, इथे ते म्हणत आहेत की मला एकट्याला शरण ये. जर अगदी खोलवर हे समजून घेतलं तर ते अगदी मजेशीर आहे. 'मला शरण ये' पण जेव्हा

'मी' 'मी' असं म्हणतो, तेव्हा ते माझं असतं. ते तुमच्यासाठी तू असेल, 'मी' असत नाही. तुमचा 'मी' तुमच्यासाठी असेल, माझ्यासाठी तो 'मी' नसेल. पण कृष्णाचा जर हा अर्थ असेल की तू मला शरण ये, तर अर्जुनाचा 'मी' कृष्ण नाहीये. अर्जुनाचा 'मी' त्याचाच आहे. तो त्याला शरण जाईल. तो स्वधर्माला शरण जाईल.

हे कृष्णाने विनोदाने म्हटलेलं नाहीये. हे वक्तव्य अद्‌भुत, गहिरं आहे आणि त्याच्या खोलतेचा काही हिशेब नाही. मनुष्याने जितकी वक्तव्यं दिली आहेत या पृथ्वीवर, कदाचित एखादंच वक्तव्य या खोलतेला स्पर्श करणारं असेल. अनेकांना सोडून एकापाशी 'तू'ला सोडून 'मी'ला, विशेषणवाची धर्मांना सोडून धर्माला शरण ये.

पण यात अधिकच खोली आहे.

जर अर्जुन म्हणेल की मी माझ्याच 'मी'पाशी शरण जाईन, तरीही तो कृष्णाला समजू शकला नाही. कारण शरण जाणाऱ्यांना 'मी' सोडून द्यावा लागतो. समर्पणाचा अर्थच मुळी असा आहे की 'मी' नष्ट झाला. इथे अगदी गुंता आहे की स्वत:ला सोडून स्वत:ला शरण जा. धर्मांना सोडून धर्माला शरण ये. पण ज्याच्यापाशी एक उरतो, त्याच्यापाशी अनेक उरणारच. एकाची कल्पना आम्ही करूच शकत नाही अनेकांशिवाय. म्हणून ज्याला एकाशी शरण जायचं आहे त्याला अनेकालाही सोडावं लागेल. संख्याच सोडून द्यावी लागेल.

म्हणून जेव्हा असं लक्षात आलं की 'एक' हा आकडा संभ्रम निर्माण करू शकतो, तर मग आम्ही 'एक' सोडून दिला. आम्ही 'अद्वैत' असं म्हणू लागलो. लक्षात ठेवा इतकंच की 'दोन' नाही. आणि लक्षात ठेवा की जर 'एक' असेल तर 'दोन' असणारच. कारण 'एक समजून घेण्यासाठी 'दोन' हवेतच. 'दुसरं'च्या परिप्रेक्ष्यातच एक आहे. जर मला जाणून घ्यायचं असेल की 'मी' आहे, तर ते 'तू' असल्याशिवाय जाणता येणार नाही. नाही तर 'मी' सुरू कुठे होणार आणि संपणार कुठे? तू राहणारच. तरच 'मी' असू शकतो. जर कुणी म्हणतं की सत्य एकच आहे. तरीही त्याची जोड दिसते, जी सांगते की मला दुसरं दिसतंय, पण मी ते नाकारत आहे. म्हणून या वक्तव्यात गूढता, गहिरेपणा आहे.

प्रथम हे लक्षात घ्या की हे कृष्णाला शरण जाण्याबद्दल नाही म्हटलं गेलं. हे अर्जुनाला आत्मशरणासाठी सांगितलं गेलं आहे. दुसरं म्हणजे अर्जुनाचा अहंकार शरण यावा यासाठी नाही म्हटलं गेलं. हे निरहंकारी स्वभावाच्या शरणासाठी सांगितलं गेलं आहे. तिसरं म्हणजे हे धर्माचा त्याग करण्यासाठी नाही म्हटलं गेलंय आणि धर्मत्याग यात विशेष धर्म राहत नाही. सर्व धर्मांचा त्याग असं सांगितलं गेलं आहे– सर्वधर्मान्! कारण जोपर्यंत कुणी एखाद्या धर्माला धरून ठेवलं आहे तोपर्यंत त्याला धर्म उपलब्ध होणार नाही, तोपर्यंत निर्विशेष धर्म, जो कोणत्याही विशेषणांनी

बांधलेला नाही, असा धर्म उपलब्ध होणार नाही. धर्मांना सोडून द्या, विशेषणांना सोडून द्या, संख्या सोडून द्या, मी सोडा, अहंकार सोडा, मग जे उरेल ते म्हणजे धर्म! तोच धर्म आहे. हे मस्करीत सांगितलेलं नाही.

आणि दुसरी गोष्ट जी विचारली गेली की आम्ही गीतेतला कृष्ण आणि भागवतातला कृष्ण यात फरक करू...

आमचं मन म्हणेल की आम्ही फरक करू. कारण गीतेतला कृष्ण आणि भागवतातला कृष्ण यांच्यात ताळमेळ बसवणं हे आमच्या बुद्धीबाहेरचं आहे. ते दोघं-दोन वेगवेगळी माणसं वाटतात. वेगळीच असं– इतकंच नाही तर विरोधी भासतात. गीतेतला कृष्ण मोठा गंभीर आणि भागवतातला कृष्ण उल्हसित. त्यांच्यात आम्ही ताळमेळ नाही बसवू शकत. म्हणून आम्ही दोन वेगळे कृष्ण जाणतो. कृष्णातच दोन व्यक्तिरेखा आहेत. आम्ही समजतो की कृष्ण सहा महिने आनंदित असतात, सहा महिने उदास असतात. कृष्णाची अनेक मनं आहेत, अनेक माणसं आहेत कृष्णात! याचा असा अर्थ होतो की कृष्ण आत तुकड्या-तुकड्यांत खंडित आहे – विरोधात!

दुसरा मार्ग असा – हा मानसशास्त्रीय मार्ग असेल. जर फ्रॉइडला आपण सांगितलं की कृष्णाच्या मनाचं विश्लेषण कर, तर फ्रॉइड म्हणेल, 'स्किझोफ्रेनिक? अनेक मनांनी तयार झालेला. इतिहास म्हणेल दोन काळात विभागलेला. हा एकच माणूस असू शकत नाही. भागवतातला कृष्ण वेगळा आहे आणि गीतेतला कृष्ण वेगळा आहे.

पण मी दोहोंना मानत नाही. ना फ्रॉइडला, ना मानसशास्त्रज्ञांना. कारण खंडित व्यक्तिमत्त्व कृष्णासारख्या आनंदाला उपलब्ध होत नाही. खंडित-विक्षिप्त व्यक्तित्व कृष्णासारखी परमशांती नाही प्राप्त करू शकत. इतिहासकारांना वाटतं की एकच व्यक्ती कसं काय हे सर्व करू शकेल? ती अनेक माणसं असतील अथवा माणूस एकच असेल पण काळ भिन्न असेल.

माझ्या दृष्टिकोनातून कृष्ण एकच आहेत आणि हीच त्यांची महानता आहे. त्यांचं जर विभाजन आम्ही करतो तर त्यांचं महत्त्व संपतं. त्यांचं महत्त्व हेच आहे की एकदम सर्व काही आहेत. ते एकत्रच विरोधी आहेत आणि त्या विरोधात एक हार्मनी आहे, संगीत आहे. जो कृष्ण बासरी वाजवून नाचू शकतो, तोच कृष्ण चक्र घेऊन लढू शकतो. या दोन कृष्णांत विरोध नाही. जो कृष्ण हंडी फोडू शकतो तोच गीतेसारखा गंभीर उद्घोषही करू शकतो. जो कृष्ण चोर होऊ शकतो, तोच गीतेचा परमयोगी होऊ शकतो. हे सर्व एकत्र एका व्यक्तीत आहे, हीच त्याची महता आहे. हीच कृष्णाची निजता आहे, जी जीझसमध्ये अंतर्भूत नाही, बुद्धातही नाही आणि महावीरांमध्येही नाही, रामातही नाही.

कृष्णविरोधकांमध्येही समागम आहे. समस्त विरोधकांचं समागम. आणि मला हेही दिसतं की विरोधकांना विरुद्ध होण्याचं काही कारणही नाही. संपूर्ण जीवन विरोधावर उभं आहे आणि त्या विरोधातही संगीत आहे. जो माणूस लहान मूल असतो तोच वृद्ध असतो. त्यात विरोध नाही. जर तुम्हाला विचारलं की कोणत्या दिवशी तुम्ही मूल होता आणि कोणत्या दिवशी तरुण झालात, तर तुम्हाला ते सांगता येणार नाही. शब्दांत तरुण आणि वृद्ध हे विरुद्ध दिसतात. शब्दांतच केवळ. पण कोणत्या दिवशी तारुण्य संपून वृद्धत्व, म्हातारपण सुरू झालं हे सांगता येत नाही. तारुण्य रोज म्हातारं होत असतं. आम्ही तरुणाला म्हणू शकतो की हा होणारा म्हातारा आहे. म्हाताऱ्याला म्हणू शकतो की तरुण झालेला म्हातारा. याहून फरक नाही.

आम्ही शांती आणि अशांती या दोन गोष्टी मानतो. पण कधी विचार केला आहे का अशी कोणती जागा आहे जिथे शांती वेगळी असते आणि अशांती सुरू होते? शब्दांत विरोधता आहे. विरोधार्थी शब्द म्हणून गणना केली जाते. शब्दकोशात सुख आणि दुःख विरोधी आहेत. पण जीवनात जर बघितलं तर समजतं की सुख कधी दुःख बनतं, तर दुःख कधी सुख. जन्म मृत्यू होऊन जातो आणि मृत्यू जन्म होतो. सकाळची रात्र होते आणि रात्रीची सकाळ. प्रकाश अंधार बनतो आणि अंधार प्रकाश होतो. जीवन संपूर्ण विरोधानेच भरलेलं आहे. इथे ऋण आणि धन विरोधी नाहीत. एकाच शक्तीचा खेळ आहे.

जीवनातल्या या अर्थवत्तेला जर आम्ही बघू, शाश्वत संगीताला जर जाणून घेऊ, तर आम्हाला कृष्ण समजेल. म्हणून कृष्णाला आम्ही पूर्णावतार म्हणतो. ते जीवनाचे पूर्ण प्रतीक आहेत. बुद्ध जीवनाचे पूर्ण प्रतीक नाहीत. बुद्ध जीवनातली जी पहाट आहे, जे शुभ आहे, जो प्रकाश आहे त्याचे प्रतीक आहेत. संध्याकाळचं काय मग? रात्रीच्या अंधाराचं काय? पौर्णिमा तुम्हाला भावेल, पण मग अमावास्येचं काय? अमृत तर तुम्ही घ्याल पण मग विषाचं काय? म्हणून बुद्ध स्वच्छ आहेत. म्हणून कुणी असं म्हणणार नाही, बुद्धांवरचं हे पुस्तक वेगळं आहे आणि ते पुस्तक वेगळं आहे. काहीच कारण नाही. सर्व पुस्तकात बुद्ध एक आहेत. ते अखंड आहेत. ते एकरस आहेत. पण कृष्णासाठी मात्र कुणी असं म्हणणार नाही.

आणि आपल्या मनाला समजावण्यापेक्षा, आपली प्रतवारी वाचवण्यापेक्षा कृष्णाला केवळ त्या कारणाने अनेक व्यक्तींत खंडित करण्यापेक्षा चांगलं होईल, जर आम्ही आपली प्रतवारी सोडली आणि आपल्या मनाला बाजूला सारून कृष्णाला पूर्ण बघितलं तर. इतिहासाने जरी सिद्ध केलं की भागवतातल्या कृष्णात आणि गीतेतल्या कृष्णात दोन हजार वर्षांचं अंतर आहे, तरी ते अंतर माझ्यासाठी नाही. माझ्यासाठी 'कृष्ण' याचा अर्थच मुळी तेव्हा आहे जेव्हा ते एक आहेत. जर एक

व्यक्ती नसेल, तर सगळं व्यर्थ आहे. मग ते झाले, नाही झाले. त्याने काही फरक पडत नाही. प्रयोजन नाही. माझं असं मानणं आहे की जीवनातली पूर्णता जेव्हा एखाद्या व्यक्तीत फलित होते, तर तिच्यात अनेक व्यक्ती एकत्र फलित होतात. तिच्या असंगतीत संगती असते. विरोधातही अविरोध असतो. व्यक्तिमत्त्वात विरोधी टोकं असतात; पण तरीही ती जोडलेली असतात एका धाग्याने. तो धागा आम्हाला दिसत नसेल, तर आमचे डोळे अधू असतात.

असं समजा की मी एका घराच्या पायऱ्या चढतो आहे. वर चढता चढता मला खालच्या पायऱ्या दिसतात, पण मधल्या दिसत नाहीत आणि शेवटच्या पायऱ्या दिसतात, तर मग मी असं समजायचं का की खालच्या आणि वरच्या पायऱ्यांमध्ये काही जोड नाही? कधीच असं समजू शकत नाही. पहिल्या पायरीवरून सुरू झालेला प्रवास शेवटच्या पायरीवर पूर्ण होतो. हा एकाच गोष्टीचा विस्तार आहे. कृष्णाच्या व्यक्तिमत्त्वाच्या ज्या मधल्या पायऱ्या आहेत त्या आम्हाला दिसत नाहीत. कारण आमच्याच व्यक्तिमत्त्वाच्या मधल्या पायऱ्या आम्हाला दिसत नाहीत. तुम्ही तुमची अशांती बघितलीत आणि शांतीही बघितलीत. दोहोंच्या मधला क्षण बघितलात? नाही, तो नाही बघितलात. तुम्ही प्रेमही बघितलंत आणि घृणाही. पण दोहोंच्या मधला प्रवास, की प्रेम कसं घृणेत रूपांतरित होतं, हे बघितलंत? घृणा प्रेम कसं बनते? मित्र शत्रू कसा होतो? शत्रू मित्र कसा होतो?

एक अलकेमिस्ट होते. जे या प्रयत्नात होते की लोखंडाचं सोनं कसं होईल? पण लोक त्यांना समजू शकले नाहीत. लोकांना वाटलं, खरंच ते लोखंडाचं सोनं बनवण्याच्या मागे लागले आहेत. ते इतकंच म्हणत होते की जर लोखंड आहे तर ते कुठे ना कुठे सोन्याशी जोडलेलं आहे. एक जोड! एक कडी असेल दोहोंमध्ये. अजोड असू शकत नाही. जर तिथे फूल फुलतंय तर मी इथे बसलो आहे, प्रसन्न झालो आहे, तर त्या प्रसन्नतेत फुलाची प्रसन्नता भागीदार असेल. असं होऊ शकतं, कडी दिसत नाही. फूल कोमेजलं, मी उदास झालो. इथे धागा आहे जोडलेला – अदृश्य असा, न दिसणारा, जीवनजोड आहे. सगळं जोडलेलं आहे.

अलकेमिस्ट म्हणत होते की लोखंड आहे, सोनं आहे तर कुठेतरी जोड आहे. आम्ही काही एक मार्ग शोधून काढूच जिथे लोखंडाचं सोनं होईल आणि सोन्याचं लोखंड. ते असंही म्हणत की जो खाली आहे तो वरच्याशी जोडलेला आहे. कुठे ना कुठे प्रणय परमात्म्याशी जोडलेला आहे. चेतनेशी जोडलेला आहे. दगड कुठे ना कुठे आत्म्याशी जोडलेला असेल. असायला हवा. नाही तर कसं शक्य आहे? या मोठ्या जोडण्याचं प्रतीक कृष्ण आहेत.

मी म्हणतो, कृष्ण व्यक्ती झाली ती अशीच झाली. तिचं विभाजन तुम्ही केलंत पण त्यातली जोड समजू शकला नाहीत. फ्रॉइडने खूप संशोधन केलं. 'राग' म्हणजे

काय हे त्याला जितकं माहीत आहे तितकं खचितच कुणाला माहीत असेल. पण जरासा धक्का कुणी त्याला मारतं तर त्यालाही राग येतो. तर ही माहिती फार वरवरची झाली. त्यालाही माहीत नाही की अक्रोध कधी क्रोध होतो. 'वेड' या संबंधीही त्याची माहिती अफाट आहे. तो स्वत: वेडा होऊ शकतो. संधी मिळते आणि तो वेडा होतो.

मानसशास्त्रज्ञ काय म्हणतात, मला त्याचं महत्त्व नाही फारसं; कारण कृष्ण मनापासून लांब, बाहेर गेलेली व्यक्ती आहे. मनाच्या पार! आणि एक अखंडता आहे, जी आत्म्याची अखंडता आहे, जी एकाच वेळेस सर्वांमधे असू शकते. सर्व तऱ्हेच्या मनांमध्ये असू शकते. म्हणून मी एकच व्यक्ती मानून बोलेन.

'गीतेला तुम्ही कृष्णाचं प्रामाणिक वचन मानता का?'

'कृष्णासारखी व्यक्ती झाली असेल तर गीतेसारखं वचन प्रामाणिकच असणार. प्रश्न हा नाहीये की कृष्ण असं बोलेल की नाही. प्रश्न असा आहे की जर कृष्ण बोलतात तर ते असंच बोलतात. आणि जर कृष्णाने बोललेलंच नाही आणि व्यासांनी गीता लिहिली असेल, तर फारसा काही फरक पडत नाही. कारण कृष्ण नसेल तर व्यास असं लिहू शकतच नाहीत. व्यासांनाही सांगावं लागेल– व्यास लिहितात– काही फरक पडत नाही. पण व्यासही गीताच लिहिणार, बोलणार ना! त्याने काय फरक पडतो? कारण गीता बोलण्याकरता कुणीतरी एक हवा आत! गीता आभाळातून पडत नाही. कुठून निर्माण होते–नावाने काय फरक पडतो? त्या व्यक्तीचं नाव व्यास आहे की कृष्ण की अजून काही...

म्हणून मी उलट विचार करतो. मी नाही म्हणत की गीतेतलं वचन प्रामाणिक वचन आहे कृष्णाचं. मी म्हणतो, गीता आहे, हे प्रमाण आहे. कृष्णाची बातमी देणारं, अस्तित्व दाखवणारं. गीता बोलली गेली, सांगितली गेली, लिहिली गेली, ती अस्तित्वात आहे. कृष्णाच्या अस्तित्वाशिवाय ती असू शकत नाही. एक व्यक्ती तर हवी ना जी हे बोलेल, लिहील. एक चेतना हवी, जिचा जन्म होऊ शकतो. गंगोत्री हे गंगेसाठी प्रमाण नाहीये. गंगा प्रमाण आहे गंगोत्रीसाठी. गंगा आहे म्हणून आम्ही म्हणतो की गंगोत्री असू शकते. गीता आहे तर कृष्ण आहे. गीतेकडून कृष्णापर्यंत जाणं मला योग्य वाटतं. कारण गीता अजून आहे. कृष्णाकडून गीतेपर्यंत जावं तर कठीण होईल. कारण भीती आहे की कृष्ण होता– नव्हता? मग गीतेसाठी कुणी दुसरा माणूस शोधावा लागेल. आम्ही वेडेपणाचं काम करतो.

'श्रीमद्‌भागवत'मध्ये 'वस्त्रहरण-लीला'च्या प्रसंगाचं वर्णन

आहे की गोपींच्या अक्षत योनी बघून कृष्ण प्रसन्न झाले. आणि गोपिका शरमेने आपल्या गुप्तभागांवर हात ठेवत बाहेर येतात, तेव्हा कृष्ण त्यांना म्हणतो की 'तुम्ही नग्न होऊन स्नान केलंत त्याने जलदेवतेचा अपमान झाला आहे. पापक्षालन करण्यासाठी तुम्ही दोन्ही हात जोडा, डोक्यावर धरा, त्यांना नमस्कार करा आणि वस्त्र घेऊन जा.' त्यानंतर भागवतकार लिहितात की, 'कृष्णाने कुमारिकांना अडवून लज्जा त्याग करायला लावली. यासंदर्भात निरावरणाचे सर्वप्रथम पुरस्कर्ता कृष्णाचे तुम्ही समर्थ अनुगामी आहात. पण तुमच्या मते जर्मन वगैरे देशांमध्ये 'न्यूडिस्ट क्लब'मागच्या विचारांत मूलत: काय फरक आहे? वस्त्र सभ्यतेचं प्रतीक आहे. संस्कृती कातडी आहे. या त्वचेचं आवरण वेगळं केलं तर अस्थिपंजर दिसतील, आपण प्राकृतिक रूपात दिसू; परंतु (पान १२८) 'बर्बर' दिसू. हा विचार म्हणजे 'पुन्हा जंगली होणं'. घड्याळाचे काटे मागे फिरवायचे या विधीला तुम्ही प्रोग्रेस म्हणू शकता?'

पहिली गोष्ट सिग्मंड फ्रॉइडचा 'लिबिडो' हा विचार खूप महत्त्वाचा आहे. लिबिडोचा योग्य अर्थ आहे कामऊर्जा! केवळ मनुष्याच्या जीवनातच नाही तर सर्व जीवसृष्टीत, सृजनतेत कामऊर्जा लपलेली आहे. पुराणात सांगितलं आहे की ब्रह्माने जग बनवलं ते कामपीडित होऊन. सृजन शक्यच नाही कामवासनेशिवाय. जो काही आहे तो कामवासनेचा विस्तार आहे. जीवनातल्या समस्त लीला, जीवनातली सर्व अभिव्यक्ती, फुलं फुलू देत, फळं लागू देत, पक्षी गाऊ देत – कामऊर्जेचाच खेळ आहे. असं समजा की कामऊर्जेचा एक सागर आहे, त्यात अनंत अनंत लहरी उमटत आहेत, अनंत अनंत रूपांत. स्वत: परमात्मा अतिशय गहिरं कामऊर्जेचं केंद्र आहे.

कृष्णाच्या जीवनात कामऊर्जा अगदी सहज, निश्चल स्वीकृती आहे. सहज स्वभावाचा अंगीकार आहे. ना कुठे निषेध, ना दबाव. जसं जीवन आहे अनुग्रहपूर्वक, अनुग्रह भावनेतून ते जगण्याची सहजता आहे. म्हणून कृष्णाच्या घटनांना जी माणसं दाबून टाकतात, बदलतात, नवीन चेहरा देण्याचा प्रयत्न करतात, ते केवळ स्वत:ची अपराधी वृत्ती, आपल्या मानसिकतेचा आजार याची नोंद देतात. निश्चितच असा प्रयत्न केला जातो की ज्या कृष्णाने गोपींची वस्त्रं पळवली आणि तो झाडावर जाऊन बसला तो अगदी लहान होता. आम्हाला बरं वाटतं. सुटल्यासारखं वाटतं

जर तो कृष्ण लहान आहे असं म्हटलं की! त्यामुळे त्याचा स्वीकार करणं आम्हाला सोपं जातं. पण लहान मुलंही एक-दुसऱ्याला नग्न बघू इच्छितात. मग ते लहान मूल कुणीही असो – मुलगा अथवा मुलगी. आणि ही जिज्ञासा अगदी स्वाभाविक आहे. जसा लहान मुलाला आपल्या शरीराचा बोध व्हायला सुरुवात होते की जवळच कुणीतरी आहे, ज्याच्या शरीरात फरक आहे. मुलाला तर लगेचच समजू लागतं की घरात मुलगी आहे, बहीण आहे जिच्या शरीरात फरक आहे. मुलीलाही तसंच जाणवतं. हा बोध तितका कठीण जाणार नाही जर घरात मुलगा-मुलगी नग्न राहतील अगदी सहजतेने. पण मोठी म्हातारी माणसं इतकी कामग्रस्त आहेत की लहान मुलांनाही लगेचच कपडे घालायला सुरुवात करतात, आतुर होतात. ही आतुरता इतकी जास्त आहे की लहान मुलं एकमेकांना सहजासहजी नग्न बघू शकत नाहीत. तर कृष्णाने जरी वयाने लहान असले तरीही स्नान करणाऱ्या मुलींची वस्त्रं घेऊन झाडावर जाऊन बसले, तर यात फार काही नवीन नाहीये. सर्व लहान मुलं मुलींना नग्न बघू इच्छितात. ना ती नदी आहे आता, ना झाडं आहेत, ना नदीत नाहणाऱ्या मुली आता आहेत, तर मुलांना नवीन नवीन मार्ग शोधावे लागतात.

फ्रॉइडने लहान मुलांच्या एका खेळाचा उल्लेख केला आहे. लहान मुलं डॉक्टर डॉक्टर खेळ खेळतात. मुलींना आजारी बनवतात; कारण त्या मुलांना मुलींना नग्न बघायचं असतं. ही अगदी सहज जिज्ञासा आहे. यात काही वाईट नाही. हे अगदी स्वाभाविक आहे. एक दुसऱ्याशी परिचित असायला हवं. शरीर परिचयाची ही अगदी प्राथमिक कडी आहे. तर कृष्ण जरी लहान असले तरी हे संभव आहे. पण वय जरी जास्त असलं तरीही अशक्य नाही. आमच्यासाठी अशक्य असू शकतं; पण कृष्णासाठी नाही. कारण कृष्ण जीवनाला जसं ते आहे तसं सहजतेने जगतात, स्वीकारतात. आणि ज्या संस्कृतीत ते जन्मले, ती संस्कृतीही सहज स्वीकार करणारी असेल. जर कृष्ण आमच्या समाजात जन्मले असते, तर आम्ही हा उल्लेख केलाच नसता. ज्यांनी हा उल्लेख केला त्यांच्या मनात हे काहीतरी चुकीचं आहे असा भाव नसणार. हजारो वर्षं कुणी असा प्रश्न उभा केला नाही की कृष्ण कसा माणूस आहे? हे हल्ली आम्ही विचारू लागलो आहोत. केवळ कृष्णच कपडे चोरी करत असेल, आणखी काही मुलंही तसं करत असतील, बाळगोपालही करत असतील.

मुलीही लहान वयाच्या असतील, असं मानू शकत नाही. त्या वयाच्या असतील, जिथून मुलींना, मुलगी असल्याची जाणीव होऊ लागते. जिथून 'लाज' सुरू होते. काही लपवण्यासारखं आहे, याची जाणीव होणारं वय, तीच जाणीव जिथून दुसऱ्याला ती माहीत करून घेण्याची, बघण्याची उत्सुकता सुरू होते. या दोन्ही गोष्टी एकाच वेळच्या, एकाच वयाच्या गोष्टी आहेत. तर कृष्णाचं जे वय

असेल, मुलींचंही तेच वय असेल. कृष्णाची उत्सुकता त्यांना नग्न बघण्याची आणि मुलींची इच्छा कृष्णाने नग्न न बघावं अशी.

या बाबतीत आणखी एक गोष्ट जाणून घ्यायला हवी की पुरुषचित्त आणि स्त्रीचित्त यात जो फरक आहे, त्यात एक फरक असाही आहे. पुरुषाला स्त्रीला नग्न बघण्याची इच्छा, ती विकृत आहे. स्त्री मात्र पुरुषाला नग्न बघू इच्छित नाही. ती विकृत नाहीये. पण पुरुषाची इच्छा असते. म्हणून जगात इतक्या नग्न स्त्रियांच्या प्रतिमा आहेत. पुरुषांच्या नाहीयेत. आणि जरी असल्या तर त्या संस्कृतीत निर्माण झाल्या आहेत जिथे होमोसेक्श्युअल होते. जसं यूनान, सुकरात आणि प्लेटोच्या काळात. स्त्रिया नग्न पुरुषांमध्ये जराही उत्सुक नाहीत. म्हणून असा पेपर, मासिकं निघत नाहीत ज्यात नग्न पुरुषांची चित्रं आहेत आणि ती बघून स्त्रिया प्रसन्न होतात. पण अशी अनेक मासिकं आहेत, ज्यात नग्न स्त्रियांची चित्रं आहेत, जी बघून पुरुष प्रसन्न होतात.

तुम्ही कदाचित तसा विचार केला नसेल की प्रेमाच्या अत्युच्च क्षणी पुरुष जरूर स्त्रीला नग्न करू इच्छितो. स्त्री तेवढी उत्सुक नसते. इतकंच कशाला, अशा प्रेमाच्या अत्युच्च क्षणी पुरुषांचे डोळे उघडे असतात आणि स्त्रियांचे डोळे मिटलेले असतात. स्त्रीचं चुंबन जरी घेतलं तरी ती डोळे मिटते. बघण्यात तिला स्वारस्य नाही. शोषून घेण्यात, समरस होण्यात तिचा रस आहे. पुरुष बघण्यात रसपूर्ण आहे. आणि पुरुषाची ही बघण्याची उत्सुकता स्त्रीला 'लपवण्यासाठी' उत्सुक करते. ती स्वत:ला लपवायला सुरुवात करते. म्हणून तिला लपवलं जातं. पण स्त्रीला कठीण जातं. जर गरजेपेक्षा जास्त लपवलं गेलं तर ती अनाकर्षक बनते. म्हणून तिला दुहेरी काम करावं लागतं. लपवावंही लागतं आणि दाखवावंही लागतं. तर ज्या कपड्यांत ती स्वत:ला लपवते, त्याच कपड्यांत तिला दाखवावंही लागतं. लपवायचं कारण पुरुषाच्या जिज्ञासेचं भय. आणि दाखवावं लागतं कारण नाही तर ती पुरुषाला आकर्षित करू शकणार नाही. तर लपवासुद्धा आणि दाखवासुद्धा. तिला या दोहोंचा मध्य काढावा लागतो. एक संतुलन!

तर त्या स्त्रिया पाण्यातून बाहेर येताना आपला गुप्तभाग लपवतात तर ते अगदी स्वाभाविक आहे. आणि जर कृष्ण त्यांना नमस्कार करायला सांगतो, तर तेही अगदी सहज, स्वाभाविक आहे. हे पुरुषचित्त आहे आणि कृष्ण सहजपुरुषचित्त आहे. पूर्ण पुरुषचित्त! आणि या बाबतीत ना काही दमन आहे, ना कोणता विरोध. आणि ज्यांनी या कथा लिहिल्या ते लोकही सहज लोक असणार. साध्या सरळ गोष्टी लिहिल्या, जशा होत्या. त्यांच्या मनात कुठल्याही शंका नाहीत. आणि कृष्ण ज्याला तुम्ही परमेश्वर मानता तो असा कसा, असा प्रश्नही तेव्हा नव्हता. नंतरच्या पिढीसाठी ही अगदी आश्चर्याची गोष्ट की असा कसा देव? इतका सरळ आणि

सहज, स्पाँटेनियस देवच असू शकतो. माणूस नाही. माणूस स्पाँटेनियस असूच शकत नाही, तो प्रीप्लॅन्ड असतो. मी इतकं नक्कीच सांगू शकतो की त्यात कृष्णाचं कोणतंही प्लॅनिंग नव्हतं. अगदी सहज सांगितलं स्त्रियांना की हे काय करताय? नग्न स्नान करून जलदेवतेचा अपमान करताय? माफी मागा! आणि तितक्याच सहजतेने हे वर्णिलं गेलं, ज्यांनी वर्णन केलं ते लोकही अद्‌भुत होते, सरळ-साधे! घटनांमध्ये काही काटछाट नाही. विनाकारण वाढवून सांगणं नाही. गोष्टींना तसंच सोडून दिलं आहे जशा त्या होत्या. आम्ही अडकलो. आम्ही संकटात पडलो. कारण आता आमच्या मागे नवीन नैतिकता, सिद्धान्त, धारणा तयार झाल्या, ज्या आम्ही लागू करतो.

तर मी असं मानतो की कामऊर्जेची जी सहजतम अभिव्यक्ती असू शकेल, ती कृष्णात आहे. त्यात त्यांना कोणतीही अडचण वाटली नाही. ते सहज जगले आणि ज्या समाजात ते होते त्यांनी ते सहजतेने स्वीकारलं. तो समाजही सहज असणार.

दुसरं असं विचारलं आहे की मीही या गोष्टीचा पुरस्कर्ता आहे का? एका अर्थी आहे. असं नाही की मी वस्त्रांच्या विरोधात आहे. वस्त्रांना अर्थ आहे. वस्त्रांचं प्रयोजनही आहे. पण वस्त्रांची कोणतीही नैतिकता नाहीये. थंडी आहे, वस्त्रं गरजेची आहेत. उन्हाळा आहे तर वेगळ्या तऱ्हेची वस्त्रं आवश्यक आहेत. आणि तुम्ही रस्त्याने जात आहात, तर वस्त्रं हवीत, कारण तुम्हाला नग्न बघायचं नाहीये कुणाला, तर तुम्हाला दाखवण्याचा हक्क नाही. पण याचा अर्थ असा नाही की कुणी आम्हाला नग्न बघू इच्छित नाही, तर आम्ही आमच्या घरात नग्न होण्याचं स्वातंत्र्य हरवू, अथवा काही क्षणी आम्ही नग्न होऊ शकत नाही. नग्नता आणि वस्त्रं असेच असायला हवेत जसे चपला-बूट. घरात आम्ही बूट घालून हिंडत नाही, पण घरात बूट घालत नाही म्हणून कुणी असं म्हणत नाही की तुम्ही नग्न झालात. झाला तर आहात, पाय नग्न आहेत.

कपडे सहजतेने घातले जावेत, त्यांचा आग्रह असता नये. आणि सहजतेने तेव्हाच घेऊ शकता, जेव्हा नग्नताही सहजतेने घेतली जाईल, नाही तर घेतलं जाऊ शकत नाही. तेव्हा कपडे एका नैतिक अर्थाने घेतले जातात, जो त्यांच्यात अजिबात नाही. मनुष्याने अनेक कपडे पांघरले, इतके ल्यायले की त्या कपड्यांमुळे ते कपडे काढण्यासाठी हजार तऱ्हेचे प्रयत्न करावे लागतात. त्यातून अनैतिकता निर्माण होते.

मी असं मानतो की जर आम्ही नग्नतेला सहज स्वीकारलं, जसे आम्ही नग्न जन्मतो, कपड्यांच्या आतही नग्नच असतो, नग्न मरतो. परमात्म्याने आम्हाला नग्नच निर्माण केलं आहे. ती सहजता आहे. याचा अर्थ असा नाही की आम्ही नग्नच राहावं. परमात्म्याने आम्हाला जसं निर्माण केलं आहे, त्यात आम्ही खूप फरक करतो. परमात्मा उन्हं देतं, आम्ही छत्री उघडतो. यात आम्ही त्याला विरोध करत

नाही. कारण छत्री उघडल्याने जी सावली मिळते तीसुद्धा त्यानेच निर्माण केलेली आहे. त्याचा तो नियम आहे. आम्ही केवळ आमच्या मजेचं जे आहे ते करतो आहोत. आणि आम्हाला तेवढं स्वातंत्र्य आहे की आम्ही उन्हात बसू की सावलीत! पण जर कधी कुणी उन्हात जाणं हे पाप मानलं आणि सावलीत बसणं याला नैतिकता मानलं, तर मात्र कठीण होईल. मग उन्हात जाणं हा अपराध होईल आणि मग लोक चोरून उन्हात जातील, जी खरं तर सहज गोष्ट आहे. मग आम्ही विनाकारण अनैतिकता निर्माण करतो. अपराधी बनवतो.

तर मी मानतो की नग्नता हे एक जीवनाचं सत्य आहे; त्याला सरळ, सहज स्वीकारणं हे आवश्यक आहे. पळून जायची काही आवश्यकता नाही. पलायनामुळे हजारो उपाय शोधले जातात. रस्त्यारस्त्यांवर नग्न चित्रं लावली जातात. जर आम्ही सहजतेने नग्नता स्वीकारतो, जर घरात लोक नग्न बसतात, नदीच्या काठावर नग्न बसतात, उन्हात नग्न बसतात – असं नाही की कपडे सोडून पळून जायचं – तसं झालं तर घड्याळाचे काटे मागे फिरतील आणि जर कपडे सोडून पळून जात नाही, नग्नताही स्वीकारतात, तर ती माणसं केवळ कपडे घालून आहेत आणि त्यामुळे त्रासली आहेत, त्यात आम्हीही असू. म्हणून याला मी विकास म्हणेन. हे पुढे जाणं असेल. हे केवळ नग्न असणाऱ्यांपेक्षाही पुढे जाणं ठरेल, हे केवळ कपडे घालणाऱ्यांपेक्षाही पुढे जाणं ठरेल.

न्यूडिस्ट-क्लब बंडखोरी आहे. एक प्रतिक्रिया आहे अशा समाजाची ज्यांनी कपडे घालण्याचं नाकारलं. मी न्यूडिस्ट क्लबच्या बाजूने नाहीये. म्हणजे याचा अर्थ असा झाला की, एकीकडे संपूर्ण समाज आजारी पडतो आणि दुसरीकडे हॉस्पिटल बनवलं जातं. मी म्हणतो की आजारी व्हायचंच का? न्यूडिस्ट क्लबची गरज जी आहे, ती ही जी ऑब्सेस्ड माणसं आहेत कपड्यांमुळे, त्यांच्यामुळे निर्माण होते. जर आम्ही हरकत घेत नाही तर न्यूडिस्ट क्लबची आवश्यकता नाही. जर आम्ही सहजतेने घरात मुलगा वडिलांबरोबर, आई मुलाबरोबर नग्न स्नान करू शकली तर तुम्हाला आश्चर्य वाटेल की मुलगा रस्त्यावरच्या कुणा मुलीला धक्का देण्यात असमर्थ ठरेल. काही अर्थच राहणार नाही. स्त्री-पुरुषातलं अंतर इतकं कमी होऊन जाईल की धक्का मारून अंतर कमी करण्याची गरजच उरणार नाही. धक्का मारून अंतरच तर कमी केलं जातं, याहून दुसरं काय? आणि सावकाश, हळुवार हात ठेवण्याचा उपाय नाही म्हणून धक्का! जर मला एखादी स्त्री आवडली आणि मी तिचा हात हातात घेऊन तिला म्हणतो की 'मला तुझा हात अतिशय आवडतो, मी एखादा क्षण तो हातात घेऊ?' आणि समाज इतका सहज असेल की ठीक आहे, हा हात तुम्हाला आवडला, धन्यवाद! माझा हात इतका आवडला तर धन्यवाद असायला पाहिजे ना, तर मग धक्का मारणं कठीण जाईल. पण हे शक्य झालेलं

नाही. आम्ही फुलांना धक्का मारत नाही. बघतो, निघून जातो. जर फुलांनी तक्रार केली उद्या की कुणी बघतंय, आम्हाला हे मान्य नाही. तर फुलांवरही बळजबरी होऊ लागेल. मग अनैतिकता सुरू होईल.

खरं तर अतिनैतिकताच अनैतिकतेला जन्माला घालते. तर अतिकपडे घातले की न्यूडिस्ट क्लब आहे. मी त्याचा पक्ष घेत नाहीये, कारण मी अतिकपडेवाल्यांच्या पक्षात नाही. मी म्हणतो, सहजतेने जीवन जसं आहे त्याला स्वीकारायला हवं. आणि कृष्ण मोठं अद्‌भुत व्यक्तिमत्त्व आहे. तो सहज जीवनातली सहज स्वीकृती आहे.

'भगवान श्री, अगदी यथार्थनेतेने तुम्ही सांगितलंत की तुम्ही कोणत्याही पक्षाचे नाहीत. पण जसं आत्ता तुम्ही सांगितलंत की कुणाचा हात प्रिय वाटतो, तर तो हात सहज हातात समाजासमोर घेऊ शकता, तर ती नॉर्मल सिच्युएशन असू शकते. मग तर हाच प्रश्न विचारायला हवा की आणि तो योग्यही आहे की 'ॲम्मॉरिटल'ची व्याख्या तुम्ही काय करता? तुम्ही हात म्हणता, पण दुसरं कुणी वेगळ्या अवयवांची मागणी करू शकतं, तर त्यामुळे त्या व्यक्तीच्या जीवनात कॉन्फ्लिक्ट निर्माण होऊ शकणार का? कुणी नवरा संकटात नाही सापडणार?

याचबरोबर अजूनही एक प्रश्न आहे. जो कृष्ण वस्त्रहरण करू शकला, तोच कृष्ण कौरवांच्या सभेत द्रौपदीचं वस्त्रहरण थांबवू शकला. हे त्याच्या व्यक्तिमत्त्वाचे दोन भाग आहेत. द्रौपदीला वस्त्रांनी लपेटून टाकणारा कृष्ण अलौकिक, लोकोत्तर आहे, चमत्कार करणारा आहे. हा केवळ अद्‌भुत दृष्टान्त असू शकत नाही का? द्रौपदीला वस्त्र पुरवणारा कृष्ण काळा होता. श्रीमद्‌भागवतमध्ये त्यांचे रंग वर्णिले आहेत; ते तीन आहेत– शुक्ल, पीत आणि कृष्ण! कवींनी अनेक वर्णनं केली की कृष्ण काळे आहेत तरीही मतवाले आहेत वगैरे! तुम्हीही काही सांगा–'

जिथे सहजतेचा प्रश्न आहे, तिथे हात आणि इतर अवयव यात काही फरक नाही. आम्हाला फरक दिसतो; कारण तसा तो आम्ही निर्माण केला आहे. फरक हे निमित्त आहे. शरीराचे सर्व अवयव एकसारखे आहेत. आम्हाला भिन्न दिसतात;

कारण आम्ही शरीरालाही खंडित केलं आहे. शरीराचा काही भाग बैठकीच्या खोलीसारखा, जो आम्ही सर्वांना दाखवतो. काही भाग अडगळीच्या खोलीसारखा, ज्यासाठी मान्यतापत्र हवं. आम्ही हे भाग केले एका अखंड शरीराचे, ज्या दिवशी मनुष्य पूर्णत: स्वस्थ होईल, सहज होतील, त्या दिवशी काहीही फरक जाणवणार नाही.

पण तुमचं हे म्हणणं योग्य आहे की किती पुढेपर्यंत? सीमा कोणती? कुणी व्यक्ती एखादा हात हातात घेते कुणाचा, तर विचार केला जातो की ठीक आहे. पण यातही फरक आहे. हात हातात घेताना सहजतेने मला होणारा आनंद; पण त्या व्यक्तीसाठी जर ते आनंददायक नसेल तर त्या व्यक्तीलाही स्वातंत्र्य आहे. मी माझा आनंद मिळवणं हा माझा हक्क आहे. तसंच दुसराही त्याचा आनंद अबाधित ठेवू शकेल. हा त्याचा हक्क आहे. मला चांगलं वाटतंय तर मला हेही बघायला हवं की त्या व्यक्तीलाही चांगलं वाटतंय. प्रत्येकजण आपापल्या सुखासाठी स्वतंत्र आहे. जिथे दुसऱ्या व्यक्तीचं अस्तित्व सुरू होतं तिथून आमच्या स्वातंत्र्याबरोबर दुसऱ्याच्या स्वातंत्र्याची जबाबदारी सुरू होते. हे अगदी सहज, स्वाभाविक आहे. तुम्ही येता, मला मिठी मारता, तुम्हाला आनंद होतो; पण मी घाबरतो. तुम्हाला तुमचा आनंद घेण्याचा जसा हक्क आहे, तसंच मला माझ्या घाबरण्यातून स्वत:ला वाचवण्याचा हक्क आहे. म्हणून सहज, समाज निवेदन करेल. हे निवेदनच असू शकतं आणि ही स्वीकृती अनिवार्य नाहीये; कारण लगेचच दुसरी व्यक्ती अस्तित्वात आली, सुरू झाली.

मी नैतिकता कशाला म्हणतो? मी दुसऱ्या व्यक्तीचा सन्मान, तितकाच सन्मान जितका माझा, माझ्या दृष्टिकोनातून आहे – याला मी नैतिकता म्हणतो. या व्यतिरिक्त माझ्यासाठी दुसरी नैतिकता नाही. दुसऱ्या व्यक्तीचा माझ्याइतकाच सन्मान हे नैतिकतेचे मूळ आहे. ज्या दिवशी मी स्वत:ला दुसऱ्या व्यक्तीच्या वर बघतो, त्याच क्षणी मी अनैतिक होतो. प्रत्येक व्यक्ती आपली आपण साध्य आहे. आणि जोपर्यंत मी याचं स्मरण ठेवत नाही, मी अनैतिक होतो. स्मरण ठेवतो, तर मी नैतिक आहे.

तुम्ही विचारलं आहेत की नवऱ्याला वाईट वाटतं, वाटू शकतं. खरं तर पती ही एक अनैतिकता आहे. ही एक घोषणा आहे की त्याने एका पत्नीला कायमचं आपलं साधन बनवलं, तिला विकत घेतलं, स्वामित्व मिळवलं. व्यक्तीची मालकी असू शकत नाही. मालकी केवळ वस्तूंची असू शकते आणि व्यक्तींची मालकी अनैतिक आहे.

तर माझ्या मते विवाह एक अनैतिकता आहे. प्रेम नैतिकता आहे आणि ज्या दिवशी जग सुंदर होईल, त्या दिवशी दोन व्यक्ती आयुष्यभर एकत्र राहू लागतील,

पण तिथे एकत्र राहणं हा व्यवहार नसेल, ते प्रेमाचं प्रतिफल असेल. त्यांचं प्रेम असेल त्यांना एकत्रित ठेवणारं. ज्या दिवशी प्रेम कायदा बनेल, त्या दिवशी प्रेमाची हत्या होईल.

जेव्हा मी कुणा स्त्रीला म्हणतो की तुझ्याकडून मला प्रेम मिळालं पाहिजे, तो माझा हक्क आहे; कारण तू माझी बायको आहेस. त्या दिवशी प्रेम कायदा झालं. जर ती म्हणते की आज मी वेगळ्या मन:स्थितीत आहे, तर कायद्यात अडथळा येईल; कारण कोणतीही व्यक्ती चोवीस तास प्रेमात नसते. फारच कमी माणसं आहेत जी चोवीस तास प्रेमात असतात; पण कायदा भावना जाणत नाही. मी बायकोकडे प्रेम मागू शकतो. कारण तो मी माझा अधिकार समजतो आणि जेव्हा प्रेम मागितल्यावर द्यावं लागतं, तेव्हा ते प्रेम राहत नाही. कारण नातं हे तर प्रेमाचं आहे. या क्षणी प्रेम असं नाहीये. एखाद्या क्षणी खूप प्रेमाची व्यक्तीसुद्धा परकी वाटू शकते.

आम्ही नीती या नावाने अनेक गोष्टी लादल्या आहेत. असंभवनीय गोष्टी लादल्या आहेत आणि याचमुळे अनैतिकता निर्माण होत आहे. मी आज एका व्यक्तीवर प्रेम करतो आहे, तर मी ठामपणे सांगू शकतो का की उद्या मी कुणा दुसऱ्या व्यक्तीवर प्रेम करणार नाही? वचन देऊ शकतो? कसं देणार? हे अशक्य आहे. सध्यातरी उद्या उगवलेला नाही. ती व्यक्ती बघितलेली नाही जिच्यावर कदाचित मी प्रेम करू लागेन. वचन कसं देणार? आणि जरी दिलं, तर उद्यासाठी ते त्रासदायक ठरेल. कारण उद्या ती व्यक्ती येईल, जिला माझ्या वचनाशी काहीही देणं-घेणं नाही. तेव्हा दुहेरी संकट येऊ शकतं. मग मी चोरून प्रेम करू लागेन. या जगात मग असं काय आहे जे आम्ही इमानदारीत करू शकू? एकीकडे मी चोरून प्रेम करेन आणि एकीकडे वचन दिलं असल्यामुळे प्रेमाचं नाटक करत राहीन. कारण आता त्या व्यक्तीवर प्रेम कसं असेल?

तर मी विवाह अनैतिक मानतो आणि त्याचमुळे हजार अनैतिकता निर्माण होतात. आम्ही पतीला-पत्नीला अगदी जोरात बांधतो, तेव्हा वेश्या तयार होते. लगेचच. वेश्या ज्या आहेत, त्या सती-सावित्रींच्या रक्षणार्थ आहेत. सती-सावित्रींना वाचवायचं असेल तर वेश्या हव्यात. स्त्रियांनाही हे मान्य होईल की त्यांचा नवरा शेजारच्या बाईकडे जाण्यापेक्षा वेश्येकडे गेला तर! शेजारिणीवर जर पती प्रेम करू लागला तो बायकोला धोका वाटतो. वेश्येकडे गेला तर त्यात काही धोका नाही. सकाळ झाली की परतून येईल आणि हा पैशांचा मामला आहे, त्यात धोका नाही. म्हणून स्त्रियांना वेश्या चालतात, प्रेम म्हणून दुसरी स्त्री चालत नाही.

जर मी असं सगळं मिळून म्हणतो, तर तुम्हीही म्हणता की मी बरोबर सांगतो आहे. हजार गोष्टी, अनेक संस्थानं, संस्कार, सवयी, नैतिकतेने ग्रासलेला, भरलेला

माणूस, कठीण जाणारच त्याला! पण मी जे सांगतो आहे ते या कठीणतेमधून बाहेर पडण्यासाठी सांगत आहे. कुठे आहे असा मनुष्य, जो संकटात नाहीये. पण जर हे संकट जुनं आहे तर ते आम्हाला दिसत नाही. संकट सवयीचं झालं आहे. पण जर आम्ही जीवनाला सहजतेने घेऊ लागलो तर आणि जीवनावर असंभवता जर लादत नाही, तर कृष्णासारखी लाखो व्यक्तिमत्त्वं निर्माण होऊ शकतील. सर्व पृथ्वी कृष्णाने भरली जाईल.

शेवटचा प्रश्न असा विचारला गेला आहे की कृष्णाच्या बहुरंगांचा. कृष्ण बहुरंगी व्यक्ती होती. एका रंगात त्यांना बसवता येत नाही. शरीर तर एकाच रंगाचं असणार; पण माणूस बहुरंगी होता. शिवाय बघणाऱ्या डोळ्यांवर अनेक गोष्टी अवलंबून असतात की कोणता रंग दिसतो, तर ज्यांनी ज्या नजरेने बघितलं असेल, तो रंग दिसला असणार. एक माणूस तीन वेगवेगळ्या परिस्थितीत तीन रंग बघू शकतो. कारण एक माणूस तीन परिस्थितीत एकच कुठे असतो? जेव्हा मी प्रेमात आहे, माझा रंग वेगळा असतो. जेव्हा मी रागात आहे, माझा रंग तेव्हा वेगळा असतो. अतिप्रेमात, अतिक्रोधात अजूनच वेगवेगळे रंग असतात माझे. आणि हे रंग रोज बदलत असतात. प्रतिक्षणी रंग बदलतात. प्रतिक्षणी सर्वच बदलतं. इथे स्थिर काहीही नाही. या जगात शाश्वत, स्थिरतेची गोष्ट खोटी आहे. इथे सगळं बदलतं; पण जास्त करून जास्त माणसांना त्याचा सावळा रंग दिसला आहे. काही कारणं–

असं वाटतं की सावळा रंग त्यांच्या स्थिरतेचा स्थायित्व गुण आहे; म्हणजे असला पाहिजे. म्हणजे सावळ्या रंगातच अस्थिर होत असले पाहिजेत. ते चंचल सावळ्या रंगातच. या देशातल्यांचं मन सावळ्या रंगाचा आग्रह धरतं. प्रत्यक्षात गोरा रंग तितका सुंदर कधीही नसतो, जितका सावळा रंग सुंदर असतो. कारण आहे. पण सर्वसाधारणपणे आम्हाला गोरा रंग सुंदर वाटतो; कारण त्या रंगाची चमक अनेक असुंदरतेला लपवते आणि काळ्या रंगात काहीही लपत नाही म्हणून काळा माणूस क्वचितच सुंदर दिसतो. पण जेव्हा काळा माणूस सुंदर असतो तेव्हा त्याच्यापुढे गोरा माणूसही फिका पडतो. म्हणून आम्ही राम-कृष्णाला सावळा, आम्ही ज्यांना ज्यांना सुंदर बघितलं त्यांना सावळ्या रंगात बघितलं. सावळं सौंदर्य क्वचित आहे. गोरा रंग सुंदर असणं ही सर्वसाधारण गोष्ट आहे; पण सावळा रंग सुंदर असणं ही मोठी असाधारण गोष्ट आहे.

आणखीही कारण आहे. पांढरा रंग गहिरा नसतो. डेप्थ नसते. पसरतो तो रंग. म्हणून पांढरे चेहरे फ्लॅट असतात. भावरहित. नदी बघितली आहे? जेव्हा गहिरी होते तेव्हा सावळी होते. सावळा चेहरा, चेहऱ्यापाशीच संपत नाही, त्याच्या आत काहीतरी पारदर्शक असते. चेहऱ्याआड वेगळा एक चेहरा – पापुद्रा असतो. गोरा चेहरा सरळ, कोरडा असतो, म्हणून त्या रंगाचा लवकरच उबग येतो. सावळ्या

चेहऱ्याचं तसं होत नाही. त्यात नवीन रंग दिसतात आणि कृष्णासारखा माणूस, त्याचा उबग येणं अशक्यप्राय!

तुम्हाला आश्चर्य वाटेल की पश्चिमेकडच्या सगळ्या नट्या सावळं होण्यासाठी धडपडतात. समुद्रकिनारी उन्हं घेत पडून राहतात. सूर्यकिरणं सावळी करतील या आशेने. हा काय वेडेपणा? खरं तर कोणती संस्कृती शिखरावर पोहोचते तेव्हा तिचा प्रसार कमी महत्त्वाचा वाटतो आणि खोली जास्त मौल्यवान होते. आम्हाला पश्चिमेचा माणूस जास्त सुंदर वाटतो, आणि पश्चिमेकडच्यांना सुंदर स्त्रियांना सावळं व्हावंसं वाटतं आणि म्हणूनच पश्चिमेकडचा सुंदरतम मनुष्यही पारदर्शक वाटत नाही. त्याचा चेहरा बोथट वाटतो, कोरा, भावरहित. तो पांढऱ्या रंगाचा दोष आहे.

पांढऱ्या रंगाचं वैशिष्ट्य आहे की अनेक लोक सुंदर दिसतात त्यांच्या गोरेपणामुळे. गोऱ्या रंगाची न्यूनता आहे की त्या सौंदर्यात गहिरेपणा नाही. मी असं मानत नाही की कृष्ण सावळाच होता. तो तसा असणं आवश्यक नाही. आम्ही त्याला सावळं बघितलं. इतका गोड माणूस की आम्ही त्याला गोरा समजू शकतच नाही. आम्ही त्याला सावळाच समजलो, तसाच विचार केला. तो सावळाच असेल, पण माझ्यासाठी ते गौण आहे.

माझ्यासाठी तथ्य अगदी गौण आहे. माझ्यासाठी काव्य महत्त्वपूर्ण आहे. आम्ही नाही विचार करू शकत की हा माणूस गोरा होता. कारण इतके रंग त्याच्यात, गहिरा होता तो, त्याच्या चेहऱ्याकडे बघितलं. डोकवावंसं वाटत असे, बुडून जावंसं वाटत असेल. अशी अथांगता जी उघडत गेली; म्हणून भिन्न रंगांत एका माणसानेही बघितलं आणि अनेकांनीही बघितलं, पण आम्ही एक स्थायी रंग विचारात घेतला, जो आहे सावळा! श्याम नाव देऊन टाकलं. श्याम म्हणजे काळा. कृष्णाचा अर्थही काळा. आम्ही केवळ तसा विचार केला असं नाही तर नावही दिलं तसं ज्यात सावळेपणा होता. श्याम कृष्ण, काळ्या रंगाचं प्रतीक!

आणखीन एक विचारलं आहे की एकीकडे कृष्ण विवस्त्र करतात आणि दुसरीकडे द्रौपदीला वस्त्रं पुरवतात. खरं तर ज्यांनी कधी उघडं केलं नाही ते आयुष्यभर उघडं करतच राहतात. पण ज्यांनी उघडं बघितलं, ते आच्छादू शकतात.

झाकणं आणि उघडणं यात एक मोठा फरक आहे. प्रेम तर उघडण्याची आज्ञा देऊ शकतं. प्रेम उघडू इच्छितं. पण द्रौपदी प्रेमामुळे उघडी केली जात नाहीये. तिला बघणाऱ्या नजरा प्रेमळ नाहीयेत. जी घटना आहे, त्याचं मला महत्त्व नाही. जसं मी निरंतर म्हणतो, माझ्यासाठी तथ्याला मूल्य नाही. असा काही चमत्कार की कृष्ण दूरवरून झाकू बघतात, झाकतात. माझं असं मानणं आहे की हे प्रतीक आहे. कृष्णाने कसं ना कसं द्रौपदीला विवस्त्र होण्यापासून थांबवलं असेल इतकंच मी

मानतो. कृष्ण आडकाठी बनले, असं मी मानतो. पण जेव्हा कवी हे बघतो, तेव्हा ती कविता होते. आणि याच कवितेला आम्ही तथ्य समजतो नंतर तर ती जादू बनते. बाकी कविताच एकमात्र मिरॅकल आहे, अन्य काही नाही. हा प्रतिबंध अनिवार्य झाला असणार.

आणि ही गमतीशीर गोष्ट आहे की कृष्णाचं नाव कृष्ण आहे आणि द्रौपदीचं नाव कृष्णा आहे. सत्य तर हे आहे की कृष्णासारखा सुंदर पुरुष नाही आणि द्रौपदीसारखी सुंदर स्त्री नाही. द्रौपदीला तोड नाही. आम्ही सीता आणि दुसऱ्यांची खूप चर्चा केली; पण द्रौपदीची तितकी नाही केली. पण लक्षात ठेवा, एकाच पतीची पत्नी होणं खूप कठीण आहे. पाच पतींची पत्नी होणं हे असाधारण स्त्रीचं काम आहे.

कृष्णाचं खूप प्रेम आहे कृष्णावर! अगदी जिवलग असलेल्या प्रेयसींमधली ती एक आहे. म्हणून अशा क्षणी प्रेम मदतीला येणार नाही तर केव्हा येणार? पण ही वेगळी गोष्ट आहे. जेव्हा द्रौपदीबद्दलची चर्चा करू तेव्हा बोलू.

> *'भागवतात एक उल्लेख आहे– जेव्हा कृष्णाबद्दल अहमदाबादमध्ये बोलत होतो आपण, तेव्हा तुम्ही म्हणाला होतात की शुक्रचा विनियोग होत होता, तरीही वसुदेव आणि देवकीचा जो संभोग झाला, तो आध्यात्मिक संभोग होता, ज्यामुळे कृष्ण मिळाले. पण कृष्णाच्या सोळा हजार राण्या अथवा आठ प्रतिभावान पट्टराण्यांशी संबंध होऊनही कृष्ण अथवा राम दोघांचे पुत्र तितके प्रतिभावान झाले नाहीत. त्यातून काय मथितार्थ निघतो, की राम अथवा कृष्णाने आपल्या पत्नींबरोबर आध्यात्मिक संभोग केला नाही?'*

दोन गोष्टी लक्षात घेणं योग्य होईल.

एक तर आध्यात्मिक संभोगाचा अर्थ असा नाही की मी शरीरसंबंधांची निंदा करतो आहे. आध्यात्मिक संभोग म्हणजे इतकाच अर्थ आहे की, दोन व्यक्तींचं केवळ शरीरमिलनच झालं असं नाही, तर आत्मामिलनही झालं. शरीरमिलनातून जो निर्माण होतो, तो इतकी उंची गाठू शकत नाही, जी आत्मामिलनातून निर्माण झालेल्याला उपलब्ध होते. कृष्णाचा जन्म मी आध्यात्मिक संभोगाचं फळ मानतो. जीझसचा जन्मही मी तसाच मानतो; पण जीझसच्या जन्मानंतरही मेरी कुमारिका राहिली. कारण शारीरिक पातळीवर वासना नव्हती आणि उत्कट कामनाही नव्हती. आत्मापातळीवर मिलन झालं होतं. शरीर सावलीसारखं त्याच्या मागे गेलं. म्हणून

सावलीवर तिचा काहीही हक्क, जबाबदारी नाही.

पण हा प्रश्न नक्कीच महत्त्वपूर्ण आहे की मग कृष्ण-रामाच्या मुलांचं काय?

याची अनेक कारणं आहेत. पहिलं कारण हे की कृष्णापेक्षाही मोठा मुलगा जन्मणं कठीण. वसुदेवापेक्षा मोठा मुलगा असू शकतो. वसुदेव सर्वसाधारण जन आहे. कृष्ण तर उच्चतम आहे. उंच, जितकी उंची होऊ शकते, असू शकते तितका उंच. कृष्णासारख्या वडिलांचा जो मुलगा असेल, तो इतिहासात नेहमीच हरवून जाईल. कायम कृष्णाच्या सावलीत राहणार. जसं की विंध्याचलमध्ये जी पर्वताची उंची आहे, मोठी उंची असू शकते, तीच उंची एव्हरेस्टजवळ येऊन बुचकळ्यात पडेल. गोष्टी दिसू शकतात ना! कृष्णापुढे कुणी दिसू शकतच नाही. म्हणून जी माणसं शिखराला स्पर्श करतात, शेवटच्या उंचीला, त्यांच्यापासून खूप चांगली मुलं जन्म घेऊ शकत नाहीत. कधीही नाहीत. ना बुद्धापासून, ना कृष्णापासून, ना रामापासून, ना महावीरांपासून, कुणाही पासून नाहीत.

याचं कारण केवळ इतकंच आहे की इतक्या उंचावर हे उभे आहेत की लव-कुश कितीही उंचावर असोत, रामाच्या सावलीत हरवून जातात. हे लव-कुश कुठल्या दुसऱ्या घरात जर जन्मले असते तर त्यांनीही इतिहास घडवला असता. ते साधारणजन नव्हते. रामाबरोबर नाव नाही सोडू शकत. रामाला साधारण मुलं होऊ शकतही नाहीत; पण प्रश्न निर्माण होतो तो तुलनेमुळे. दशरथ साधारण पिता होते. दशरथाला कुणी ओळखलंही नसतं, जर राम जन्मले नसते. दशरथाला काही अर्थही नसता. राम जन्मले म्हणून त्यांना अर्थ प्राप्त झाला. छोट्या वडिलांच्या घरात जेव्हा मोठं मूल जन्मतं, तर वडीलही मोठे होतात आणि मोठ्या वडिलांच्या घरात मोठं मूल जरी जन्मलं तरी ते लहानच राहतं.

संभोग तर आध्यात्मिकच होता. जे जन्मले ते आध्यात्मिकामुळेच जन्मले. पण आम्ही मात्र कायम तुलनाच करणार.

ही कथा तर सर्वांनाच माहीत आहे की अकबराने एक रेषा आखली आणि दरबारातल्या लोकांना म्हणाला की त्या रेषेला स्पर्श न करता तिला लहान करा. बिरबलाशिवाय कुणीही ती रेघ लहान करू शकलं नाही. बिरबलाने त्या रेषेपेक्षा एक मोठी रेषा आखली. त्या रेषेला स्पर्श न करता अकबराने आखलेली रेषा लहान झाली. रेषा तेवढीच राहिली.

लव-कुश जे आहेत, ते आहेत; पण रामाची रेषा खूप मोठी आहे. त्याखाली ते दोघं एकदम हरवून जातात. रामाची रेषा नसती तर लव-कुशही दिसले असते. इतिहास त्यांच्याही चरणचिन्हांचं स्मरण करत राहिला असता. पण त्याची आवश्यकताच भासली नाही.

'लिबिडो' कामऊर्जेचा उल्लेख आला आहे. आध्यात्मिक संभोगाच्या गोष्टीही आल्या. याचबाबतीत एक नाजूक आणि स्पष्ट प्रश्न आहे. बासरी कृष्णाची आहे. संगीताचे मधुर सूर राधाचे आहेत. गीत कृष्णाच्या ओठांवरचे आहेत. त्या गीताचं काव्य-माधुर्य राधाचं आहे. नृत्य कृष्णाचं आहे; पण त्यांच्या चरणातली गती आणि झंकार राधाचे आहेत. असं अभिन्न व्यक्तित्व आहे राधा आणि कृष्णाचं. म्हणूनच आम्ही राधाकृष्ण म्हणतो. पण विवाहित असूनही रुक्मिणी-कृष्ण असं आपण म्हणत नाही. राधेला कृष्णापासून वेगळं केलं तर कृष्णाचं जीवनही उदास, अधुरं वाटू लागेल. आणि मजेशीर, आश्चर्यकारक गोष्ट म्हणजे कृष्णाच्या अनंत लीलांवर आधारित भागवतात राधेचं कुठेही नाही. काही उल्लेख नाही. पण कृष्णाच्या जीवनातली समग्रता, शक्ती आणि प्रेमरूप राधेचे भावात्मक कामसंबंध आहेत? यावर जरा वक्तव्य करा कारण तो अधिकार आहे तो एकमात्र भगवान श्री, तुमच्यासारख्या कृष्णाला!'

जे शास्त्रात शोध घेतात, त्यांच्यासाठी ही नवलाईची गोष्ट आहे की राधेचा कुठे उल्लेख नाही. मग तर कुणी असंही म्हणू लागलं की राधा हे व्यक्तिमत्त्व नव्हतंच. राधा ही कविकल्पना आहे. स्वाभाविक आहे की जे इतिहासात जगतात, तथ्यात जगतात त्यांच्यासाठी हे कठीण आहे. राधेचा उल्लेख बऱ्याच काळानंतरच्या ग्रंथांमध्ये आढळतो. प्राचीन ग्रंथात राधेचा उल्लेख नाही.

माझी स्थिती अगदी उलट आहे. माझ्या मते राधेचा उल्लेख असण्याची गरजच नाही कारण ती कृष्णात इतकी लीन, एकरस झालेली आहे की वेगळा उल्लेख नकोच. उल्लेखण्यासाठी तरी वेगळं असणं गरजेचं आहे. रुक्मिणी वेगळी आहे. तिचं कृष्णावर प्रेम असू शकतं, पण ती कृष्णमय नाही. कृष्णाशी संबंध असू शकतात; पण कृष्णात आत्मसात नाही झालेली. संबंध त्यांचेच असू शकतात जे वेगळे आहेत. राधेचा कृष्णाशी काहीही संबंध नाही. राधा कृष्णच आहे. म्हणून जर तिचा उल्लेख केलेला नसेल तर तो न्याय्य आहे, उल्लेख करायलाच नको.

तर हे एक कारण आहे की तिचा उल्लेख नसण्याचं. ती सावलीसारखी अदृश्य आहे. कणमात्रही वेगळी नाही की तिला कुणाचं जाणावं, ओळखावं. इतकीही भिन्न नाही की तिला नाव द्यावं, जागा द्यावी. हे कारण.

दुसरी गोष्ट, की हे सत्य आहे की राधाशिवाय कृष्णाचं व्यक्तित्व अधुरं आहे,

राहील. कारण मी म्हटलं की कृष्ण पूर्ण पुरुष आहे. हे थोडं समजून घ्यायला हवं. असे पुरुष खूप कमी आहेत जगात, जे पूर्ण पुरुष आहेत. प्रत्येक पुरुषात स्त्रीचं अंगं असतं आणि प्रत्येक स्त्रीमध्ये तिचंही पुरुष अंग असतं. जो फरक आहे तो केवळ टक्क्यांचा. ज्याला आम्ही पुरुष म्हणतो तो साठ टक्के पुरुष आणि चाळीस टक्के स्त्री आहे. म्हणून असेही पुरुष आहेत, जे गौण आहेत आणि अशाही स्त्रिया आहेत ज्या पुरुषी दिसतात. हे मात्रेवर अवलंबून आहे. पण या अर्थानेही कृष्ण पूर्ण आहेत. पूर्ण पुरुष! त्यांच्यात स्त्रीचं तत्त्व नाही. राधा जशी पूर्ण स्त्री आहे. तिच्यात पुरुषतत्त्व नाही. आणि जेव्हा कुणी पूर्ण पुरुष असतो तो एका अर्थी अपूर्ण असतो. त्याला पूर्ण स्त्री गरजेची असते. हो, अपूर्ण पुरुष स्त्रीशिवाय जगू शकतो. त्याच्या आत त्याची स्त्री आहे; पण कृष्णासारखा पुरुष अनिवार्य आहे की, त्याची राधा त्याच्याबरोबर उभी राहील. पूर्ण स्त्री!

आता गंमत आहे की पूर्ण स्त्री आणि पूर्ण पुरुष याचा अर्थ समजून घेऊ. अनेक अर्थ आहेत. पुरुषाची जी गहिऱ्यातली गहिरी खोली आहे ती आक्रमक आहे. स्त्रीची गहिऱ्यातली गहिरी खोली ही समर्पणाची आहे. कोणतीही स्त्री पूर्ण स्त्री नसल्याकारणाने पूर्ण समर्पण करू शकत नाही. कोणताही पुरुष पूर्ण पुरुष नसल्याकारणाने आक्रमक असू शकत नाही. अपूर्ण स्त्री आणि पुरुषामधे निरंतर कलह आणि संघर्ष चालू असतो. चालत राहील; कारण स्त्रीमध्ये काहीतरी आक्रमक आहे. ती आक्रमण करतेही. काहीतरी समर्पकही आहे. ती समर्पण करतेही. कधी ती पुरुषाचे हात-पाय चेपेल तर कधी गळाही दाबेल. ही दोन्ही रूपं तिच्यात आहेत. पुरुष कधी मोठा आक्रमक होतो, तर कधी मवाळ होतो, स्त्रीच्या मागे-मागे हिंडत राहतो. हे दोन्ही त्याच्यात आहे.

रुक्मिणीत पुरुषही आहे म्हणून तिचं कृष्णाशी गहिरं मिलन होऊ शकत नाही. राधा होऊ शकली. पूर्ण समर्पण! कृष्णाचं अशा स्त्रीशी गहिरं मिलन होऊ शकत नाही जिच्यात थोडा पुरुष आहे. कृष्णात स्त्री नाहीच. पूर्ण समर्पणच मिलन होऊ शकतं. म्हणून रुक्मिणी मागे राहिली. तिचा हक्क असूनही! आाणि जिने कधीही दावा केला नाही. जी कृष्णाला आपलं म्हणूही शकली नाही. ती तोडली गेली आणि कृष्णाबरोबर राधेचंच नाव राहिलं.

आणि राधेने कृष्णासाठी सर्व सोडून दिलं. पण नाव मागे नाही जोडलं गेलं, पुढे जोडलं गेलं. कृष्ण-राधा असं कुणीही म्हणत नाही. राधा-कृष्ण असंच आम्ही म्हणतो. जो संपूर्ण समर्पण करतो, तो सर्व काही मिळवतो.

नाही, राधेशिवाय कृष्ण हा विचारच आम्ही करू शकत नाही. राधा त्याची कमनीयता आहे. जे जे नाजूक आहे ते आहे. त्याचे गीत, नृत्य-घुंगरू सर्व – कारण कृष्ण केवळ पुरुष आहे म्हणून एकट्या कृष्णाचं नाव अर्थपूर्ण नाही. म्हणून ते

राधाकृष्ण झाले. म्हणून मी म्हणतो की कृष्णाच्या पूर्णतांमध्ये ही एक पूर्णता आहे.

महावीरांना कुणा स्त्रीबरोबर उभं असलेलं – नाही, तसा विचारच करता येत नाही. त्यांचं व्यक्तिमत्त्व स्त्रीविरहित आहे. त्यांचं लग्न झालं, मूल झालं; पण महावीरांचा दिगंबर पंथ हे मानत नाही की त्यांचं लग्न झालं आहे. त्यांचं म्हणणं बरोबर आहे. महावीरांसारख्या माणसाबरोबर स्त्री? ते एका स्त्रीवर प्रेम कसं करतील? असंभव! तिची सावलीही नाही त्यांच्या व्यक्तिमत्त्वावर. अशा अर्थानेही ते अपूर्ण आहेत. या जगाची व्यवस्था की जसं धनविद्युत ऋणविद्युताशिवाय अपूर्ण आहे, जसा विधेय अपूर्ण आहे निषेधाशिवाय; तसंच स्त्री आणि पुरुषाचं एक परममिलनही आहे. स्त्रैण आणि पौरुषता असं म्हणायला हवं. ज़िंकणं आणि हरणं!

जर आम्ही राधा-कृष्णासाठी प्रतीक शोधू लागलो तर चीनमधे प्रतीक आहे 'यिन' आणि 'यांग'. बस केवळ एक प्रतीक चिनी भाषेतलं, कारण चिनी भाषा तर चित्रांची आहे. त्यांच्याकडे हे प्रतीक आहे, ज्याला ते जगाचं प्रतीक म्हणतात. त्यात एक वर्तुळ आहे. त्यात दोन मासे आहेत जे एकमेकांना मिळतात– अर्धा पांढरा, अर्धा काळा. काळ्या माशात एक छोटासा पांढरा गोल ठिपका आणि पांढऱ्या माशात एक छोटासा गोल काळा ठिपका. दोन्ही मात्रे एकत्र येऊन एक गोलाकार तयार करतात. यिन अ‍ॅन्ड यांग, एक ऋण आणि एक घन!

राधा आणि कृष्ण पूर्ण वर्तुळ आहेत. या अर्थानेही ते पूर्ण आहेत. जसं आम्ही रात्री ताऱ्यांचा विचार करू शकत नाही अंधाराशिवाय! दिवसाही तारे असतात. आकाश आत्ताही ताऱ्यांनी भरलेलं आहे. पण सूर्यप्रकाशामुळे ते दिसत नाहीत. रात्री तारे येत नाहीत, तर दिसू लागतात. कारण अंधाराची चादर पसरली जाते आणि त्या अंधाऱ्या चादरीवर तारे चमकू लागतात.

कृष्णाचं सारं व्यक्तिमत्त्व चमकतं राधाच्या चादरीवर. चहुबाजूंनी राधाच्या चादरीने त्यांना व्यापलेलं आहे. ते त्यातच पूर्णपणे खुलतात. कृष्ण फूल आहे तर राधा मूळ. म्हणून त्यांना वेगळं करता येत नाही. ते पूर्ण युगुल आहे. म्हणून राधाकृष्ण हे पूर्ण नाव आहे. कृष्ण अपूर्ण नाव आहे.

◆

७

'आपण म्हणालात की, आपण विवाहाला अनैतिक म्हणता. आणि सर्वांत जास्त विवाह कृष्ण करतात. म्हणजे मग ते विवाह या रूपातून अनैतिकतेला प्रोत्साहन देतात, असं म्हणायचं का?'

मी विवाहाला अनैतिक म्हणालो. विवाह करण्याला नाही. जी माणसं प्रेम करतात, त्यांना एकत्र राहावंसं वाटणारच. म्हणून प्रेमातून जो विवाह होतो, तो अनैतिक नाही. पण आम्ही उलटं करत आहोत. आम्ही विवाहातून प्रेम निर्माण करण्याचा प्रयत्न करत आहोत, जे असू शकत नाही. विवाह एक बंधन आहे आणि प्रेम म्हणजे मुक्ती. पण ज्यांच्या जीवनात प्रेम आलं आहे, ते एकत्र जगू इच्छितात आणि हे स्वाभाविक आहे. पण एकत्र जगणं ही त्यांच्या प्रेमाची सावलीच असावी. ज्या दिवशी लग्नसंस्था नसेल, त्या दिवसापासून स्त्री-पुरुष एकत्र राहणार नाहीत, असं माझं म्हणणं नाहीये. खरं तर मी असं म्हणतो आहे की त्या दिवशीच ते योग्य तऱ्हेने एकत्र राहू लागतील. आत्ता एकत्र दिसतात, एकत्र राहत नाहीत. एकत्र असणं म्हणजे एकमेकांबरोबर असणं असं नाही. जवळ-जवळ असणं म्हणजे जवळीक असं नाही. जोडलेले असणं म्हणजे एकजीव असणं असं नाही.

विवाहसंस्थेला मी अनैतिक म्हणत आहे आणि विवाहसंस्थाच असं म्हणेल की प्रेम नकोच. कोणतीही संस्था सहजभावनांच्या विरोधात असते. कारण मग संस्था टिकू शकत नाहीत. दोन व्यक्ती जेव्हा प्रेम करतात, तेव्हा ते प्रेम अद्भुतच असतं. तसं प्रेम कधी कोणी दोन व्यक्तींनी केलेलं असतं. पण दोन व्यक्ती जेव्हा लग्न करतात, तेव्हा ते अद्भुत नसतं. तेव्हा तसं लग्न कोट्यवधींनी केलेलं असतं. लग्न एक पुनरुक्ती आहे, प्रेम एक अमूल्य घटना आहे. जितकं लग्न प्रभावी असेल,

जीवनातल्या महोत्सवाचं प्रतीक : कृष्ण!

तितकं प्रेम घुसमटू लागतं; परंतु जेव्हा, ज्या दिवशी आम्ही प्रेमाला प्रथम प्राधान्य देऊ जीवनात आणि दोन व्यक्तींचं एकत्र राहणं म्हणजे तडजोड नसेल, त्यांच्या प्रेमाला फलप्राप्ती होईल, त्या दिवशी आज ज्या अर्थाने 'लग्न' लग्नाबद्दलचा दृष्टिकोन आहे, तो तसा राहणार नाही. ना असे घटस्फोट होतील, जसे आज होत आहेत. दोन व्यक्तींना एकत्र राहण्याची इच्छा आहे, तो त्यांचा आनंद आहे, नाही एकत्र राहू इच्छित! तो त्यांचा आनंद आहे. यात समाजाकडून कोणताही आक्षेप नसेल, नसावा, नाही.

मी विवाहाला एक संस्था या दृष्टिकोनातून अनैतिक म्हटलं आहे. विवाह, प्रेमाची सावली म्हणून असेल तर अगदी स्वाभाविक आहे. त्यात अनैतिकता नाही.

'भगवान श्री, विवाह यासंदर्भात आपण आत्ता जी चर्चा केलीत, ती लक्षात ठेवून हेही दर्शवण्याची कृपा करा की ज्या दिवशी आम्ही प्रेमाचा आधार घेऊ, त्या दिवशी मुलांचं काय होईल? ती मुलं कोणाची असं म्हटलं जाईल? तो सामाजिक प्रश्न होणार नाही का?'

अनेक अडचणी दिसू लागतील. पण या अडचणी दिसू लागतात कारण आपण जुन्या धारणांचा आधार घेऊन तसा विचार करतो. जसं, खरं तर हे आहे की ज्या दिवशी प्रेमाला आम्ही परममूल्य देऊ शकू, त्या दिवशी मुलं माणसांची आहेत, असं मानणं हीच कृतघ्नता असेल. मुलं माणसांची नाहीच आहेत. कधी नव्हतीच. एक युग होतं जेव्हा वडिलांबद्दल, वडील कोणते हे माहीतच नव्हतं. केवळ आई माहीत होती. मातृसत्तेचा काळ होता. म्हणून हे जर सांगितलं तुम्हाला की 'वडील'

हा शब्द जुना नाहीये फारसा तर तुम्हाला आश्चर्य वाटेल. काका हा शब्द जास्त जुना आहे. 'आई' हा शब्द खूप जुना आहे आणि वडील हा शब्द नवा आहे. 'वडील' तेव्हा आला शब्द जेव्हा आम्ही लग्न ही व्यक्तिगत व्यवस्था निश्चित केली. नाही तर वडिलांचा पत्ता लागलाच नसता. कबिल्यातल्या सर्व व्यक्ती, पुरुष व्यक्ती पितृतुल्य होत्या. संपूर्ण कबिला मुलांवर प्रेम करायचा. कारण मुलं नक्की कोणाची हे माहीत नसल्यामुळे सर्वांची होती. कुणाची तरी आहेत म्हणून काही फायदा झाला असं नाही. सर्वांची म्हणून फायदाही आणि जास्त मोठाही.

ज्या दिवशी आम्ही प्रेमाला आधार बनवू, त्या दिवशी मुलांचं काय होईल? प्रश्न निर्माण होतो की तो सामाजिक प्रश्न बनेल. नाही? मुलं आता सामाजिक समस्या आहेत, कारण आम्ही आता मुलांना माणसांवर सोडून दिलं आहे आणि मग भविष्यात जे नित्य नवीन खूप सारं संभव होत आहे ते बघता आम्ही समजून घ्यायला हवं की मागे आम्ही जे आधार बनवले ते टिकणारे नाहीत.

जसं, पूर्वीच्या काळी मुलांचा जन्म होण्यासाठी कमीत कमी बाप जिवंत असणं हे गरजेचं होतं. भविष्यात तसं असणार नाही. जर मी मेलो तरी माझे वीर्यकण सुरक्षित ठेवता येतील. हजार, दहा हजार वर्षांपर्यंत. मी तर नसेन, पण माझं मूल दहा हजार वर्षांनंतरही जन्म घेऊ शकतं. आईला अजूनपर्यंत पर्याय नाही; पण भविष्यात तसं असणार नाही. ज्या दिवशी तशी सोय आम्ही करू, त्या दिवसानंतर आईला नऊ महिने बाळाचं ओझं बाळगण्याची आवश्यकता भासणार नाही. त्या दिवशी मुलाला, जी सोय आईच्या पोटात असते, तशी अथवा त्याहूनही जास्त चांगली सोय आम्ही एका यंत्रात देऊ. त्या दिवशी तर मग कोण आई आणि कोण बाप, हे सांगता येणं कठीण होऊन जाईल. पूर्ण साचा बदलावा लागेल. संपूर्ण जगातल्या स्त्रिया आई आहेत आणि संपूर्ण जगातले पुरुष बाप आहेत. आणि त्या मुलांना सर्वांचं होऊन मोठं व्हावं लागेल. नक्कीच सर्व बदलेल.

मी जे म्हणतो आहे, ते वैज्ञानिक पद्धतीने जे काम जगात सुरू आहे, त्यासाठीही गरजेचं होईल. आत्ता आम्ही तसा विचार करत नाही, तसं मनातही येत नाही; कारण आपली विचारसरणी पुरातन आहे. तुमच्या घरी मूल जन्माला येतं, त्याच्यासाठी औषधांची जर गरज पडते, तर तुम्ही अतिउत्तम डॉक्टरांकडून औषधं आणता. तुम्ही असा विचार करत नाही की मी याचा बाप आहे, तर मीच औषध तयार करेन आणि त्याला देईन. कपडे शिवून घेता तर उत्तम टेलरकडून शिवून घेता. तुम्ही शिवत नाही. आणि हे जर समजून घेतलं आणि अधिक खोलवर विचार केलात तर तुम्ही असं म्हणणार नाही, इच्छिणार नाही की माझं मूल माझ्याच वीर्यामुळे जन्माला आलं पाहिजे, जर तुमच्या वीर्यापेक्षा जास्त चांगलं वीर्य उपलब्ध होत असेल तर! चांगलं आहे की तुमचं मूल अपंग, अल्प बुद्धीचं जन्म घेत नसेल

तर. चांगलं आहे जर श्रेष्ठतम बीज त्याला उपलब्ध होत असेल तर. आई पण अशी कामना करणार नाही की नऊ महिने त्या मुलाला पोटात त्रास देत वाढू दे, जेव्हा त्यापेक्षाही अतिउत्तम सोय उपलब्ध होत असेल तर! मूल जास्त स्वस्थ जन्मेल, जास्त बुद्धिमान जन्मेल, तर आई आणि वडिलांचं जे कार्य आत्तापर्यंत आहे ते भविष्यात राहणार नाही. आणि ज्या दिवशी आई-वडिलांचं कार्यच समाप्त होईल त्या दिवशी तुमच्या विवाहाचं प्रयोजन काय उरणार? काहीच अर्थ उरत नाही. तेव्हा प्रेम हाच आधार असेल. टेक्नॉलॉजी मनुष्याला अशा ठिकाणी नेत आहे, मनुष्याची मन:स्थिती, समजसुद्धा मनुष्याला अशा ठिकाणी आणत आहे, जिथे व्यक्तिगत दावेदारी समाप्त होते.

याचा अर्थ असा नाही की सर्व समस्या समाप्त होतात. प्रत्येक नवीन प्रयोगाबरोबर नवीन समस्या निर्माण होतात. प्रश्न हा नाहीये की समस्या संपाव्यात. त्या तर कधीच संपणार नाहीत. प्रश्न असा आहे की समस्या रोज चांगल्या होत जाव्यात. कालच्या समस्येपेक्षा आजची समस्या चांगली असावी. असं नाहीये की आम्ही जर 'लग्न' हा प्रकारच नष्ट करू, तर माणसामाणसांमधले सर्व संघर्ष संपतील. नाही; परंतु ते संघर्ष संपुष्टात येतील जे लग्नामुळे निर्माण होतात आणि तशा संघर्षाचे प्रमाण बरेच मोठे आहे. काही नवीन गोष्टी निर्माण होतील, काही नवे प्रश्न निर्माण होतील. पृथ्वीवर राहण्यासाठी समस्या आवश्यक आहेत. त्या समस्या सोडवण्यातच आमचा विकास आहे. आणि त्या समस्यांचा सामना करून पुढची वाटचाल करू.

एक गोष्ट नक्कीच लक्षात घेण्यासारखी आहे आणि त्यातूनच त्रासाची सुरुवात होते. त्रासाला सुरुवात होते; कारण ज्या साच्यात राहण्याची आम्हाला सवय झाली आहे, त्या साच्यातल्या समस्यांचीही आम्हाला सवय झाली आहे. याहून उत्तम व्यवस्था जरी मिळत असली, तरीही त्या उत्तम व्यवस्थेच्या अनुषंगाने येणाऱ्या समस्यांची आम्हाला कल्पना नाही, सवय नाही. आणि म्हणूनच कठीण होऊन जातं, त्रास होतो. परंतु बुद्धीचं कामच असं आहे की तिने त्या समस्यांना समजून घेतलं पाहिजे, सोडवल्या पाहिजेत आणि असा विचार केला पाहिजे की जुन्या समस्यांपेक्षा जर जास्त चांगल्या समस्या मिळत असतील, तर आम्ही परिवर्तन करू. माझं असं मानणं आहे की मनुष्याच्या जीवनात जोपर्यंत प्रेमाचं फूल पूर्णत: फुलत नाही तोपर्यंत त्याच्या व्यक्तिमत्त्वात तेज, त्याच्या व्यक्तिमत्त्वात ज्याला आम्ही म्हणू मीठ, ते उत्पन्न होणार नाही. त्याचं जीवन फिकं फिकं राहतं. आणि मी असं मानतो की फिक्या व्यक्तिमत्त्वापेक्षा समस्यांनी भरलेलं तेज आणि चमकदार व्यक्तित्वाचं मूल्य जास्त आहे. एक छोटीशी गोष्ट – मग आपण दुसरा प्रश्न घेऊ!

मी असं ऐकलं आहे की एका बागेत एक छोटंसं गवताचं फूल भिंतीच्या भेगेत

विटांमध्ये दबून जगत होतं. वादळं यायची, पण त्याला जखम व्हायची नाही. विटांचा आडोसा होता. सूर्योदय व्हायचा पण त्याची किरणं फुलाला त्रास देऊ शकत नसायची, पाऊस पडायचा पण पावसाचं पाणी त्याला पाडू शकायचं नाही, कारण ते फूल जमिनीलगत विटांच्या आडोशाला होतं. त्याच्या जवळच गुलाबाची फुलं होती.

एका रात्री त्या फुलाने परमात्म्याला प्रार्थना केली की मी किती काळ गवताचं फूल म्हणून राहू? जगू? तुझी जर माझ्यावर थोडी जरी कृपा असेल तर मला गुलाबाचं फूल बनव. परमात्म्याने त्याला बरंच समजावलं की तू त्या फंदात पडू नकोस. गुलाबाच्या फुलाला अनेक त्रास आहेत. जेव्हा वादळ येतं तेव्हा गुलाबाची मुळं ही उखडली जातात. आणि जेव्हा गुलाबाची कळी उगवते, तिला लोक धड फुलूही देत नाहीत, आधीच तोडतात. पावसात त्याच्या पाकळ्या गळून जमिनीवर पडतात. तू असाच राहा. तू सुरक्षित आहेस. गवताचं फूल म्हणालं, 'खूप काळ सुरक्षित राहिलो. आता मला त्रासात जावंसं वाटतंय. तुम्ही मला फक्त गुलाबाचं फूल बनवा. निदान एका दिवसाकरता, केवळ चोवीस तासांसाठी तरी!' आजूबाजूच्या गवताच्या फुलांनी समजावलं की असा वेडेपणा करू नकोस. आम्ही ऐकल्यात अशा कथा आपल्या पूर्वजांच्या. काही पूर्वजांनी ही असा वेडेपणा केला होता, पण नंतर फारच संकटं आली. आमचा व्यक्तिगत अनुभव हेच सांगतो की जिथे आहोत, तिथे अगदी आनंदात आहोत. पण ते फूल म्हणालं की मला कधी सूर्याशी बोलता येत नाही, वादळाशी लढता येत नाही, पावसाला झेलू शकत नाही. ती जवळची फुलं म्हणाली, 'पण वेड्या, त्याची गरजच काय? आम्ही विटांच्या आडोशाला आरामात जगतो. उन्हं, वादळ, पाऊस कुणीच आम्हाला त्रास देऊ शकत नाही.'

पण त्याने ऐकलं नाही आणि मग परमात्म्याने त्याला वरदान दिलं आणि ते फूल सकाळी गुलाबाचं फूल झालं. आणि सकाळ होता होताच संकटांना सुरुवात झाली. जोराचं वादळ आलं, त्याचा प्राण कणाकणाने कापत राहिला. मुळं उपसू लागली, उखडू लागली. खाली दबली गेलेली त्याच्या जातीची फुलं म्हणू लागली, 'बघितलंत त्या वेड्याला, आता पडला ना संकटात!' दुपार होताना सूर्य प्रखर झाला. फुलं तर फुलली होती पण कोमेजू लागली. पाऊस आला, तशा पाकळ्या गळू लागल्या आणि मग इतका जोरदार पाऊस आला की त्या गुलाबाच्या झाडाची मुळं जमिनीतून उखडली गेली आणि ते झाड जमिनीवर कोसळलं. जेव्हा ते गुलाबाचं फूल जमिनीवर पडलं तेव्हा ते आपल्या फुलांच्या जवळ आलं. ती फुलं त्याला म्हणाली, 'वेड्या, आम्ही आधीच सांगितलं होतं. व्यर्थ आपलं आयुष्य हरवलंस. विनाकारण नवीन संकटं ओढवून घेतलीस. आमची पारंपरिक सोय होती, मान्य की संकटं होती पण जुनी होती, पण ती परिचित होती. एकत्र जगत होतो,

सवयीचं होतं सगळं म्हणून सगळं ठीक होतं.' तो मृत्युमुखी पडत चाललेला गुलाब म्हणाला, 'वेड्यांनो, अज्ञानांनो, मी अजूनही तुम्हाला हेच सांगेन की आयुष्यभर त्या विटांच्या आडोशाला राहून गवताचं फूल म्हणून जगत राहण्यापेक्षा चोवीस तासांसाठी का होईना, पण गुलाबाचं फूल होणं हे अतिशय आनंददायी आहे. मला माझा आत्मा गवसला. मी वादळाशी लढलो, सूर्याशी भेट झाली. वाऱ्यावर डुललो. मी असाच मरत नाहीये. मी जगून मरतोय. तुम्ही मेलेलं जीणं जगत आहात.'

खचितच जीवनाला जर आपल्याला जिवंत करायचं असेल, तर अनेक जिवंत समस्या निर्माण होतील. पण व्हायला हव्यातही. जर जीवनाला आम्हाला मृत बनवायचं असेल, तर होऊ शकतं की सर्व समस्यांना आपण संपवून टाकू, परंतु तेव्हा माणूस मृतावस्थेत जगतो.

तर मी असं समजतो की समस्या तर असतीलच, असायला हव्यात आणि माणसाला इतका विश्वास आणि आत्मविश्वास असायलाच हवा की तो नवीन समस्यांचा सामना करू शकेल. काहीही कारण नाहीये. आत्ता आम्ही ज्या व्यवस्था बवनल्या आहेत, त्या सर्व व्यवस्थांचा उगम भयामुळे झालेला आहे. सर्व प्रकारचं भय – असं होईल, तसं होईल, याचं काय होईल, त्याचं काय होईल? आणि यामुळेच आम्ही घरात अडकून राहतो. आणि आम्ही असा विचार करतच नाही की आम्हाला काय होतंय? काय होईल, या भीतीने आम्ही नवीन वाटचाल करत नाही, आमचे पाय उठतच नाहीत आणि नवीन दिशांकडे बघतच नाही. म्हणून जसं आहे, तसं मान्य करत त्याचा भार उचलत राहतो.

मी कदाचित, क्वचितच – इथे मला लाखो लोकांना भेटायची, अगदी जवळून त्यांच्या डोळ्यांत बघण्याची, त्यांच्या हृदयात डोकावण्याची संधी मिळाली आहे, मी असा पुरुष बघितला नाही, जो लग्नामुळे तृप्त झाला आहे. मी अशी स्त्री बघितली नाही जी लग्नामुळे आनंदित झालेली आहे. पण जर त्यांनाही कधी सांगितलं तर ते म्हणतील, अशा समस्या निर्माण होतील. परंतु सर्वांत गमतीशीर गोष्ट अशी आहे की, जिथे तुम्ही समस्याविरहित जगत आहात, तिथल्या समस्यांची तुम्हाला माहिती आहे. केवळ चोवीस तास तिथे राहता म्हणून समजत नाहीत समस्या. सवयीच्या झाल्या आहेत. तसं तर पिंजऱ्यातल्या पक्ष्याला जरी आम्ही सांगितलं की मोकळ्या आकाशात ऊड, तर तोही म्हणेल की फार अडचणी येतील, इथे मी सुरक्षित आहे. अडचणी येतीलही आणि पिंजऱ्यातल्या पक्ष्याला जास्तच येतील; कारण मोकळ्या आकाशात उडण्याची त्याला सवयच नाही, अनुभव नाही. मान्य की पिंजरा सुरक्षित आहे, पण कुठे ते मोकळं आकाश, तो आनंद आणि कुठे तो पिंजरा! तसं तर शवपेटीतही खूप सुरक्षा आहे.

'स्वामी, सहजानंदांचा असा आरोप आहे की कृष्णाच्या रसिक पद्धतीमुळे लोक मृत्युमुखी जास्त पडलेत आणि तारले गेले कमी. याची दोन कारणं आहेत. एक तर कृष्णाची गोपिका बनून भक्ती करण्याची पद्धत, जशी गुजरातमध्ये 'महाराज लायबल' केस झाली. आणि दुसरी पद्धत म्हणजे जीवनाला उत्सव समजून माणसांत वाढणारी भोगवृत्ती, त्यासाठी मिळणारं प्रोत्साहन. दुसरा प्रश्न की रामभक्त हनुमानात जे ब्रह्मचर्य, शौर्य, प्रेरणा आणि वैराग्य–विवेकगुण मिळतात आणि त्यांच्यात जेवढी प्रवृत्तिवादी ॲक्टिव्हिटी आहे, तितकी कृष्णभक्त मीरा, नरसी आणि सूरदास यांच्यात नाही. याचा अर्थ की कृष्णभक्त-पूजक अंतर्मुखी प्रवृत्तीचे जास्त आहेत आणि सामाजिक दिशांना त्यांचं योगदान असून नसल्यासारखं आहे. आपले विचार? तिसरा प्रश्न की कृष्ण, राम, महावीर तथा बुद्ध या तिघांनाही चित्रकारांनी दाढी दाखवलेली नाही. केवळ ख्राइस्टना आहे, याचा काय अर्थ आहे?'

पहिली गोष्ट, जीवन एक काम आहे की उत्सव? जर जीवन एक काम आहे तर ते ओझं होईल. जर जीवन एक काम आहे तर ते एक कर्तव्य होईल., जर जीवन एक काम आहे, तर आम्ही ते कसंबसं जगू. कृष्ण जीवनाला एक काम म्हणून नाही तर एक उत्सव म्हणून बघतात. महोत्सव! जीवन एक आनंदाचा उत्सव आहे. काम नाहीये. याचा अर्थ असा नाही की उत्सव म्हणून जीवनाकडे बघतात, तर काम करत नाहीत. काम तर करतात; परंतु काम उत्सवाच्या रंगात रंगून जातं. नृत्य-संगीतात काम बुडून जातं. नक्कीच, की अशा प्रकारे खूप काम होणार नाही, थोडंच होईल. क्वांटिटी जास्त नाही पण क्वालिटीचा काही हिशेबच नाही. परिमाण, मात्रा कमी असेल पण गुण अतिशय गहिरे असतील.

तुम्ही कधी विचार केला आहेत की काम करणारी माणसं, ज्यांनी प्रत्येक गोष्टीला कामात रूपांतरित केलं आहे, ते त्यांचं आयुष्य किती तणावपूर्ण करून टाकतात? जीवनातली सर्व अस्वस्थता, अधीरता, सर्व चिंता ही अतिकामवाल्या लोकांची निर्मिती आहे. ते सतत एकच म्हणत राहतात की करा, करत राहा, करा अथवा मरा. जिवंत आहात तर करा काहीतरी. काहीही, एक तरी काम करा. यापलीकडे त्यांची नजर जात नाही. पण कशासाठी करा? माणसं कुणासाठी करतात हे? माणसं एवढ्याचसाठी करतात की काही काळ जगू शकू. मग

जगण्याचा काय अर्थ असतो? मग जगण्याचा अर्थ उत्सव असेल. आम्ही काम एवढ्याचसाठी करतो की काही क्षण तरी आम्ही नाचू शकू. पण काम इतकी घट्ट पकड घेतं की मग नाचण्यासाठी उसंत मिळत नाही, गाणं गाण्यासाठी वेळ मिळत नाही, बासरी वाजवण्यासाठी वेळ मिळत नाही. घरातून ऑफिस आणि ऑफिसातून घर. घर ऑफिसात येतं आणि ऑफिस घरात येतं. सर्व गडबड होऊन जाते. सर्व गुंता होत जातो. मग आयुष्यभर एका आशेने पळत राहायचं की येईल तो क्षण, जेव्हा आराम करू, आनंद उपभोगू. पण तो क्षण कधीही येत नाही.

कृष्ण जीवनाला एक उत्सव, महोत्सव, एक खेळ, एक क्रीडा अशा नजरेने बघतात. जसं फूल बघतात, पक्षी बघतात, आकाशातले ढग बघतात, जसं माणसांना सोडून सर्व जग बघतात. उत्सव! कुणी या फुलांना विचारावं की का फुलतात ती, काय काम आहे? विनाकारण फुलला आहात? चांदण्यांना विचारावं की विनाकारण चमकता? काय काम? कुणी वाऱ्याला विचारावं, का वाहतो? विनाकारण? काय काम?

माणसांना सोडून जगात काम कुठेही नाहीये. माणसांना सोडून जगात सर्वत्र महोत्सव आहे. उत्सव चालू आहे प्रत्येक क्षणी. कृष्ण या जगातल्या उत्सवाला माणसांच्या आयुष्यात घेऊन येतात. ते म्हणतात की मनुष्याचं जीवनसुद्धा या उत्सवाशी एकरूप व्हायला हवं. असं नाहीये की उत्सवात काम नसेल. असं नाही की वारं वाहत नाहीये. असं नाही की चंद्र-चांदण्या चालत नाहीयेत. असं नाहीये की फुलांना फुलण्यासाठी काही करावं लागत नाही. खूप काही करावं लागतं. पण करणं गौण होऊन जातं, होणं महत्त्वपूर्ण होतं. उत्सव आधी येतो, कामं मागे राहतात. काम केवळ उत्सवाची तयारी असते. जगातल्या सर्व आदिम जातींपाशी जर आम्ही जातो, तर समजतं की दिवसभर केवळ काम चालू असतं, म्हणून रात्रीला नाचू शकतात, ढोल वाजवू शकतात, गाणी गाऊ शकतात. पण माणसापाशी जावं तर तो रात्रंदिवस कामच करत असतो. आणि जर त्याला विचारलं की का करतो आहेस? तर उत्तर येतं, उद्याच्या विश्रांतीकरता. आणि विश्रांती पुढे-पुढे ढकलली जाते आणि उद्या कधीही उगवत नाही. तर मी या कृष्णाच्या महोत्सववादी रूपाला मान्य करतो. आणि मी बघतो की इतकं काम करूनही शेवटी माणसाने काय केलं? हां, जर केवळ काम करणं हेच जर लक्ष्य असेल तर गोष्ट निराळी. पण इतकं काम करून आम्ही काय केलं?

सिसीफसची कथा आहे की देवाने त्याला शाप दिला की एका दगडाला, शिलाखंडाला डोंगरावर घेऊन जायचं आणि जेव्हा माथ्यावर पोहोचेल तेव्हा तो शिलाखंड घसरून घरंगळत खाली जाईल, तर सिसीफसने परत खाली जायचं

आणि तो शिलाखंड ढकलत पुन्हा डोंगरावर चढवायचा... पुन्हा खाली, पुन्हा वर... पुन्हा खाली...! काम करणाऱ्या लोकांचं आयुष्य सिसीफसच्या आयुष्यासारखं होऊन जातं. दगडाला चढवत राहतात, दगड पडत राहतो. पुन्हा चढवत राहतात. कधी दगड चढवण्यात मग्न, तर कधी खाली घसरणाऱ्या दगडाला पकडण्यात मग्न! पण संपूर्ण जीवनात तो क्षण काही येत नाही जेव्हा विश्राम असेल, उत्सव असेल.

या काम करणाऱ्या माणसांनी संपूर्ण जगाचा वेड्यांचा बाजार केलाय. सगळे पळत आहेत की कुठेतरी पोहोचायचं आहे... मी ऐकलंय की एका माणसाने अगदी धावत-पळत टॅक्सी पकडली आणि म्हणाला, लवकर चला. टॅक्सी पळू लागली पण मग टॅक्सी ड्रायव्हरने विचारलं, जायचं कुठे आहे? तर तो माणूस म्हणाला, 'तो प्रश्न नाहीये. प्रश्न लवकर जाण्याचा आहे.'

आम्ही असेच आरूढ आहोत. लवकर चला, कुठे निघाला आहात? सगळे ओरडत आहेत, 'हरी अप'. परंतु कुठे? जे काही करत आहात ते जोरात करा, पण का? त्याचं फलित काय? काय मिळवण्याची इच्छा आहे? ते माहीत नाही. पण तितका विचार करण्याइतपतही वेळ नाहीये कुणाकडे. हे अतिकाम करणारे, त्यांनी फार नुकसान केलं आहे. जीवनातले उत्सवाचे क्षण त्यांनी हिरावून घेतले. जगातला उत्सव कमी होत चालला आहे. उत्सवाच्या जागी मनोरंजन आलं आहे जे फार भिन्न आहे. उत्सवात स्वत:ला सहभागी व्हावं लागतं, मनोरंजनात दुसऱ्याला बघणं इतकंच राहतं. मनोरंजन पॅसिव्ह आहे. उत्सव खूप ॲक्टिव्ह आहे. उत्सव म्हणजे आम्ही नाचत आहोत. मनोरंजन म्हणजे कुणी नाचतंय, आम्ही चार आणे दिले आणि बघतोय. पण कुठे नाचण्यातला आनंद आणि कुठे नाच बघण्यातला आनंद! इतकं काम केलं आहे, थकलो आहोत, म्हणून कुणाला तरी नाचताना बघत आहोत.

कामूने कुठेतरी लिहून ठेवलं आहे की, लवकरच अशी वेळ येईल की माणूस प्रेमसुद्धा आपल्या नोकरांकरवी करवेल. त्यासाठी वेळ हवा ना! कामातून वेळ कुठे मिळतोय? प्रेम तर उत्सव आहे. प्रेमातून फलित तर काही होत नाही. आपल्यातच ते आहे – ते आहे. मग ते कोण करणार? कामाच्या अतिस्पर्धेने उत्सवाचे क्षण हरून-हरवून गेले. आणि उत्सवामुळे जीवन जे पुलकित होत होतं, थिरकत होतं, ते हरवलं. म्हणून कुणी प्रसन्न नाहीये, प्रमुदित नाहीये, फुललेला नाहीये.

याचा पर्याय आम्हाला शोधावा लागला. 'मनोरंजन!' कारण काही क्षण तरी हवेत जेव्हा आम्ही काहीही करत नसू, विश्रांती घेऊ. पण जे मनोरंजन आम्ही शोधलं, ते म्हणजे उधार आहे उत्सवाचा. कुणी दुसरं करतंय आणि आम्ही बघत आहोत. जणू असं की दुसरा प्रेम करतो आहे, आम्ही बघत आहोत. सिनेमा बघताना

तुम्ही काय करता? कृपा करा. तुम्हीही प्रेम करा. हे काम पर्यायी करणार नाही. ते अगदी खोटं आहे, कागदी आहे, त्यातून काहीही निष्पन्न होणार नाही. तुम्ही केवळ विचारात राहाल की काम झालं. पण तुमची जी प्रेमाची आकांक्षा होती ती तृप्त होणार नाही. तिची भूक, तहान वाढत जाईल.

कृष्ण उत्सववादी आहेत, ते जीवनाला एक महालीला, एका महोत्सवाप्रमाणे बघतात; परंतु काम करणाऱ्यांनी मात्र या जगाला गुंतवलं, अतिशय जटिल केलं इतकं की माणूस यात योग्य तऱ्हेने जगू शकेल, हेही कठीण वाटू लागलं.

आपण जर रामभक्त हनुमानाला बघतो, तर ते मोठं कर्मठ, निष्ठावान ब्रह्मचारी, शक्तिशाली, सर्व असेच दिसतात. कृष्णभक्त असा दिसत नाही. हे म्हणणं बरोबर आहे. मीरा नाचते, गाते. पण ती कुणाला दिसत नाही. ती दिसणारही नाही. कारण राम जीवनाला काम म्हणून बघतात. कृष्ण उत्सव म्हणून बघतात. उत्सव म्हणून बघणं ही गोष्ट काही वेगळीच आहे. पण जर तुम्हाला निवड करावी लागली की हनुमानाबरोबर चोवीस तास राहायचं आहे की मीरेबरोबर, तर विचार करावा लागेल. तेव्हा तुम्हाला समजेल की हनुमानापासून सुटी मिळेल तर बरं. काय करणार त्यांचं? त्यांच्याबरोबर एका खोलीत चोवीस तास राहणं कठीण होऊन जाईल. मीरेबरोबर चोवीस जन्मही राहता येईल. हेही खरं आहे की कृष्णावर प्रेम करणारा त्यांचा भक्त, ती जी बहिर्मुखता आहे त्यापासून हळूहळू सरकत जातो. तो कोणत्यातरी अंतर्गत गहिऱ्या रसात डुबत जातो. बुडत जातो. बुडणारच. कारण त्याला दिसतं की तुम्ही काहीतरी अद्‌भुत असं हरवत आहात – काहीही नसल्याच्या मागे.

आणि ज्या दिवशी जगात मीरा वाढत जातील त्या दिवशी जगता फार शांतता, शांती होईल. हनुमान वाढत जातील तर उपद्रव होईल. गावागावातून आखाडे तयार होतील आणि जागोजागी उपद्रव निर्माण होईल. एखादा हनुमान एखाद्या गावात ठीक आहे. मीरा, मीरेचं तारतम्य, मीरेचा संबंध जीवनाच्या गहिऱ्या, खोल पातळींशी आहे. हनुमान बिचारे काम करणारे सेवक आहेत. व्हॉलेंटियर जसा असायला हवा तसे ते आहेत. ते कुणासाठी तरी जगत आहेत, कामाची माणसं आहेत, वचनबद्ध आहेत, सेवक आहेत. हे सर्व ठीक आहे. पण मीरेची आनंदाची धून असण्याची धून आहे, करणारी धून नाहीये. ती काही करण्याची मजा नाहीये, असण्याच्या क्षणांची मजा आहे. असणं हेच आनंदपूर्ण आहे. आणि जर ती गाणं गात असेल तर गाणं गाणं हे काम नाहीये. तिच्या 'असण्याचा' तो आनंद. आनंदातून व्यक्त होणारी अभिव्यक्ती आहे. ती इतकी आनंदात आहे की त्या आनंदातून केवळ गीतच गायलं जाऊ शकतं.

तर माझी तर इच्छा आहे की जग हळूहळू संगीताने भरलं जावो, गीतांनी,

नृत्यांनी, उत्सवाने भरो. आणि जे बाहेरचं जग आम्ही म्हणतो, कामाचं जग, त्याचा इतकाच उपयोग आहे की आम्ही त्याच्यातून इतके दूर असो, जितकं दूरपर्यंत आत जाण्यासाठी गरजेचं असेल. त्याहून जास्त असण्याची आवश्यकता नाही. पोटासाठी हवं, पण पोटासाठी कमवणं म्हणजे जीवन नाही. पोळी जास्त असण्याची आवश्यकता नाही. पण काहीजण पोळ्यांवर पोळ्या ठेवत त्याची चळत रचत जातात. ते खायचं विसरून जातात. पोळ्या गोळ्या होईपर्यंत भूकही मरून जाते; कारण इतके दिवस खाल्लं नाही. मग अचानक त्यांना जाणवतं की काय करायचं?

सिकंदर भारतात आला तेव्हा डायोजनीजना भेटला. डायोजनीजने त्याला विचारलं की 'तू कुठे चालला आहेस? हे काय करतो आहेस?' सिकंदर म्हणाला की 'आधी मला आशिया मायनर जिंकायचं आहे.' डायोजनीज म्हणाला, 'ठीक, समजलं. मग पुढे काय?' तो म्हणाला, 'भारत जिंकायचा आहे.' 'मग?', 'पूर्ण जग जिंकायचं आहे.' डायोजनीजने पुन्हा विचारलं, 'पुढे?'... तो असा वाळूवर पडलेला होता. पहाटेची किरणं होती. नग्न होता. 'मग?' सिकंदर म्हणाला, 'मग विश्रांती घ्यायची आहे.' डायोजनीज खदखदून हसू लागला. मागे एक कुत्रा होता. त्याला म्हणाला, 'अरे इकडे ये, ऐक. या वेड्या सिकंदरला बघ. आम्ही आत्ता आराम करतो आहोत आणि हा इतका त्रास घेऊन झाल्यानंतर आराम करणार. अरे, जर शेवटी आरामच करायचा असेल तर ये, इथे झोप नदीच्या तीरावर. खूप जागा आहे इथे. आपण दोघं मावू इथे. आणि मी आराम करतोच आहे सिकंदर.' तो म्हणाला, 'तुम्ही म्हणता ते पटतंय. पण आत्ता नाही. आधी सर्व जिंकू दे.' 'अरे, पण जिंकण्याचा आणि विश्रांतीचा काय संबंध?' 'खरं, पण आता तर मी प्रवासाला सुरुवात केली. अर्धवट परतणार नाही.' डायोजनीज म्हणाला, 'अर्ध्यातूनच परतशील. कुणाची यात्रा कधी पूर्ण झाली आहे?' आणि तसंच झालं. भारतातून निघाल्यावर तो यूनानला नाही पोहोचू शकला. मध्येच त्याचा मृत्यू झाला.

सगळे सिकंदर मरतात. अर्ध्या वाटेवरच मरतात. पोळ्यांचा ढीग साठत जातो पण खाण्याची पाळी येत नाही. वाद्यं गोळा होतात; पण वाजवली जात नाहीत, वाजवण्याची वेळ येत नाही.

नाही, जीवनाला उत्सवाप्रमाणेच घ्यायला हवं, तीच जीवनाची धून आहे. कुणी तुम्हाला जर विचारलं – नाही – तुम्हीच तुम्हाला विचारा की तुम्ही जे काही करत आहात, अगदी खोलवर जाऊन विचारा – ते जगण्यासाठी करत आहात की करण्यासाठी जगत आहात? तर उत्तर स्वच्छ मिळेल. आणि तेव्हा तुम्हाला कृष्ण अगदी जवळचे वाटतील. तुम्ही जगण्यासाठी सर्व करत आहात. करण्यासाठी जगत नाही आहात. जर जगण्यासाठी सर्व करत असाल तर मग ठीक आहे, तेवढंच करणं पुरेसं आहे जितकं जगण्यासाठी आवश्यक आहे. जास्त का करावं? त्यात

काही अर्थ नाही.

स्वाभाविकतेने जर ही वृत्ती पसरत जाईल तर बरेच उपद्रव बंद होतील. कारण बरेच उपद्रव आमच्या अति करण्यामुळे निर्माण होतात. जग जास्त शांत, जास्त आनंदी, जास्त प्रफुल्लित होईल. निश्चितच काही गोष्टी निघून जातील– चिंता, तणाव, वेड्यांचे दवाखाने, हजारो मानसिक आजार.

म्हणून मी कृष्णाच्या उत्सववादी मनाला मान्य करतो. या देशात राम, कृष्ण, बुद्ध, महावीर, जैनांच्या चोवीस तीर्थंकरांना दाढी-मिशा नाहीत. दाढी-मिशा नाहीयेत त्यांच्या प्रतिमांमध्ये. नाही त्यांच्या चित्रांत. काय कारण असेल?

मला नाही वाटत की त्यांना दाढी-मिशा नसतील. पण आम्ही त्यांना तशा दिल्या नाहीत. यामागे काही कारणं असतील. अनेक कारणं असतील.

मोठं कारण, पहिलं कारण दाढी-मिशा फुटण्याअगोदरचं व्यक्तीचं जे वय आहे, ते सर्वांत ताजं वय आहे. त्यानंतर सर्व सुरू होतं. ताजेपणाचा तो शेवटचा क्षण आहे. त्यानंतर गोष्टी उताराला लागतात. आम्ही या लोकांचा ताजेपणाचा अनंत सागर अनुभवला आहे. त्यांना आम्ही जीवनात कधी उताराला लागलेलं बघितलं नाही. नेहमीच नित्य ताजं बघितलं आहे. असं नाही की ते वयस्कर, म्हातारे झालेच नाहीत. त्यांचं शरीर जीर्ण झालं नाही. हे सर्व घडलं, पण त्यांच्या चेतनेला आम्ही नेहमीच किशोरावस्थेत बघितलं. आतलं तारुण्य! ते तितकेच ताजे, रसरशीत, त्यांच्या चेतनेच्या ताजेपणात कधी फरक पडलेला नाही. आणि या सर्व मूर्ती, चित्रं ही व्यक्तींची चित्रं, मूर्ती नाहीत. या व्यक्तींच्या आत आम्ही डोकावलो, ते चित्र आहे. एक तारुण्य, जे सतत त्यांच्याबरोबर आहे. वृद्ध कृष्ण असा विचारच आम्ही करू शकत नाही. असं नाही की ते वृद्ध झालेच नाहीत. ते वृद्ध झाले, पण आम्ही विचारच करू शकत नाही की हा माणूस म्हातारा झाल्यावर कसा दिसत असेल. आणि अशी काही मुलं आहेत, ज्यांना आम्ही मुलं म्हणून विचारच करू शकत नाही, ते आधीपासूनच म्हातारे असतात.

एका गावात गेलो असताना एका मुलीने मला विचारलं– असेल तेरा-चौदा वर्षांची! ती म्हणाली, 'मला मुक्ती हवी आहे.' ती मुलगी वृद्ध झाली. मी तिला विचारलंय, 'मुक्ती हवी? म्हातारी झाली आहेस का? अजून जगलीच नाहीस. बंधनात पडली नाहीस. आत्ता तर फुलायचं वय आहे.' ती म्हणाली, 'माझं घर मोठं धार्मिक आहे.' ती मला तिच्या घरी घेऊन गेली. तिचं घर उदास-मृत. सगळेच मुक्ती मिळण्याची वाट बघत आहेत, तर तिथे जगण्यासाठी वेळ कुणाकडे? आई-वडील. सर्व घर उपासाच्या सावलीत दबलेलं. स्वाभाविक आहे की ती मुलगीसुद्धा म्हातारी झाली. जर या मुलीचं चित्रं काढायचं झालं, तर तिला चौदा वर्षांचं वय देणं अप्रामाणिक ठरेल. कॅमेरा चौदा वय दाखवेल, पण चित्रकार ऐंशी वर्षांचं वय

दाखवेल. तिच्या मनाचं वय तेच आहे.

बुद्ध, महावीर, कृष्ण, राम हे नेहमीच तरुण आहेत; पण आम्ही पंचवीस वर्षांचाही चेहरा बनवू शकलो असतो, तेव्हा त्यांच्या चेहऱ्यावर दाढी-मिशा असत्या. तो तेरा-चौदा वर्षांचा चेहरा, दाढी-मिशी नसलेला, आम्ही का बनवला? कारण आहे. जी गोष्ट सुरू होते, त्याचा शेवट होतोच. जर दाढी-मिशा येऊ लागतात तर वृद्धत्व येणारच. तर ती जागा जिथून सुरुवातच झालेली नाही त्या जागेलाच आम्ही शेवटचा पॉइंट बनवला. त्यानंतर आम्ही त्यांचं चित्रण केलं नाही.

दुसरं कारण. पुरुषाच्या मनात जो सौंदर्याबद्दलचा विचार आहे, तो स्त्रैण आहे. पुरुषाच्या मनातली सौंदर्याची प्रतिमा स्त्रीची आहे आणि हे सर्व कवी, चित्रकार, शास्त्रकार पुरुष आहेत. जर कृष्णाला सुंदर बनवायचं असेल आणि बनवायचं आहेच; कारण कृष्णापेक्षा सुंदर काय असू शकतं? तर जी चेहऱ्याची ठेवण असेल ती स्त्रैण असेल. म्हणून बुद्ध, कृष्ण सर्वांचे चेहरे स्त्रैण आहेत. चेहऱ्याचं बिंब स्त्रीचं आहे, पुरुषाचं नाहीये. म्हणून संपूर्ण जगात जशी आमची समज वाढत गेली, पुरुषांनी आपल्या दाढी-मिशा कापून टाकल्या. मनात असाच विचार आहे की चेहरा तर सुंदर स्त्रीचा आहे. तर स्त्रीच्या चेहऱ्यासारखा राम, कृष्ण, बुद्धांचा चेहरा हवा, अशा प्रयत्नात सतत आहे माणूस.

अर्थात स्त्रीच्या बाजूने हे सत्य नाहीये. स्त्रीच्या मनातलं जे सौंदर्य आहे ते पुरुषासारखं आहे. स्त्रीला दुसरी स्त्री सुंदर भासत नाही. स्त्रीच्या मनातलं सौंदर्यबिंब पुरुषांचं आहे. जर स्त्रियांनी राम, कृष्ण, बुद्ध यांच्या मूर्ती बनवल्या असत्या तर त्यांना दाढी-मिशा असणं हे अनिवार्य होतं, असं मला वाटतं. कारण स्त्रीला हे पटतच नाही. ते स्त्रैण भासतात. आणि मी आजही हे मान्य करत नाही की दाढी-मिशा काढल्यावर स्त्रीला तसा चेहरा प्रिय वाटतो. नाही वाटू शकत. कारण दाढी-मिशा ज्या चेहऱ्यावरच्या काढल्या गेल्या, तो चेहरा पुरुषाचा काही भाग नष्ट करतो. होतं तसं. तुम्ही जरा उलट विचार करा की स्त्रीने दाढी-मिशा लावल्या आहेत, तर ती किती प्रिय वाटेल? पण स्त्रियांना तसं सांगण्याचं स्वातंत्र्य नाही. त्यांच्या विचारांची दिशाही पुरुषांनी ठरवली आहे. पर तुम्ही लक्षात ठेवा की ज्या कोणत्या युगात पुरुष-सौंदर्य प्रकट होतं, तर तेव्हा दाढी-मिशा परतून येतात. त्यांची शान परतून येते.

स्त्रियासुद्धा पुरुषांसारखं होण्याचा प्रयत्न करत राहतात. संपूर्ण जगात हा प्रयत्न चालू आहे. स्त्रिया पुरुषांसारखे कपडे वापरू इच्छितात, पुरुषांसारखं घड्याळ वापरू इच्छितात, पुरुषांसारखं काम करू इच्छितात; कारण त्यांच्या मनात सौंदर्याचं प्रतीक पुरुष आहे. जर स्त्रियांचा समाज कधीकाळी जिंकला, ज्याची भीती दिवसेंदिवस वाढत आहे. कारण पुरुषांनी अनेक दिवस मालकत्व केलं, आता पारडं बदलेल.

काही आश्चर्य वाटायला नको जर स्त्रियांनी मग दाढी-मिशा लावल्या तर. आज आश्चर्य वाटतंय कारण ती घटना आम्ही कधी विचारातच घेतलेली नाही. पण ती पुरुषासारखी होत चालली आहे, झाली आहे. सर्व प्रकारे ती पुरुषाच्या बाजूला खांद्याला खांदा मिळवून उभी राहत आहे.

ज्या चित्रकारांनी कृष्ण, राम, बुद्धाच्या मूर्ती बनवल्या, ते पुरुष आहेत आणि स्त्रैण सौंदर्य त्यांच्या मनात आहे. म्हणून त्या प्रतिमा प्रामाणिक नाहीयेत. तुम्ही जर जैनांच्या चोवीस तीर्थंकरांच्या प्रतिमा बघितल्यात तर तुम्हाला समजेल की त्या सगळ्या एकसारख्या आहेत. त्यांच्या खाली दिलेली चिन्हं जर काढून टाकली तर त्यांच्यात काहीही फरक नाही. बुद्ध, महावीर यांच्यातला कपड्यांचा फरक जर काढून टाकला तर त्यांच्यात काहीही फरक दिसत नाही. हे सर्व चेहरे एकसारखे असतील? नाही. हे चेहरे एकसारखे नाहीत, असू शकत नाहीत. पण चित्रं बनवणाऱ्यांकडे एकसारखी प्रतीकं आहेत. बुद्धाला बनवणारा बुद्धालाही, त्याच्या मूर्तीलाही सुंदरतम बनवण्याचा प्रयत्न करत आहे. महावीरांनाही. आणि याच प्रयत्नांमुळे सर्वांचे चेहरे एकसारखे होत आहेत. जवळ-जवळ एकसारखेच आहेत, झालेत.

'तितकंच कर्म करा, पुरेसं आहे जितकं जगण्यासाठी आवश्यक आहे. जास्त का करा? जर अशी वृत्ती राहिली, कर्म करणारे नसतील तर मीराच्या हातातली एकतारीही नसेल आणि आम्ही आपलं प्रवचन जे रेकॉर्ड करत आहोत, ऐकत आहोत लाउड-स्पीकरवर तोही नसेल. तोही कर्माचंच फळ आहे. हाच प्रश्न उरतो. जरा समजवा आणि जीवनाला उत्सव मानणाऱ्यांचं दारिद्र्य कसं दूर होईल?'

हो, विचार करण्यासारखं आहे. मीरेच्या हातात एकतारी आली ती कर्म करणाऱ्यांमुळे आली, की उत्सव मानणाऱ्या लोकांमुळे आली? एकतारी कर्म करणारे निर्माण करत नाहीत. ते कुदळ बनवतात, एकतारी नाही. एकतारीचा कर्माशी काहीही संबंध नाही. कुदळ बनवतात, कुऱ्हाड बनवतात, तलवार बनवतात. एकतारी तर ती माणसं बनवतात जे जीवनाला खेळाप्रमाणे घेतात. जीवनात जे काही श्रेष्ठ आलं आहे, मग ती एकतारी असो, ताजमहाल असो, तो अशा लोकांच्या मनातून निर्माण होतो, अशा लोकांच्या स्वप्नांतून आकार घेतो, जे जीवनाला उत्सव बनवतात. स्वाभाविकतेने हे उत्सव साजरा करणारे लोक, त्या लोकांचा उपयोग करून घेतात जे जीवनाला काम समजतात. पण जी माणसं याला काम समजून

कार्य करत आहेत, त्यांची इच्छा असती तर उत्सव समजून त्यांनी हे कार्य केलं असतं. माझं असं मानणं आहे की तुम्ही ताजमहालाला बघून जितके आनंदित होता, तितके ताजमहालाच्या विटा घडवणारे कामगार आनंदित नाही झाले, ते काम करत होते; परंतु याचं कारण काय आहे? वीट उत्सवासारखी ठेवता येणार नाही? मी एक कथा सतत सांगत असतो :

एका मंदिराचं बांधकाम चालू आहे आणि तिथून जाणारा एक माणूस दगड फोडणाऱ्याला विचारतो आहे की 'तू हे काय करतो आहेस?' त्या माणसाने प्रश्न विचारणाऱ्याकडे बघितलंही नाही आणि तो ओरडला, 'दिसत नाही, दगड फोडतोय ते?' तो माणूस पुढे गेला. त्याने दुसऱ्या कामगाराला – हजारो कामगार होते, दगड फोडत होते – विचारलं, 'माझ्या मित्रा, तू काय करतो आहेस?' त्या माणसाने उदास होत छिन्नी-हातोडी खाली ठेवली, त्याच्याकडे बघितलं, म्हणाला, 'दिसतं तर आहे की दगड फोडतोय. रोटी कमावतोय. अशा तऱ्हेने मुलांसाठी, बायकोसाठी.' त्याने पुन्हा दगड फोडायला सुरुवात केली. तो माणूस तिसऱ्या माणसापाशी पोहोचला, जो मंदिराच्या पायऱ्यांजवळ दगड फोडत होता आणि गाणंही गात होता, त्याने विचारलं, 'काय करतो आहेस?' तो म्हणाला, 'काय करतोय? देवाचं मंदिर बनवतो आहे.' त्याने पुन्हा कामाला आणि गाणं गायला सुरुवात केली. तिघंही एकच काम करत होते; पण तिघांची विचारांची पद्धत, दगड फोडण्यासंबंधीची वेगवेगळी आहे. तो जो तिसरा माणूस आहे त्याने दगड फोडण्याला उत्सवाचं रूप दिलं आहे.

मी असं नाही म्हणत की लोकांनी दारिद्र्यातच राहावं अथवा यंत्र बनवू नयेत. मी नाही म्हणत की लोकांनी समृद्ध न व्हावं, पण या सगळ्यालाही उत्सवाप्रमाणेच घ्यावं, काम म्हणून नाही. गरिबी जर कामाप्रमाणे संपली, तर गरिबी तर संपेल, पण गरीब माणूस जगातून नष्ट होणार नाही. पण जर गरिबी एका उत्सवाप्रमाणे संपवली तर असं होऊ शकतं. गरिबी लगेच संपणार नाही; परंतु गरीब माणूस मात्र नष्ट होईल.

आम्ही जे करतो आहोत, ते कोणत्या दृष्टिकोनातून करतो आहोत, हे जास्त महत्त्वाचं आहे. आणि जेव्हा या दृष्टिकोनात बदल होतो तेव्हा सर्व गतिविधी बदलून जाते. एक माळी सकाळी बागेत काम करतो, पण ते काम म्हणजे उत्सव नसतो. कोण त्याला मनाई करतं की उत्सवाप्रमाणे करू नकोस. मान्य की तो त्याच्या पोटापाण्याचा व्यवसाय आहे. पण तो फुलणाऱ्या फुलाप्रमाणे, उत्सवाप्रमाणे न करण्यास कोण सांगतं? आणि त्या कामाला उत्सवाप्रमाणे न घेतल्यामुळे त्याची कमाई कुठे जास्त होते? मी तर असं मानतो की जर त्याने 'आनंद' या दृष्टिकोनातून त्याचं काम बघितलं, त्याच्या मनात फुलांचं

फुलणं म्हणजे हर्ष, आनंद, उत्सव अशी भावना निर्माण झाली, तर तो माळी केवळ नोकर म्हणून राहणार नाही. तो अगदी वेगळ्या, गहिऱ्या अर्थाने त्या फुलांचा मालक नसूनही मालक होईल. गरिबी, दुःख संपवायचं आहेच; पण ते केवळ काम या स्वरूपात नाही. जीवनातल्या उत्सवात सगळेजण एकत्र येऊ शकतील, सामावू शकतील, म्हणून!

जेव्हा मी म्हणतो की गरिबी संपवायची आहे तेव्हा माझ्या म्हणण्याचा अर्थ असा नाही असत की गरीब खूप त्रासात आहे म्हणून संपवायची आहे. माझा अर्थ इतकाच आहे की गरीब असताना जीवनाच्या महोत्सवात भागीदार होणं खूप कठीण आहे, म्हणून संपवायची आहे. मी जेव्हा गरिबी संपवू इच्छितो, तेव्हा माझा अर्थ केवळ पोटाची खळगी कशीही करून भरली जावी इतकाच नाहीये. माझा विचार असा आहे की जोपर्यंत पोट भरत नाही तोपर्यंत त्याचा आत्मा भरणं कठीण आहे, आणि त्याचा आत्मा तर उत्सवानेच तृप्त होईल. पोट कामाने भरेल.

आणि जर आत्म्याकडे लक्ष द्यायचं, तर आम्ही जीवनातल्या प्रत्येक कामाला उत्सव बनवू शकतो. त्या शेतात आम्ही खड्डेही खणू शकतो आणि गाणंही गाऊ शकतो. हे असंच होतं आधीपासून. 'फॅक्टरी' आता आनंदमय नाहीये. पण आज नाही तर उद्या फॅक्टरीत गाणं परतून येईल. शेतकरी शेतात कामच करत होता, पण गाणीही गात होता. त्याच्या गाण्यामुळे कामात व्यत्यय होत नव्हता, कामास गती येत होती. पण कारखान्यात तर गाणी गायची सोय नाहीये. तिथे केवळ कामच शिल्लक राहिलं आहे. माणूस थकून-भागून, मोडून परततो. ज्या देशातून यावर विचारविनिमय चालला आहे की असा माणूस, असा कारखाना... जिथे संगीत नाही, केवळ काम आणि काम. तिथे धोका आहे, त्याच्या कामाचं रूपांतर आनंदात करणं आवश्यक आहे. तो दिवस दूर नाही की कारखान्यातूनही गाणी गाता येतील. आणि उत्सवासाठी क्षण शोधले जातील. शोधावेच लागतील. अन्यथा माणूस उदास आणि रिक्त होत जाईल.

एक स्त्री घरात अन्न शिजवते. ती एखाद्या हॉटेलमध्ये जसा स्वयंपाकी अन्न शिजवतो, तसंही शिजवू शकते आणि ती असंही शिजवू शकते, जेव्हा कोणी आपल्या प्रियकराची प्रतीक्षा करता करता अन्न शिजवतं. तेव्हा काम उत्सव बनतं. उत्सव दमवणार नाही, तर भारून आणि भरून टाकेल. काम तोडेल, रिकामं, रिक्त करेल आणि दोन्ही परिस्थितीत कामं होतातच.

म्हणून मी तसं म्हणालो.

'आपण म्हणालात की कृष्ण चित्ताच्या भूमिकेपेक्षा वर आले आहेत आणि असंही म्हणालात की प्रेरणांनी प्रेरित होऊन त्यांनी गोपींचं वस्त्रहरण केलं. जी व्यक्ती चित्ताच्या भूमिकेपेक्षा, त्या पातळीहून वर आलेली आहे. तिचं चित्तही सहजप्रेरणेने प्रेरित होऊ शकतं? आणि जर होत असेल तर पशूही या दृष्टिकोनातून त्या व्यक्तिसमान झाला?'

मी म्हणालो की, कृष्ण चित्ताच्या पार गेले. याचा अर्थ असा नाही की कृष्णाचं चित्त राहिलंच नाही. याचा अर्थ असा की चित्ताच्याही पलीकडे जे आहे, कृष्णाने तेही जाणलं, ओळखलं. चित्त तर होतंच. सामावलेलं होतं. कृष्णाचं व्यक्तित्व चित्ताहून मोठं व्यक्तित्व झालं होतं. त्यात चित्तालाही जागा होती.

चित्ताच्या पलीकडे जाण्याचे दोन अर्थ असू शकतात. चित्ताच्या शत्रुत्वात पार होणं, तर चित्त कापलं जातं, तुटून पडतं. पण चित्ताच्या मैत्रीच्या पलीकडे जाणं तर चित्त सामावलं जातं. या मोठ्या घटनेत जी चित्ताच्या पलीकडे घडत आहे, चित्त आपला हिस्सा, आपली जागा बनवतं. मी जेव्हा म्हणतो की मी शरीराच्या पलीकडे गेलो तेव्हा अर्थ निघत नाही की मी शरीर राहिलो नाही. याचा अर्थ असा की मी केवळ शरीर राहिलो नाही. शरीर तर आहेच; पण त्याखेरीजही काही आहे. शरीर संपलं नाही; पण त्याशिवाय काहीतरी जोडलं गेलं. कालपर्यंत समजत होतो की केवळ मी म्हणजे केवळ शरीर आहे, आता मी मानतो की त्याहीपेक्षा अधिक काहीतरी आहे. ते जे काही अजून आहे त्याने शरीराला संपवलं नाही, तर अधिक श्रीमंत केलं, समृद्ध केलं. आत्माही आहे आणि जेव्हा कुणा व्यक्तीला परमात्मा ज्ञात होतो तेव्हा आत्मा नाही, तर जाणवतं की परमात्माही आहे. आत्मा आणि चित्त सर्व त्या विशालतेत सामावले जातात. काही हरवत नाही, जोडलं जातं.

तर जेव्हा मी असं म्हणतो की कृष्ण चित्ताच्या पलीकडे गेले, तर त्याचा अर्थ असा आहे की त्यांनी तेही जाणलं जे चित्ताच्या पलीकडे पसरलेलं आहे. पण ते चित्त होतेच. त्यांचं चित्ताशी शत्रुत्व नव्हतं. त्यांनी चित्ताशी युद्ध केलं नव्हतं, जिंकून पार गेले होते. आता त्यांच्या आत सर्व सहज होत होतं, घडत होतं.

चित्तात तोपर्यंत सर्व असहज घडत राहतं जोपर्यंत चित्तात आमचं द्वंद्व चालू असतं. एक मन म्हणतं कर, एक मन म्हणतं नको करू. तेव्हा गोष्टी असहज होत जातात. जेव्हा संपूर्ण चित्त, मन एकत्र होतं, तेव्हा केवळ होणं होतं ते घडतं, जे नाही घडत, ते नाही घडत. तेव्हा सहजता येते. पण एक गोष्ट फार छान विचारलीत की मग पशूंत आणि त्यांच्यात – कृष्णात – फरक काय राहिला?

एका दृष्टिकोनातून अजिबात नाही आणि एका दृष्टिकोनातून खूप फरक आहे. पशूही सहज आहेत; पण अज्ञानामुळे. कृष्णही सहज आहेत, पण जाणीवपूर्वक, शुद्धीत! सहजता समान आहे. बोध भिन्न आहे. पशूही सहज आहेत. जे घडतंय, ते घडतंय. पण याचा त्यांना बोध नाहीये. यंत्रवत होत आहे. कृष्णाला जे होत आहे, त्याचा साक्षी मागे उभा आहे, जो बघतो आहे की असं घडतं आहे. पशूंपाशी साक्षी नाहीये.

कृष्ण मनाच्या पलीकडे गेले आहेत; पशू अलीकडे आहेत. अजून पशूंपाशी मनही नाहीये. आत्ता त्यांच्यापाशी शरीर आहे. वृत्ती आहेत, ज्या यंत्रवत काम करत आहेत. म्हणून मनापलीकडे जो गेला आहे आणि मनाच्या खाली जो आहे, एक तारतम्य असेल.

अतिशय जुनी, फकिरांमधे एक म्हण आहे की, जेव्हा कुणी परमज्ञानाला प्राप्त करतो, तर तो परम अज्ञानीसारखा होतो. यात सत्यता आहे कारण परम अज्ञानी... जसं आम्ही जडभरतला जाणतो. तसं नाव दिलं गेलं आहे. पण झाला तो जड. एका अर्थी जे पूर्ण ज्ञान आहे ते त्या अपूर्ण अज्ञानासारखं वाटतं. कमीत कमी पूर्णता तर समान आहे. एक गोष्ट त्या दोहोंत आहे. ज्ञानातही काही अस्वस्थता उरली नाही; कारण सर्व जाणलं गेलं. अज्ञानातही काही अस्वस्थता नाही कारण सध्यातरी काही जाणलंच नाही. अस्वस्थ होण्यासाठी काहीतरी जाणलं गेलं पाहिजे. पशू, जे घडत आहे, घडत आहे, काही बोध नाही. कृष्ण, जे घडत आहे, घडत आहे, पूर्ण बोध आहे. हे अबोधात नाही घडत आहे. म्हणून आम्ही म्हणतो, जेव्हा संत संपूर्ण व्यक्तित्वाला प्राप्त होतात, तेव्हा ते लहान मुलांसारखे होतात.

जीझसना कुणी विचारतं की आपल्या प्रभूच्या राज्यात काय होईल? अथवा ज्याला प्रभू प्राप्त होईल तो माणूस कसा असेल? तर जीझस सांगतात, ती व्यक्ती जिला प्रभू प्राप्त होईल, लहान मुलासारखी असेल. पण जीझस असं म्हणत नाहीत की मुलांना प्रभू प्राप्त झाला. नाही ते म्हणतात, मुलांसारखा. 'मुलं' असं नाही म्हणत. जर ते असं म्हणाले असते की ती व्यक्ती मूल होईल, तर मग मुलं तर मुलं आहेतच. मग याहून वेगळं काही करण्याची आवश्यकता काय? नाही, मूल सध्या खालच्या पातळीवर आहे. मुलाला अजून ताणतणावात जावं लागेल. अनेक आजारांनी ग्रस्त आहे. त्यातून त्याला पार जावं लागेल. अजून पशूंना त्या साऱ्या आजारातून पलीकडे जावं लागेल जे माणसांचे आहेत. आणि कृष्ण त्या साऱ्या आजारांना पार करून चुकलेत. इतका फरक आहे आणि इतकं साधर्म्य आहे.

'भगवान श्री, आपण स्वधर्म आणि निजधर्माची चर्चा केलीत. त्यात जो श्लोक आहे त्याच्या पहिल्या भागात असं म्हटलं आहे की, स्वधर्म विगुणही श्रेष्ठ आहे. स्वधर्म जर निजता आहे, तर तो विगुण, गुणरहित कसा काय असू शकतो? निजता गुणरहित असू शकते?'

हा शेवटचा प्रश्न. मग ध्यान करायचं आहे. हा प्रश्न, यात दोन गोष्टींवर विचार करायला हवा. एक तर गोष्टी मूलत: विगुण-निर्गुण असतात. फक्त अभिव्यक्तींमध्ये गुण उपलब्ध असतात. जसं की एक बी आहे. आत्ता ते गुणरहित आहे. केवळ बी असण्याचा गुण आहे. त्यातून लाल फुलं उमलतील. पण अजून फुललेली नाहीत. उद्या फूल बनेल याचं. ते फूल गुणवान असेल. त्याचा सुगंध, रंग, आकार विशेष असेल. त्याचं व्यक्तित्व विशेष असेल, पण बीमध्ये शून्य आहे व्यक्तित्व. अभिव्यक्तीत ते प्रकट होईल.

जग सगुण आहे, परमात्मा निर्गुण आहे. परमात्मा बीजरूप आहे. जेव्हा प्रकट होतो तेव्हा गुण दिसू लागतात. जेव्हा अप्रकट होतो, तेव्हा गुण हरवतात. एक माणूस चांगला आहे, एक माणूस वाईट आहे. एक माणूस चोर आहे, एक माणूस संत आहे. दोघं निजले, दोघं गुणरहित झाले. सुषुप्तीत गुण नसतात. संत संत राहत नाहीत. चोर चोर राहत नाहीत आणि सुषुप्ती निजतेच्या अगदी निकट असते, खूप जवळ. पण जागे झाले की चोर चोर होईल आणि संत संत होईल. सुषुप्तीत आम्ही आमच्या स्वत:जवळ असतो. आणि समाधीत तर आम्ही निजतेत पोहोचतो. तर हा जो निजतेचा, स्वभावाचा अनुभव आहे, तो म्हणजे निर्गुणता. पण स्वभावाची जी अभिव्यक्ती आहे, ती सगुण असेल. सगुण आणि निर्गुण या दोन गोष्टी नाहीयेत. विरुद्ध गोष्टी नाहीयेत. सगुण-निर्गुण अभिव्यक्तींची नावे आहेत. आणि निर्गुण अप्रकट सगुण अवस्थेचं नाव आहे.

तर स्वभावाच्या दोन स्थिती असतील. निजतेच्या दोन स्थिती असतील. एक ती निजता जी अप्रकट, बीजस्वरूप आहे, गर्भ आहे, अजून प्रकट झालेली नाही, लीन आहे. आणि एक ती निजता, जी प्रकट झाली आहे. आणि जेव्हा प्रकट होते निजता तेव्हा ती आकार घेते, गुण घेते. जशी एखादी गोष्ट प्रकट होईल ती रंग, रूप, आकार घेईल. प्रकट होणं म्हणजेच रूप-रंग-आकार घेणं.

एक छोटीशी झेन कथा आठवली. एक झेन साधू आपल्या शिष्यांना चित्रं काढायला शिकवतो. चित्रांद्वारे ध्यानमार्गावर घेऊन जातो. ध्यानमार्गावर कुठूनही जाता येतं. जगात जे कोणतं स्थळ आहे, जागा आहे, तिथून जाता येतं. एके दिवशी त्याचे शिष्य एकत्र आले आणि त्याने सांगितलं की एका चित्राची रूपरेखा

मी तुम्हाला देतो. ती अशी की एका गवताळ माळावर एक गाय गवत खात आहे. तुम्ही तसं चित्र काढून आणा. पण लक्षात ठेवा की चित्रं निर्गुण असायला हवं.

ते दहा शिष्य अडचणीत आले. फकिरांचं कामच हे असतं की संकटात टाकायचं. वेगळं काही काम नाही. कारण संकटात टाकलं तर स्वत:चा विचार होऊ शकतो. त्यांना संकट वाटू लागलं की निर्गुण कसं असेल? रंगांचा तर उपयोग करायला हवा. कमीत कमी गाईचा आकार तर हवा, गवतही हवं.

नऊ जणांनी चित्र काढलं. असं अस्पष्टसं. पण तरीही गाय होतीच, गवतही होतं. थोडासा रंगही होता. एकमेकांना विचारू लागले की गाय कुठे आहे? एकाने उत्तर दिले की जेव्हा काढत होतो, तेव्हा नक्कीच होती, पण आता मलाही शंका वाटते. कारण निर्गुण बनवण्याचा प्रयत्न केला होता, माहीत नाही, कुठे आहे. पण त्या फकिराने सर्व चित्रं फेकून दिली. म्हणाला, निर्गुण आहे तर रंगीत कसं काय? गाय कशी? दहावा शिष्य कोरा कागद घेऊन आला. फकिराने विचारलं, गाय कुठे आहे? तो म्हणाला, गायीने गवत खाल्लं आणि ती निघून गेली. हे निर्गुण चित्र आहे. गाईने गवत खाऊन टाकलं. गवत संपलं. कागद कोरा राहिला.

निर्गुण निजतेत जे गहिरेपण आहे, तिथे सर्व निराकार, निर्गुण आहे. विगुण-गुणरहित आहे. अभिव्यक्ती गाय जेव्हा गवत खात असते, तेव्हा प्रकट होते. मग गवत असतं, गाय असते, रंग – खेळ सुरू.

या जगाचा एवढा मोठा विस्तार कधी गुणरहित होता. कधी शून्यातून जन्म झाला आणि पुन्हा कधी शून्यात विलीन होईल. जन्मतं सगळं आणि पुन्हा परतून जातं. आणि तो जो शून्य अवस्थेत आहे, त्यात पूर्णपणे लपलेला आहे, आपल्या संपूर्ण गुणांना घेऊन, पण विगुण आहे, निर्गुण आहे.

या अर्थाने निजतेची दोन रूपं आहेत. सर्वच गोष्टींची दोन रूपं आहेत. प्रकट आणि अप्रकट!

म्हणूनच कृष्णालाही दोन बाजूंनी बघायचं आहे. एक जे त्यांचं व्यक्तिमत्त्व दिसतं आणि एक जे दिसत नाही. जे अश्रद्ध आहेत त्यांना त्यांचं केवळ दृश्यरूप दिसेल. आणि ज्यांच्या जीवनात श्रद्धा जन्मली आहे त्यांना तेही रूप दिसेल, जे दिसत नाही, अदृश्यरूपी आहे. तर्क, चिंतन, मनन, विचार मॅनिफेस्टेड पुढे जाऊ शकणार नाही. प्रकटतेच्या पुढे नाही, गुणांपुढे नाही. ध्यान, प्रार्थना, श्रद्धा अनमॅनिफेस्टेडमधे प्रवेश करेल. अप्रकटतेत प्रवेश!

म्हणून तर्क-विचारांचं एक काम आहे की त्यांनी तिथपर्यंत पोहोचवायचं, त्या सीमारेषेपर्यंत जिथे अभिव्यक्ती समाप्त होते आणि अनभिव्यक्ती सुरू होते. तिथे उडी मारावी लागेल. आपल्या बुद्धीने उडी मारावी लागेल. आपल्या मनाच्याही पुढे

स्वत:ला पार करावं लागेल. आणि जेव्हा प्रकट-अप्रकट दोन्ही एक होतात, त्या दिवशी सत्य, पूर्ण सत्याचा साक्षात्कार होतो.

आता ध्यानाच्या संदर्भातल्या दोन-तीन गोष्टी समजून घ्या. एक तर जो प्रयोग आम्ही पहिल्या दिवशी केला होता. दहा मिनिटं शांत उभं राहणं अगदी थोड्या मित्रांनाच शक्य होतं, वीस टक्के लोकांना. ऐंशी टक्के लोकांना ध्यानाची जी जुनी पद्धत आहे, ती ठीक वाटते. आजोल ध्यानपद्धती आज आपण करू.

प्रथम संकल्प, चाळीस मिनिटं डोळे बंद करून ठेवायचे. काहीही होवो, डोळे उघडायचेच नाहीत. अनेकांना उघडावेसे वाटतील. पण जर आत बघायचं असेल तर बाहेर बघणं बंद करायला हवं. यामुळे तुमची इच्छाशक्तीही वाढते. तर मी सांगेपर्यंत डोळे उघडायचे नाहीत. दुसरी गोष्ट, असा संकल्प हात जोडून करायचा परमात्म्यासमोर की, आम्ही आमची पूर्ण शक्ती उपयोगात आणू. हे नक्की लक्षात ठेवायचं की पूर्ण शक्ती उपयोगात आणायची आहे.

पहिल्या चरणात दहा मनिटं खोल श्वास घ्यायचा आहे. ज्यांना दमा असेल त्यांनी हळू श्वास घ्यावा आणि ज्यांना श्वासाचा-श्वसनाचा त्रास नाहीये त्यांनी श्वास जलद घ्यावा. श्वसनाचा त्रास असलेल्यांनी खोलवर सावकाश श्वास घ्यावा आणि सोडावा. बाकीच्यांनी जलद श्वासोच्छ्वास करावा. जसा लोहाराचा भाता. पूर्ण खाली – रिकामं आणि पूर्ण नवी ताजी हवा आत.

पाच मिनिटांनी तुमच्या शरीरात विद्युतलहरी वाहू लागतील. कंपन होत असेल तर होऊ देत. शरीर यादरम्यान नाचू जरी लागलं तरी हरकत नाही. दहा मिनिटांनी तुम्ही शरीराला सहकार्य करा. नाचत असेल, तर नाचू दे. रडत असेल तर रडू देत. हसतंय, ओरडतं– जे जे काही करतंय, करू देत.

काही मित्र म्हणतात की, त्यांना काहीच होत नाही. तुम्ही जो खोलवर श्वास घेत आहात, तो तुम्हीच घेत आहात. आपोआप तर श्वासोच्छ्वास होत नाही. जे तुमच्यासाठी सोपं-सोयीचं ते करा. होण्याची प्रतीक्षा करू नका.

तिसऱ्या दहा मिनिटांनी नाच चालू राहील, तेव्हा स्वत:ला विचारा, 'मी कोण आहे?' इतकं जोरात विचारा की केवळ तोच स्वर राहील, की 'मी कोण आहे?' मी कोण आहे असं विचारत राहा. अखंड, मधे जागा न सोडता. असं होऊ शकतं की जे तुम्ही मनातल्या मनात विचारत आहात, ते मोठ्यांदा म्हणू लागाल. हरकत नाही, चालू राहू दे सर्व.

त्यानंतरची दहा मिनिटं विश्रांती. संपूर्ण जग विश्रांती घेत आहे. डोंगर, वृक्ष... आता सगळे जण उठा, आपापल्या जागेवर उभे राहा. गप्प, शांत उभे राहा. जरा अंतर ठेवा. नाचाल, उड्या माराल, मध्ये अंतर हवं.

डोळे बंद करा, चाळीस मिनिटं. संकल्पपूर्वक डोळे बंद ठेवा. दोन्ही हात जोडा.

मी प्रभूला साक्षी मानून संकल्प करतो की ध्यानात मी माझी पूर्ण शक्ती लावेन. आता तीव्र आणि खोलवर श्वास सुरू करा. जोरात, जोरात, तीव्र आणि खोल. पूर्ण ताकदीने. फुप्फुसं रिकामी करा, भरून घ्या. विद्युतलहरी, नाच, उड्या, शरीर डोलू लागेल. पूर्ण ताकद श्वासावर लावा. जोरात, पूर्ण! विचारा, मी कोण आहे? मी कोण आहे?

बस! थांबा, सर्व काही थांबवा. विश्रांती घ्या. सर्वत्र तोच आहे – परमात्मा. आनंद – आनंद – प्रकाश – अमृत – सर्व शांत झालं. आता आनंदाचे झरे वाहू लागलेत. परमात्म्याला धन्यवाद द्या. त्याची अनुकंपा अपार आहे...

◆

ओशो – एक परिचय

आत्मसाक्षात्काराच्या जगात ओशोंचे अद्वितीय योगदान त्यांना प्रत्येक श्रेणीच्या पलीकडे घेऊन जाते. ते एक गूढवादी आहेत आणि वैज्ञानिकही आहेत. आणि अशी विद्रोही चेतनादेखील आहेत, जी मानवतेला जगण्याचा नवीन मार्ग शोधण्याच्या आवश्यकतेसाठी प्रवृत्त करते. भूतकाळाला पुढे रेटणे म्हणजे या अनोख्या आणि सुंदर ठिकाणी आपल्या अस्तित्वाच्या विनाशाला आमंत्रण देणे होय.

ओशोंची प्रवचने, जीवनाच्या अर्थाच्या वैयक्तिक शोधापासून ते समाज, राजकारण आणि पर्यावरणाच्या सध्याच्या गंभीर समस्यांपर्यंत सर्व विषयांना स्पर्श करतात. ओशोंनी पुस्तके लिहिली नाहीत; परंतु आंतरराष्ट्रीय श्रोत्यांसमोर त्यांनी दिलेल्या प्रवचनांची ऑडिओ-मुद्रित संकलने पुस्तकरूपात आहेत. ओशो म्हणतात, ''लक्षात ठेवा, मी जे बोलतोय ते केवळ तुमच्यासाठी नाही... मी पुढच्या पिढ्यांसाठीही बोलत आहे.''

'द संडे टाइम्स ऑफ लंडन' ने ओशोंचे वर्णन 'विसाव्या शतकातील एक हजार निर्मात्यांपैकी एक' म्हणून केले आहे. प्रसिद्ध अमेरिकन लेखक टॉम रॉबिन्स यांनी लिहिले आहे, की येशू ख्रिस्तानंतरचा सर्वांत dangerous (खतरनाक) माणूस आहे. भारताच्या 'संडे मिड-डे'ने भारताचे भाग्य बदलविणाऱ्या गांधी, नेहरू आणि बुद्ध अशा दहा लोकांबरोबर ओशो यांचे नाव घेतले आहे.

आपल्या कार्याबद्दल, ओशोंनी म्हटले आहे, ''मी येणाऱ्या सुसंस्कृत पिढीसाठी अनुकूल परिस्थिती तयार करत आहे.'' या नवीन माणसाला ते 'झोरबा द बुद्ध' म्हणतात, जो 'झोरबा द ग्रीक' प्रमाणे पृथ्वीवरील सर्व सुखांचा उपभोग घेण्याची क्षमता असलेला आणि गौतम बुद्धांप्रमाणे शांततेत, मौनात राहणारा असेल.

ओशोंच्या प्रत्येक पैलूमध्ये पूर्वेकडील कालातीत शहाणपणा आणि पश्चिमेकडील विज्ञान आणि तंत्रज्ञानाच्या सर्वोच्च शक्यतांचा समन्वय आहे.

आधुनिक जीवनाचा वेग लक्षात घेऊन ध्यानाची प्रक्रिया ओशो सुचवतात. ज्या ध्यानप्रक्रियेमुळे एखाद्याला दैनंदिन जीवनात शांतता प्राप्त होईल आणि विचारमुक्त विश्रांतीचा अनुभव घेता येईल, अशा आंतरिक परिवर्तनाच्या विज्ञानातील क्रांतिकारक योगदानासाठीच ओशो ओळखले जातात.

ओशोंच्या दोन आत्मचरित्रात्मक कृती :
ऑटोबायोग्राफी ऑफ ए स्पिरिचूअली इनकरेक्ट मिस्टिक,
(सेंट मार्टिंस प्रेस, यूएसए)
ग्लिम्प्सेस ऑफ ए गोल्डन चाइल्डहुड, (हिंदी पुस्तक : स्वर्णिम बचपन)
(ओशो मीडिया इंटरनॅशनल, पुणे, भारत)

◆

ओशो इंटरनॅशनल मेडिटेशन रिझॉर्ट

मेडिटेशन रिझॉर्ट दरवर्षी १०० हून अधिक देशांतील हजारो मित्रांचे स्वागत करते. रिसॉर्टचे अद्वितीय कॉम्प्लेक्स अधिक जागरूक, आरामशीर, उत्सवपूर्ण आणि सर्जनशील जीवन जगण्याचा एक नवीन मार्ग स्वत: अनुभवण्याची संधी प्रदान करत असते. चोवीस तास आणि पूर्ण वर्षभर चालणाऱ्या भव्य, वैविध्यपूर्ण इव्हेन्ट्समधून (कार्यक्रमांमधून) तुम्ही कोणताही निवडू शकता – काहीही न करणे आणि फक्त आराम करणे हा त्यांपैकी एक!

येथील सर्व कार्यक्रम ओशोंच्या 'झोरबा द बुद्ध'च्या अंतर्दृष्टीवर आधारित आहेत. झोरबा, हा गुणात्मकरीत्या एक नवीन प्रकारचा असा मनुष्य आहे ज्याच्याकडे दैनंदिन जीवन सर्जनशीलपणे जगण्याची क्षमता आहे. त्याचबरोबर तो मौनात आणि ध्यानात राहू शकतो.

स्थळ

मुंबईच्या आग्नेयेस शंभर मैलांवर असलेल्या पुण्यासारख्या भरभराटीच्या आधुनिक शहरात ओशो इन्टरनॅशनल मेडिटेशन रिझॉर्ट वसले आहे. ते इतर कोणत्याही ठिकाणापेक्षा वेगळे आहे. वृक्षाच्छादित निवासी भागात, निसर्गरम्य वातावरणात २८ एकर जागेत मेडिटेशन रिझॉर्टचा विस्तार आहे.

ओशो ध्यान

सक्रिय आणि निष्क्रिय, पारंपरिक आणि क्रांतिकारी आणि विशेषत: ओशो डायनॅमिक ध्यान यासह प्रत्येक व्यक्तीसाठी दिवसभर चालणारे ध्यान कार्यक्रम इथे उपलब्ध आहेत. ही सर्व ध्यानतंत्रे 'ओशो ऑडिटोरियम' मध्ये होतात. हे ऑडिटोरियम कदाचित जगातील सर्वांत भव्य आणि प्रशस्त ध्यान सभागृह आहे.

ओशो मल्टिव्हर्सिटी

इथे होणारी विविध वैयक्तिक सत्रे, अभ्यासक्रम आणि कार्यशाळा ही सर्जनशील कला ते सर्वांगीण आरोग्य, वैयक्तिक परिवर्तन, मानवी नातेसंबंध आणि जीवनाबद्दलचे शिक्षण देतात.

यात परिवर्तन, कार्य-ध्यान, गूढ विज्ञान, खेळ आणि मनोरंजनासाठी 'झेन' दृष्टिकोनापर्यंत सर्वकाही समाविष्ट आहे. मल्टिव्हर्सिटीच्या यशाचे रहस्य यामध्ये आहे की त्याचे सर्व क्रियाकलाप ध्यानाशी जोडलेले आहेत. माणूस हा नुसता शरीराच्या अवयवांची बेरीज नाही, तर त्यापेक्षा काहीतरी अधिक आहे, असे समजून घेण्यास या कार्यशाळा प्रोत्साहन देतात.

भोजन

विविध जेवणाच्या ठिकाणी दिल्या जाणाऱ्या स्वादिष्ट आणि शाकाहारी, पाश्चात्त्य, आशियाई आणि भारतीय खाद्यपदार्थांत मेडिटेशन रिझॉर्टसाठी केवळ उगवलेल्या सेंद्रिय भाज्या वापरल्या जातात. रिझॉर्टच्या स्वत:च्या बेकरीमध्ये ब्रेड आणि केक वगैरे तयार केले जातात.

सांजक्रियाकलाप

संध्याकाळच्या क्रियाकलाप निवडण्यासाठीची यादी तशी मोठी आहे, ज्यामध्ये नृत्य शीर्षस्थानी आहे. इतर क्रियाकलापांमध्ये ताऱ्यांच्या सावलीत पौर्णिमा ध्यान, विविध कार्यक्रम, संगीतमैफिली आणि दैनंदिन जीवनासाठी ध्यान यांचा समावेश होतो.

सुविधा

मेडिटेशन रिझॉर्टच्या गॅलेरियामधून दैनंदिन वापरातील मूलभूत वस्तू तुम्ही खरेदी करू शकता. ओशोंचे सर्व मीडिया साहित्य मल्टिमीडिया गॅलरीत उपलब्ध आहे. हौशी खरेदीदार मित्रांसाठी, पुण्यात सर्वकाही उपलब्ध आहे. पारंपरिक भारतीय वस्तूंपासून ते आंतरराष्ट्रीय ब्रॅन्डच्या दुकानांपर्यंत.

राहण्याची सोय

ओशो गेस्टहाउसच्या सुरुचीपूर्ण खोल्या आपण राहण्यासाठी निवडू शकता. तुम्हाला जास्त काळ राहायचे असल्यास, तुम्ही 'लिव्हिंग-इन' प्रोग्राम पॅकेजदेखील निवडू शकता. याशिवाय अनेक प्रकारची हॉटेल्स आणि सर्व्हिस अपार्टमेन्ट्सही ओशो रिझॉर्टच्या जवळपास उपलब्ध आहेत.

www.osho.com/meditationresort
www.osho.com/guesthouse
www.osho.com/livingin
Facebook: osho.international.meditation.resort

◆

अधिक माहितीसाठी

ओशो इंटरनॅशनल यांची अधिकृत वेबसाईट : OSHO.com

ही एक बहुभाषिक वेबसाईट असून, यावर मासिके, ओशोंची पुस्तके, ऑडिओ आणि व्हिडीओ स्वरूपातील OSHO Talks इंग्रजी आणि हिंदी भाषेतील डिजिटल स्वरूपात जतन केलेली पुस्तके. तसेच ओशोंच्या ध्यानधारणेच्या प्रक्रियेसंदर्भात विस्तृत अशी माहिती उपलब्ध आहे. यासोबतच ओशो मल्टिवर्सिटी प्रोग्रामची वेळापत्रके व ओशो मेडिटेशन रिसॉर्टबाबत माहिती मिळवता येऊ शकते.

* OshoTimes.com
* OSHO.com/shop
* OSHO.com/iosho
* YouTube : OSHO
* Twitter : OSHO
* Instagram : oshointernational
* Facebook : OSHO.International

Facebook : osho.internatinal.meditation.resort

ओशो का हिंदी साहित्य

उपनिषद
सर्वसार उपनिषद
कैवल्य उपनिषद
अध्यात्म उपनिषद
कठोपनिषद
ईशावास्य उपनिषद
निर्वाण उपनिषद
आत्म-पूजा उपनिषद
केनोपनिषद

महावीर
महावीर-वाणी (दो भागों में)
जिन-सूत्र (दो भागों में)
महावीर या महाविनाश
महावीर : मेरी दृष्टि में
ज्यों की त्यों धरि दीन्हीं चदरिया

कृष्ण
गीता-दर्शन
(आठ भागों में अठारह अध्याय)
कृष्ण-स्मृति

बुद्ध
एस धम्मो सनंतनो (बारह भागों में)

अष्टावक्र
अष्टावक्र महागीता (नौ भागों में)

लाओत्से
ताओ उपनिषद (छह भागों में)

च्वांगत्सु
संसार और मार्ग
सत्य असत्य

मीरा
मैंने राम रतन धन पायो
झुक आई बदरिया सावन की

जगजीवन
नाम सुमिर मन बावरे
अरी, मैं तो नाम के रंग छकी

कबीर
सुनो भई साधो
कस्तूरी कुंडल बसै
कहै कबीर दीवाना
मेरा मुझमे कुछ नही
गूंगे केरी सरकरा
कहै कबीर मैं पूरा पाया
होनी होय सो होय

शांडिल्य
अथातो भक्ति जिज्ञासा (दो भागों में)

दादू
सबै सयाने एक मत
पिव पिव लागी प्यास

पलटू
अजहूं चेत गंवार
सपना यह संसार
काहे होत अधीर

दरिया
कानों सुनी सो झूठ सब
अमी झरत बिगसत कंवल

सुंदरदास
हरि बोलौ हरि बोल
ज्योति से ज्योति जले

धरमदास
जस पनिहार धरे सिर गागर
का सोवै दिन रैन

मलूकदास
कन थोरे कांकर घने
रामदुवारे जो मरे

बाउल संत
प्रेम योग
आनंद योग

अन्य रहस्यदर्शी
भक्ति-सूत्र (नारद)
शिव-सूत्र (शिव)
भजगोविन्दम् मूढ़मते (आदि शंकराचार्य)
एक ओंकार सतनाम (नानक)
जगत तरैया भोर की (दयाबाई)
बिन घन परत फुहार (सहजोबाई)
नहीं सांझ नहीं भोर (चरणदास)
संतो, मगन भया मन मेरा (रज्जब)
कहै वाजिद पुकार (वाजिद)
मरौ हे जोगी मरौ (गोरख)
सहज-योग (सरहपा-तिलोपा)
बिरहिनी मंदिर दियना बार (यारी)
प्रेम-रंग-रस ओढ़ चदरिया (दूलन)
दरिया कहै सब्द निरबाना (दरियादास बिहारवाले)
हंसा तो मोती चुगैं (लाल)
गुरु-परताप साध की संगति (भीखा)
मन ही पूजा मन ही धूप (रैदास)
झरत दसहुं दिस मोती (गुलाल)
अकथ कहानी प्रेम की (फरीद)

झेन, सूफी और उपनिषद की कहानियाँ
बिन बाती बिन तेल
सहज समाधि भली
दीया तले अंधेरा
मनुष्य होने की कला
सदगुरु समर्पण
उस पथ के पथिक
अंतर्यात्रा के पथ पर

विचार-पत्र
क्रांति-बीज
पथ के प्रदीप

पत्र-संकलन
अंतर्वीणा
प्रेम की झील में अनुग्रह के फूल
ढाई आखर प्रेम का
पग घुंघरू बांध
प्रेम के फूल
प्रेम के स्वर
पाथेय

बोध-कथा
मिट्टी के दीये

ध्यान, साधना

ध्यान विज्ञान
ध्यानयोग : प्रथम और अंतिम मुक्ति
मैं कौन हूँ
चित चकमक लागे नाहिं
समाधि के द्वार पर
तृषा गई एक बूँद से
जीवन सत्य की खोज
माटी कहै कुम्हार सूं
जीवन रस गंगा
अमृत की दिशा
समाधि के तीन चरण

साधना शिबिर

साधना-पथ
साधना-पथ
अंतर्यात्रा
प्रभु की पगडंडियाँ
साक्षी की साधना
साक्षी की साधना
साक्षी का बोध
मैं मृत्यु सिखाता हूँ
जिन खोजा तिन पाइयां
समाधि के सप्त द्वार (ब्लावट्स्की)
साधना-सूत्र (मेबिल कॉलिन्स)
ध्यान-सूत्र
जीवन ही है प्रभु
असंभव क्रांति
ध्यान दर्शन
ध्यान के कमल
शून्य की नाव
शून्य के पार
सत्य की खोज
संभावनाओं की आहट
समाधि कमल
जो घर बारे आपना
प्रेम दर्शन
गिरह हमारा सुन्न में
अपने माहिं टटोल
जीवन संगीत
रोम-रोम रस पीजिए

योग

पतंजलि : योग-सूत्र (पाँच भागों में)
योग : नये आयाम

तंत्र

संभोग से समाधि की ओर
संभोग से समाधि की ओर
युवक और यौन
क्रांति-सूत्र
तंत्र-सूत्र (पाँच भागों में)

राष्ट्रीय और सामाजिक समस्याएँ

फिर अमरित की बूँद पड़ी
एक एक कदम
देख कबीरा रोया
अस्वीकृति में उठा हाथ
भारत के जलते प्रश्न
समाजवाद से सावधान
समाजवाद अर्थात आत्मघात
स्वर्ण पाखी था जो कभी
नये समाज की खोज
नये भारत की खोज
नये भारत का जन्म
भारत का भविष्य

अंतरंग वार्ताएँ

संबोधि के क्षण
प्रेम नदी के तीरा
सहज मिले अविनाशी
उपासना के क्षण
अनंत की पुकार

प्रश्नोत्तर

नहिं राम बिन ठांव
प्रेम-पंथ ऐसो कठिन
उत्सव आमार जाति, आनंद आमार गोत्र
मृत्योर्मा अमृतं गमय
प्रीतम छवि नैनन बसी
रहिमन धागा प्रेम का
उड़ियो पंख पसार
सुमिरन मेरा हरि करैं
पिय को खोजन मैं चली
साहेब मिल साहेब भये
जो बोलैं तो हरिकथा
बहुरि न ऐसा दांव
ज्यूं था त्यूं ठहराया
ज्यूं मछली बिन नीर
दीपक बारा नाम का
अनहद में बिसराम
लगन महूरत झूठ सब
सहज आसिकी नाहिं
पीवत रामरस लगी खुमारी
रामनाम जान्यो नहीं
सांच सांच सो सांच
आपुई गई हिराय
बहुतेरे हैं घाट
कोंपलें फिर फूट आईं
क्या सोवै तू बावरी
कहा कहूँ उस देस की
पंथ प्रेम को अटपटो
फिर पत्तों की पांजेब बजी
मैं धार्मिकता सिखाता हूँ, धर्म नहीं
ओशो उपनिषद
एक नई मनुष्यता का जन्म
भविष्य की आधारशिलाएँ

विविध

अमृत-कण
अमृत वाणी
कुछ ज्योतिर्मय क्षण
नये संकेत
चेति सकै तो चेति
हसिबा, खेलिबा, धरिबा ध्यानम्
धर्म साधना के सूत्र
मैं कहता आंखन देखी
जीवन क्रांति के सूत्र
जीवन रहस्य
करुणा और क्रांति
विज्ञान, धर्म और कला
प्रभु मंदिर के द्वार पर
तमसो मा ज्योतिर्गमय
प्रेम है द्वार प्रभु का
अंतर की खोज
अमृत वर्षा
अमृत द्वार
एक नया द्वार
प्रेम गंगा
समुंदर समाया बूँद में
सत्य की प्यास
शून्य समाधि
व्यस्त जीवन में ईश्वर की खोज

अज्ञात की ओर
धर्म और आनंद
जीवन-दर्शन
जीवन की खोज
क्या ईश्वर मर गया है
क्या मनुष्य एक यंत्र है
नानक दुखिया सब संसार
नये मुनष्य का धर्म
धर्म की यात्रा
स्वयं की सत्ता
सुख और शांति
नारी और क्रांति
सम्यक शिक्षा
शिक्षा में क्रांति
गहरे पानी पैठ
ज्योतिष विज्ञान
नव संन्यास क्या
सत्य का अन्वेषण
सत्य का दर्शन
घाट भुलाना बाट बिनु
पथ की खोज
जीवन अलोक
जीवन की कला
जीवन क्रांति की दिशा
जीवन गीत
मन का दर्पण
आँखों देखी सांच
आनंद की खोज
स्वर्णिम बचपन
मेरी प्रिय पुस्तकें
बुद्धत्व का मनोविज्ञान
शून्य की किताब

ओशोंच्या साहित्यासंबंधी माहितीसाठी तसेच मागणीकरीता संपर्क :

ओशो मीडिया इंटरनॅशनल
१७ कोरेगाव पार्क, पुणे ४११००१, महाराष्ट्र, भारत
फोन नं. +९१ (२०) ६६०१९९८१
email : distribution@osho.net

श्रोत्यांसमोर प्रत्यक्ष दिलेल्या तत्कालीन प्रवचनांचा समावेश असणारी ही ओशोंची पुस्तकं आहेत. ओशोंची सर्व प्रवचनं पुस्तकरूपात, तसेच, ऑडिओ रेकॉर्डिंगच्या रूपात उपलब्ध आहेत. ही रेकॉर्डिंग्ज, तसंच पुस्तकं यांच्याबाबतची माहिती www.OSHO.com/library या संकेतस्थळावरून प्राप्त करता येईल.

मीरा श्यामरंगी रंगली

ओशो

अनुवाद
स्वाती चांदोरकर

जेव्हा दु:खाचा भडिमार होतो तेव्हा सामान्य मनुष्य ईश्वराला दोष देतो, वेठीला धरतो आणि मीरा मात्र ईश्वराचे आभार मानते. 'सर्व मोहपाशातून सुटका केलीस,' असं म्हणते. 'ईश्वराराधना व्हावी म्हणूनच अशी तजवीज केलीस.' असं म्हणते. ती ईश्वराराधनेत कधी रममाण होते, हे तिचं तिलाही कळत नाही. ईश्वराराधना म्हणजे फक्त कृष्णाची आराधना. पंचवीस हजार वर्षांपूर्वी अवतरलेल्या कृष्णावर ती पंचवीस हजार वर्षांनंतर स्वत:ला समर्पित करू शकते.
अशा भक्तीला नावं ठेवली जातात, कलंक लावला जातो, जीवे मारण्याचा यत्न केला जातो. तरीही प्रसन्नता, शांतता, सुमधुर हास्य विलसत राहतं. न पाहिलेल्या मीरेचं रूप नजरेसमोर तरळत राहतं. शिल्पकारांनी त्यांच्या कल्पनेनुसार घडवलेली मीरा नजरेसमोर येते आणि वाटून जातं, 'खचितच, मीरा अशीच दिसत असणार.
शांत, सुंदर, जगाचं भान नसलेली, कृष्णमय झालेली.'

भगवान महावीरांच्या वाणीसंदर्भात पर्युषण व्याख्यानमालेत मुंबईच्या पाटकर हॉलमध्ये दिल्या गेलेल्या ५४ Osho talksपैकी नऊ (१ ते ९) Osho talksचा संग्रह

महावीर आणि नमोकार

ओशो

अनुवाद

प्रदीप निफाडकर
शशिकांत सांब

माणसाचा आत्मिक विकास, हा महावीरांच्या चिंतनाचा विषय होता. असा विकास साधण्यासाठी काय करता येईल, ते महावीरांनी नऊ मुद्द्यांमधून सांगितलं आहे. त्यांपैकी पहिला मुद्दा आहे मंत्र : दिव्य लोकीची किल्ली. दुसरा आहे मंगल व लोकोत्तमाची भावना. तिसरा मुद्दा शरणागती : धर्माचा मूळ आधार. धर्म स्वभावात असणं हा चौथा मुद्दा. अहिंसा : जीवेषणेचा मृत्यू हा पाचवा. संयम हा सहावा. संयमाचा विधायक दृष्टिकोन हा सातवा. तप : ऊर्जेचं दिशा परिवर्तन हा आठवा आणि तप : ऊर्जाशरीराचा अनुभव हा नववा मुद्दा. महावीरांच्या या नऊ मुद्द्यांचं अतिशय रसाळ भाषेत ओशोंनी निरूपण केलं आहे. वेगवेगळ्या उदाहरणांतून ते हे मुद्दे स्पष्ट करत जातात. माणसाच्या आत्मिक विकासासाठी या नऊ बाबी कशा आवश्यक आहेत, हे ओशो समजावून सांगतात. तेव्हा महावीर-ओशो या समीकरणातून साकारलेल्या या प्रकाशवाटेवर चालणं, ही आपल्यासाठी एक आनंदानुभूती आहे.